आय भारत

खंड पहिला

भारताच्या दहा हजार वर्षांच्या राजकीय इतिहासाचा आराखडा

हर्षद सरपोतदार

विहंग प्रकाशन
www.vihangpublications.com

All rights reserved for this edition with publisher except for use in review, the reproduction or utilization of this work in whole or in part in any form by any electronic, mechanical or other means now known or hereafter invented, is forbidden without the written permission of the publisher or Author. However one can use historical events or chronology for reference.

Contact us at **Vihang Prakashan**, 6, Mitranand Society, Off: B. D. Kher Square, Anand Nagar, Sinhgad Road, Pune-411051.
✆ +91 020-24358258
E-mail : vihangpublications@gmail.com
sales@vihangpublications.com
Website : www.vihangpublications.com
Follow us: Vihang Publications

Online Purchase
www.erasik.com
www.kharedi.maayboli.com
www.bookganga.com
www.granthdwar.com
www.amazon.in

Arya Bharat by
Harshad Sarpotdar

विहंग प्रकाशन
६, मित्रानंद सोसायटी,
ऑफ : भा. द. खेर चौक,
आनंदनगर, सिंहगड मार्ग,
पुणे-४११०५१.
फोन: ०२०-२४३५८२५८

आर्य भारत: हर्षद सरपोतदार

© हर्षद सरपोतदार

बी-२२, कृत्तिका अपार्टमेंटस्, गल्ली क्र. ९,
डहाणुकर कॉलनी, कोथरूड, पुणे-४११०३८
फोन: ९८६०६६७३७६, ०२०-२५४३३३०६
पहिली आवृत्ती: ऑगस्ट २०१६

या पुस्तकातील सरसहा सर्व मतांशी आम्ही सहमत असूच असे नाही – प्रकाशक

या प्रकल्पात मनापासून रस घेणारे,
वेळोवेळी मला सूचना करणारे
आणि वेगवेगळे संदर्भग्रंथ पुरवणारे,
हस्तलिखित पुन्हा पुन्हा वाचून चर्चा करणारे,
उत्तम लेखक, कष्टाळू संशोधक आणि साक्षेपी प्रकाशक
'देशमुख आणि कंपनी'चे
रवींद्र गोडबोले
यांच्या स्मृतीस हे पुस्तक सादर, साश्रू अर्पण-

हर्षद सरपोतदार यांची प्रकाशित पुस्तकं

पाप्याचं पितर
हसती दंती
मंतरलेला इतिहास
पूर्वापार
एकांतातल्या गोष्टी
सरपोतदार घराण्याचा इतिहास
आर्य भारत - खंड १
आर्य भारत - खंड २ (आगामी)

मनोगत

डॉ. ह. रा. दिवेकर यांनी लिहिलेलं 'आमचा महाभारतपूर्व राजकीय व सांस्कृतिक इतिहास' हे पुस्तक काही वर्षांपूर्वी माझ्या पाहण्यात आलं. ते वाचून भारतीय पुराणेतिहासाचा अभ्यास करण्याची जबरदस्त ओढ माझ्या मनात निर्माण झाली.

त्यानंतर राजवाडे, टिळक, पावगी वगैरे संशोधकांचे लेख आणि ग्रंथ यांनी माझी उत्सुकता अधिकच वाढवत नेली. यावर कळस चढवला तो डॉ. पुरुषोत्तमलाल भार्गव यांच्या 'इंडिया इन दि वेदिक एज' या ग्रंथाने. भार्गव यांनी दिवेकर यांच्याप्रमाणेच मनूपासून धृतराष्ट्रापर्यंतच्या वंशावळी लावून दाखवल्या होत्या आणि बऱ्याच ठिकाणी त्या दिवेकरांशी जुळतही होत्या. मात्र भार्गव यांची मांडणी अधिक पद्धतशीर होती. शिवाय आपल्या प्रत्येक विधानाला त्यांनी आधाराचा संदर्भही दिला होता. त्यामुळे महाभारतापर्यंतची मांडणी करण्यासाठी त्यांच्या ग्रंथाचा मला अतिशय उपयोग झाला.

लेखन आणि संशोधन करत असताना महाभारतोत्तर कालक्रमात १२०० ते १४०० वर्षांची पोकळी पडत असल्याचं माझ्या लक्षात आलं. तेव्हा ही अडचण मी 'देशमुख आणि कंपनी'चे रवींद्र गोडबोले यांच्यापुढे मांडली. गोडबोले यांनी क्षणभर विचार केला आणि 'तुमच्या प्रश्नाचं उत्तर या पुस्तकात सापडेल!' असं म्हणून प्रा. हरगोविंद होले यांचं 'महाभारत कालगणनेतील षडयंत्र' हे पुस्तक माझ्या हातात ठेवलं.

प्रा. होले यांचा पेशा मुळात इतिहासकाराचा नाही. 'बालभारती'मधून अधिकारी म्हणून ते निवृत्त झाले आहेत. मात्र बालभारतीची पुस्तकं संपादित करत असताना त्या पुस्तकात दिलेल्या इतिहासामध्ये त्यांना विसंगती जाणवू लागली. तेव्हा स्वतंत्र बुद्धीने

इतिहासाचा अभ्यास आणि संशोधन करून त्यांनी 'षड्यंत्र' हे महत्त्वाचं पुस्तक लिहिलं. प्रकाशकाने पुस्तक अत्यंत गचाळ स्वरूपात छापल्यामुळे होले यांच्या या पुस्तकाचं महत्त्व अजून तरी अनेकांना जाणवलेलं नाही. पण मला मात्र ते ताबडतोब जाणवलं. 'सॅण्ड्रोकोएटस् म्हणजे चंद्रगुप्त मौर्य नसून समुद्रगुप्त' आणि 'राजा प्रियदर्शी म्हणजे अशोक मौर्य नसून गुप्त घराण्यातील चंद्रगुप्त विक्रमादित्य' या त्यांच्या प्रतिपादनामुळे मला संशोधनाची खरी दिशा मिळाली. प्रा. होले यांच्याशी माझा पत्रव्यवहार झाला आणि प्रत्यक्ष भेटही झाली. शिलालेखांवर त्यांनी मला दिलेलं एक खाजगी टिपणही या पुस्तकासाठी मला खूप उपयोगी पडलं हे नमूद करणं मी माझं कर्तव्य समजतो.

रवींद्र गोडबोले यांनी या पुस्तकाचे 'राजकीय' आणि 'सांस्कृतिक' असे दोन खंड करण्याची कल्पना मांडली होती व त्यातील राजकीय खंडाचं हस्तलिखित डेक्कन कॉलेजातील ज्येष्ठ संशोधक डॉ. म. श्री. माटे यांच्याकडे अभिप्रायार्थ पाठवलं होतं. डॉ. माटे यांनी मला पुरेसा वेळ देऊन चर्चा केली व बऱ्याच उपयुक्त सूचनाही केल्या. माझे ज्येष्ठ मित्र सुभाष फडके यांनी नेहमीप्रमाणेच हस्तलिखित पुन्हा पुन्हा वाचून चुका व त्रुटी दाखवून दिल्या. डॉ. माटे, गोडबोले आणि फडके यांच्या सूचनांचा शक्य तेवढा उपयोग या पुस्तकासाठी मी करून घेतला आहे.

दुर्दैवाने जून २०१४ मध्ये रवींद्र गोडबोले यांचं आकस्मिक निधन झालं. त्या धक्क्यातून सावरल्यावर मी पुन्हा या पुस्तकाच्या लेखनाकडे वळलो. पुढे एका संदर्भाविषयी चर्चा करण्यासाठी म्हणून राजेन्द्र खेर यांची भेट घेतली. एक 'बेस्ट सेलर' लेखक म्हणून मी त्यांना ओळखत होतो, पण ते प्रकाशकही आहेत हे माहीत नव्हतं. हस्तलिखित चाळून लगेचच त्यांनी हे पुस्तक त्यांच्या संस्थेमार्फत प्रकाशित करण्याची तयारी दाखवली. हे पुस्तक परिपूर्ण होण्यासाठी राजेन्द्र खेर व सीमंतिनी खेर या दोघांनी घेतलेल्या कष्टांना मी स्वत: साक्षी आहे. या विषयात त्यांनी एवढा रस घेतला की मुखपृष्ठ तयार करणं व फोटो आणि नकाशे यांची मांडणी करणं वगैरे गोष्टी त्यांनी स्वत:च पार पाडल्या.

राजश्री गायधनी यांनी जास्तीत जास्त बिनचूक डी.टी.पी. प्रत तयार केली व जंगम ऑफसेट प्रा. लि. यांनी उत्कृष्ट दर्जाची छपाई करून या पुस्तकाला सौंदर्य प्राप्त करून दिलं.

'भारत इतिहास संशोधक मंडळा'च्या ग्रंथपाल जयश्री बागाईतकर यांना जुन्या दुर्मीळ पुस्तकांसाठी मी वारंवार त्रास दिला होता. पण तो हसतमुखाने सहन करून त्यांनी याकामी मला पूर्ण सहकार्य केलं.

या सर्व व्यक्ती आणि संस्था यांचा मी अत्यंत आभारी आहे.

–हर्षद सरपोतदार

अनुक्रम

१. प्रयोजन / ९
२. आर्य कोठून आले? / ५७
३. मूळस्थान / ६८
४. उत्तरध्रुव ते कश्यपसमुद्र : एक महास्थलांतर / ८७
५. भारतप्रवेश / १११
६. महाभारतपूर्व आर्य राजे / १३२
७. महाभारतानंतरची पोकळी / १५१
८. ग्रीक वाङ्मयातील दाखले / १६८
९. भारतीय इतिहासकारांचा प्रमाद / १७९
१०. कोरीव लेखांचा उहापोह / १८७
११. गुप्त ते हर्षवर्धन आणि पुढे - / २०४
१२. महाभारतोत्तर कालानुक्रम / २१८
व्यक्तिनाम सूची / २२७
विषयनाम सूची / २३५
स्थलनाम सूची / २३७

१. प्रयोजन

भारतात तिसरीपासून नववीपर्यंतच्या पाठ्यपुस्तकात जो इतिहास शिकवला जातो तो प्रत्येक भारतीयाच्या मनात गोंधळ उडवून देणारा असतो असा अनुभव आहे. मराठी मुलखाविषयी बोलायचं तर अश्मयुगानंतर आर्यांचं आगमन, त्यानंतर रामायण-महाभारत, मग शिवाजी आणि शिवाजीनंतर एकदम इंग्रजी राज्य आल्याचा भास या इतिहासात होत असतो. संभाजी, राजाराम आणि पेशव्यांची प्रदीर्घ कारकीर्द या इतिहासात सहेतुकपणे दाबून टाकलेली असते. त्यामुळे सातारचे शाहूमहाराज नि कोल्हापूरचे शाहूमहाराज आणि पहिला बाजीराव नि दुसरा बाजीराव यांच्यात फरक काय हे समजणं मुलांना अवघड होऊन बसतं.

नजीकच्या इतिहासाची ही स्थिती तर प्राचीन इतिहासाविषयी बोलायलाच नको. शालेय पाठ्यपुस्तकांमध्ये पूर्वी अशी माहिती दिली जायची, की वायव्येकडून—म्हणजे आजच्या अफगणिस्तानातून—आर्य नावाचे लोक भारतात आले. सुरुवातीच्या काळात इथल्या स्थानिक द्रविडांशी त्यांच्या लढाया झाल्या आणि पुढे सलोखा निर्माण होऊन रोटीबेटी व्यवहार सुरू झाले. माझं वाचन शालेय जीवनापुरतंच मर्यादित राहिलं असतं तर या पुराणेतिहासाविषयी माझ्या मनात कधी शंका आली नसती.

पण वाचन थांबलं नाही. उलट वाढत्या वयाबरोबर वाढतच गेलं. इतिहासाची आवड असली तरी पुराणेतिहासाकडे मी तोवर लक्ष दिलं नव्हतं. मात्र इतिहास-वाचनात पुराणेतिहासाच्या खुणा दिसू लागल्या आणि शंकांना सुरुवात झाली. आर्य वायव्येकडून आले म्हणजे नेमके कुठून आले? आर्य नि द्रविड यांच्यात फरक होता तर भारताची

संस्कृती सर्वत्र सारखीच कशी? द्रविडांव्यतिरिक्त अन्य स्थानिक होते का नव्हते? असतील तर त्यांचं पुढे काय झालं? वेद, संस्कृत भाषा नि वैदिक धर्म ही केवळ आर्यांचीच मक्तेदारी असेल तर जन्माने द्रविड असणारे आद्य शंकराचार्य त्याचे अभिमानी कसे? रामायण-महाभारतातल्या घटना खरोखरच घडून गेल्या होत्या की ती केवळ महाकाव्यं आहेत? मनू आणि त्याची मनुस्मृती हा काय प्रकार आहे? दशावतार, सप्तचिरंजीव, पुराणकथा वगैरेंमध्ये कितपत तथ्य आहे? अशा अनेक शंका मनात येत होत्या. या शंका फेडून घेण्यासाठी पुराणेतिहासाकडे वळणं भाग पडलं.

फेसबुकवरील अनुभव:-

आधी 'आर्कुट' आणि नंतर 'फेसबुक'सारख्या सोशल नेटवर्किंग साईटवर मला वेगवेगळे अनुभव आले. आर्कुटवरच्या ज्या कम्युनिटीजमध्ये मी सहभागी होतो तिथे मुख्यत: सर्वसामान्य तरुण पोरं आणि रसिक प्रौढ भेटत असत. या कम्युनिटिजूवर एकमेकांच्या ज्ञानात भर घालणारी माहिती दिली जात होती आणि संबंध सौहार्दपूर्ण राखण्याकडे बहुतेकांचा कटाक्ष असे.

पुढे फेसबुकवर आल्यानंतर मात्र चित्र बदललेलं दिसलं. तिथल्या ग्रुप्समध्ये लेखक, कलावंत, समीक्षक, इतिहासकार,तत्त्वज्ञ वगैरे माणसं होती आणि त्यातली बरीचशी 'सुप्रसिद्ध' जरी नाही तरी त्या त्या वर्तुळात माहीत असलेली अशी होती. माझ्या एका (मला अद्याप प्रत्यक्ष न भेटलेल्या) वाचकमित्राच्या आग्रहामुळे मी या ग्रुप्सकडे ओढला गेलो. जातीपातीवरून तिथे गट पडलेले होते आणि कुठल्याही पातळीवर जाऊन वाद घातले जात असत. मी जरी कुठल्याही गटात नव्हतो तरी चांगल्यापैकी वाचन असल्यामुळे तिथे चालणाऱ्या वादविवादांमध्ये ओढला गेलो. या ग्रुप्समध्ये मला ब्राह्मणांपासून दलितांपर्यंत आणि हिंदूंपासून मुसलमानांपर्यंत अनेकांशी वाद घालावे लागले नि चर्चा कराव्या लागल्या. या सर्वांपासून माझ्या ज्ञानात भर पडली आणि मीही अनेकांच्या माहितीत भर घातली. मला सुद्धा अधिकाधिक अभ्यास करण्याची प्रेरणा त्यांच्यापासून मिळत गेली. आधार किंवा संदर्भ नमूद केल्याशिवाय लिहायची माझी पद्धत नाही. त्यामुळे मीही मला निरुत्तर करणाऱ्यांना आधार विचारत असे. प्रसंगी ज्यांच्याशी कडाडून वाद झाला अशांना मी आधारग्रंथांची नावं सांगायची विनंती केलेली होती आणि त्यांनीही मला ती दिलेली होती. 'ओवीला ओवी आणि शिवीला शिवी' असं माझं याबाबतीतलं धोरण होतं. हे धोरण यशस्वी झालं आणि माझ्याशी कडवट वाद घालणारेही माझे फेसबुक मित्र बनून गेले. यातून आम्ही सगळेच काही अंशी तरी समृद्ध बनत गेलो अशी माझी समजूत आहे.

आमचे संबंध सुधारले तरी भारताच्या इतिहासाविषयी आणि संस्कृतीविषयी

आमच्यात असलेले मतभेद पूर्णपणे मिटले असं झालं नाही. फेसबुकवर दृश्यमान होणाऱ्या पोस्टसूमधून बहुतेकांचे इतिहासविषयक विचार पूर्वग्रहदूषित असल्याचं दिसून येत होतं. यात हिंदूंपासून बौद्धांपर्यंत आणि ब्राह्मणांपासून दलितांपर्यंत सगळ्या प्रकारची माणसं होती. त्यांच्या विचारांचं वर्गीकरण खालील तीन प्रकारांमध्ये करता येईल:-

१. मनुस्मृती आणि वर्णव्यवस्था यांविषयी समज-गैरसमज

२. वैदिक-अवैदिक, आर्य-अनार्य, मनुवादी-बिनमनुवादी अशाप्रकारची विभागणी.

३. राम, कृष्ण, परशुराम, बुद्ध, रामदास, पेशवे, फुले, टिळक, सावरकर, गांधी, आंबेडकर आदींविषयी परमादर किंवा परमद्वेष.

या सर्व मंडळींशी झडलेल्या चर्चा आणि वादविवाद यांमधून आढळलेले काही लोकप्रिय समज असे:-

१. आमचे पूर्वज नालायक होते. या देशात ज्या काही सुधारणा झाल्या त्या ब्रिटिशांमुळे झाल्या.

२. आमचे पूर्वज महान होते. जगात जे काही शोध लागले आहेत ते भारतात प्राचीन काळीच लागले होते.

३. मनुस्मृतीने बहुजनसमाजाला गुलाम बनवलं.

४. रामायण आणि महाभारत ही केवळ काव्यं आहेत; इतिहास नव्हे.

५. राम, कृष्ण, हनुमान वगैरे 'देव' होते.

६. राम, कृष्ण, परशुराम वगैरे स्वार्थी माणसं होती. त्यांनी अन्याय केले.

सोशल नेटवर्किंग साईट्सूवर आढळलेलं हे विचारमंथन म्हणजे एकप्रकारे भारतीय समाजमनाचं प्रतिबिंबच म्हणायला हवं. गेली हजारो वर्षं एकाच भूमीत नि एकाच संस्कृतीत वाढूनही जात, धर्म, वंश, वर्ण, भाषा, लिपी, इतिहास वगैरे बाबींवरून एकमेकांचा इतका कडवट द्वेष करणारी माणसं जगाच्या पाठीवर कुठेच नसतील.

या कडवटपणाचं नि द्वेषाचं मूळ जसं या माणसांच्या अडाणीपणात आढळतं तसंच ते इंग्रजांच्या भारतातील राजवटीत आणि जाणीवपूर्वक आखल्या गेलेल्या 'फूटयोजनां'-मध्ये शोधावं लागतं. या फूटयोजनांचे शिल्पकार मुख्यत: इंग्रज आणि युरोपियन इतिहासकार होते.

युरोपियन इतिहासकारांचा दृष्टिकोन

भारतीय इतिहासाकडे पाहण्याचा युरोपियन आणि इंग्रज इतिहासकारांचा दृष्टिकोन कमालीचा भ्रष्ट आणि पूर्वग्रहदूषित होता. विल्यम जोन्ससारखे इतिहासकार भारतीय

पुराणे आणि त्यात दिलेल्या वंशावळ्या विश्वासार्ह मानत नाहीत. रामायण किंवा महाभारत यांना तर ते केवळ काव्याचाच दर्जा देतात.[१] अशोकाच्या बाबतीतला आपला सिद्धान्त खोटा ठरू नये म्हणून व्हिन्सेंट स्मिथ 'महावंश' या बौद्ध ग्रंथालाच खोटं पाडतो.[२] 'मुद्राराक्षस' किंवा 'देवीचंद्रगुप्तम्' यासारख्या कलाकृतींना सिल्व्हियन लेव्ही ऐतिहासिक दृष्ट्या दखलपात्र मानत नाही.[३] 'प्रियदर्शी' सारख्या शब्दांचा मॅकक्रिन्डल ओढूण ताणून भलताच अर्थ लावतो.[४] 'अशोक' म्हणजेच 'अशोकस्' आणि 'सॅण्ड्रोकोटस्' म्हणजे 'चंद्रगुप्त मौर्य' असं हे इतिहासकार बेलाशक दडपून सांगतात.

रामायण-महाभारताला इतिहास न मानता केवळ महाकाव्यच मानणारे हे इतिहासकार होमरच्या 'इलियड' आणि 'ओडिसी' या कलाकृतींना मात्र प्रत्यक्ष वा अप्रत्यक्षपणे इतिहास म्हणून मान्यता देतात. वास्तविक ट्रोजन युद्ध इ.स.पूर्व १४ व्या शतकात होऊन गेलं तर होमर हा इ.स.पूर्व ८ व्या शतकात झाला. म्हणजे ६०० वर्षांनी 'ऐकीव' गोष्टींवर लिहिलेला इतिहास या लोकांना चालतो. पण वेदव्यास, लोमहर्षण, सौती आदी भारतीय इतिहासकारांनी केलेलं संकलन मात्र त्यांना विश्वासार्ह वाटत नाही!

हेरोडोटस (इ.स.पूर्व ४८४ ते इ.स.पूर्व ४२५) याने प्राचीन काळापासूनचा ग्रीकांचा इतिहास लिहिला आहे. होमरचं काव्य हा त्याचा एक मुख्य आधार तर आहेच; पण कित्येक ऐकीव गोष्टींचा नि पुराणकथांचाही वापर त्याने आपला इतिहास सजवण्यासाठी केला आहे. 'जे जे मी ऐकलं होतं, ते ते मी लिहिलं आहे' असं तो स्वत:च म्हणतो. त्यामुळे त्याच्या इतिहासात अनेक भाकडकथांची गर्दी झालेली आढळते. अलीकडच्या एकदोघा पाश्चात्य इतिहासकारांनी तर त्याच्या नावामागे 'थापेबाजीचा जनक' अशी उपाधी देखील लावली आहे.[५] तरीही 'ग्रीकांचा मोठा इतिहासकार' म्हणून युरोपियन इतिहासकार त्याच्याच इतिहासाचे दाखले देतात.

आणखी एक इतिहासकार कॅशियस डिओ (इ.स. १५५ ते इ.स. २३५) याने ८० खंडांमध्ये १४०० वर्षांचा रोमचा इतिहास लिहिला आहे. हा इतिहास ट्रोजन युद्धापासून सुरू होतो. ट्रोजन युद्ध इ.स. पूर्व १४००च्या दरम्यान झालं असं मानलं जातं. या युद्धातला एक वीर एनियस (Aeneas) इटलीत आला तेव्हापासूनचा इतिहास कॅशियसने लिहिलाय. त्यासाठी पुन्हा होमरच्या महाकाव्यांचाच आधार त्याने घेतला आहे. एनियसनंतर ६०० वर्षांनी होमर झाला आणि होमरनंतर ८०० वर्षांनी कॅशियस झाला. तरीही त्याचा इतिहास युरोपियन इतिहासकारांना गैर वाटत नाही ही केवढी मोठी गंमत आहे!

कॅशियसनंतर १५०० वर्षांनी जन्माला आलेल्या गिबनने रोमन साम्राज्याचा इतिहास मुख्यत: ग्रीक आणि रोमन बखरींवरूनच लिहिला. तो लिहिताना त्याने जे आधार घेतले आहेत त्यात वेगवेगळ्या काळातील अनेक लेखक आहेत. उदाहरणार्थ पहिल्या

खंडातील हे लेखक पहा: हेरोडोटस, स्ट्रॅबो (इ.स.पूर्व ६४ ते इ.स.पूर्व २४), डिओडोरस (इ.स.पूर्व ९० ते इ.स.पूर्व ३०), प्लिनी (इ.स.पूर्व २३ ते इ.स.पूर्व ७९), प्लुटार्क (इ.स.४५ ते इ.स. १२०), कॅशियस डिओ इत्यादी.[६] यापैकी काही लेखकांनी आपल्यापूर्वी अनेक शतके आधी होऊन गेलेल्या घटनांचा इतिहास लिहिला, तर काहींनी समकालीन व्यक्तींविषयी बखरी लिहिल्या. उदाहरणार्थ दिओनिसिअस (Dionysius) हा पहिल्या शतकातील ऑगस्टसच्या कारकीर्दीत होऊन गेलेला ग्रीक इतिहासकार. त्याने ऑगस्टसविषयी केलेलं लिखाण एकवेळ विश्वसनीय मानता येईल कारण तो त्याचा समकालीन होता. पण त्याने प्यूनिक युद्धापासूनचा रोमचा इतिहास लिहिला आहे. हे युद्ध इ.स.पूर्व ३ ऱ्या शतकात झालं होतं. तेव्हा त्याची विश्वसनीयता कशी तपासणार? असं अनेक बाबतीत आढळतं. कदाचित यामुळेच गिबनच्या इतिहासात तपशीलांच्या पुष्कळ चुका आढळतात.

मेकॉले - संस्कृतबद्दल द्वेष

इंग्लंडचा इतिहास लिहिणारा लॉर्ड थॉमस मेकॉले हा तर बोलूनचालून अविश्वासार्ह माणूस. भारतीय लोक आणि त्यांची संस्कृत भाषा यांबद्दलची त्याची मतं अत्यंत द्वेषपूर्ण आणि टोकाची होती. नमुना म्हणून भारतातील शैक्षणिक धोरणावर त्याने केलेली ही टिप्पणी पहा:-

'I would at once stop the printing of Arabic and Sanscrit books. I would abolish the Mudrassa and the Sanscrit College at Calcutta. Benares is the great seat of Brahminical learning; Delhi of Arabic learning. If we retain the Sanscrit College at Benares and the Mahometan College at Delhi we do enough and much more than enough in my opinion, for the Eastern languages. If the Benares and Delhi Colleges should be retained, I would at least recommend that no stipends shall be given to any students who may hereafter repair thither, but that the people shall be left to make their own choice between the rival systems of education without being bribed by us to learn what they have no desire to know.'[७]

(भावार्थ:- 'अरबी आणि संस्कृत पुस्तके छापणे मी ताबडतोब बंद करीन. कलकत्ता येथील संस्कृत महाविद्यालय आणि मदरसा मी बंद करून टाकीन. बनारस हे ब्राह्मणी शिक्षणाचे तर दिल्ली हे अरबी शिक्षणाचे महत्त्वाचे केंद्र आहे. ही दोनच केंद्रे आपण शिल्लक ठेवली तरी पौर्वात्य भाषांकरिता आपण बरेच काही केल्यासारखे होईल. मात्र या दोन केंद्रांमध्ये शिक्षण घेऊ इच्छिणाऱ्या विद्यार्थ्यांना कुठल्याही प्रकारची आर्थिक मदत देऊ नये असं मी सुचवीन. आपण इथून शिक्षण घ्यायचं की अन्य (इंग्रजी) व्यवस्थेतून हे त्यांचं त्यांनाच ठरवू दे!)

अशा प्रकारची नैतिक पातळी असलेला मेकॉले इतिहासकार म्हणून कधीच निर्भीड नव्हता. तो एक 'देशभक्त' इतिहासकार असल्याची टीका त्याच्याच देशबांधव इतिहासकारांकडून त्याच्यावर झाली आहे. व्हिग पक्ष आणि प्रॉटेस्टंट पंथ या दोघांविषयी तो पूर्वग्रहदूषित दृष्टिकोन बाळगत असल्याचा आक्षेपही त्याच्यावर घेण्यात येतो. त्यानेही कपोलकल्पित कथा आणि बखरी यांच्या आधारावर आपला इतिहास रचलाय.

ज्या येशू ख्रिस्ताच्या ख्रिश्चन धर्माच्या प्रसारासाठी युरोपियन इतिहासकार आणि मिशनरी यांनी पुढे एवढा आटापिटा केला, त्या येशूच्या काळाबद्दलही बराच घोटाळा आढळतो. येशूच्या मृत्यूनंतर जवळपास ७५० वर्षांनी 'इसवी सन' निर्माण केला गेला. तोही अंदाजातून! इ.स. ५२५ मध्ये रोममध्ये स्थायिक झालेल्या सेन्ट डेनिस नामक माणसाच्या डोक्यात ख्रिस्ताच्या काळापासून कॅलेंडर सुरू करण्याची कल्पना आली.[८]

सेन्ट डेनिस - अंदाजातून 'इसवी सन' निर्माण केला

त्याने मग एक प्रस्ताव तयार केला. 'ख्रिस्त ५२५ वर्षांपूर्वी होऊन गेला. त्यामुळे या चालू वर्षाला आपण इसवी सन ५२५ म्हणून संबोधू' असं त्याचं म्हणणं होतं. पण ख्रिस्त ५२५ वर्षांपूर्वी जन्मला, की प्रकाशात आला, की वधस्तंभावर गेला हे त्याच्यासह कुणालाच नक्की सांगता येत नव्हतं. एवढंच नव्हे; तर ख्रिस्त होऊन गेला या गोष्टीला ५२५ वर्षं झाली हा सुद्धा केवळ अंदाजच होता. तरीही कुणाला न जुमानता सेन्ट डेनिसने ख्रिस्ताच्या नावाचा शक सुरू केला. त्यानंतर २०० वर्षं अशीच गेली. तोपर्यंत हा नवा शक फारसं कुणी वापरत नव्हतं.

पण इंग्लंडमध्ये बेडचा 'इंग्रज लोकांचा इतिहास' हा ग्रंथ इ.स.७३१ मध्ये प्रसिद्ध झाला. त्यात सर्वत्र डेनिस याच्या इसवी सनाचा वापर केला होता. तेव्हापासून हळुहळू इसवी सन वापरला जाऊ लागला. अशातऱ्हेने केवळ अंदाजातून निर्माण झालेला इसवी सन, त्याचप्रमाणे ख्रिस्ताचा जन्मदिन आणि मृत्युदिन, फुटकळ वाङ्मय गोळा करून तयार केलेला नवा आणि जुना करार आदी गोष्टींवर युरोपियन इतिहासकार अविश्वास दाखवत नाहीत. उलट तो खराच मानतात.

बेड - इतिहासातून इसवी सनाचा प्रसार

सारांश युरोपियन महाकाव्यं, पुराणं, ऐकीव कथा, बखरी इत्यादींवर आपण डोळे झाकून विश्वास ठेवत असू तर भारतीय वेदपुराणांनी आणि बखरींनी काय घोडं मारलं आहे? उलट वेद, पुराणे, ब्राह्मणग्रंथ, उपनिषदं, जैन साहित्य, बौद्ध साहित्य वगैरे वाङ्मय विपुल प्रमाणात उपलब्ध असून ते हजारो वर्षं सातत्यानं लिहिलं जात होतं; आणि त्यात भर पाडली जात होती. वेळोवेळी त्यांचं संकलन आणि संपादनही केलं जात होतं. आधुनिक संशोधकांनी या साहित्यात घुसडलेल्या अनेक कपोलल्पित गोष्टी काढून टाकून ते शुद्ध स्वरूपात आणण्याचा खटाटोपही गेली अनेक वर्षं चालला आहे. या साहित्यातून सांगितलेल्या इतिहासाला नि त्यातल्या घटनाप्रसंगांना स्थळ, काळ, वेळ, ग्रहस्थिती, नातीगोती, वंशावळी, शिलालेख, ताम्रपट, नाणी इत्यादींचा काही ना काही आधार मिळालेला आहे. तेव्हा ग्रीकांचा इतिहास खरा असेल, रोमन आणि इंग्रज यांचा इतिहास खरा असेल, येशूचा मृत्यूदिन खरा असेल, तर मग भारतीय वेदपुराणांमध्ये सांगितलेला इतिहास अधिक खरा आहे असं मानणं भाग आहे.

भारतीय इतिहासाचं विकृतीकरण

१८व्या शतकाच्या उत्तरार्धात पेशवाईचा अस्त जवळ आल्याची लक्षणं दिसू लागली होती. बंगालमध्ये आणि अन्यत्रही इंग्रजांचा जम बसला होता आणि संपूर्ण भारतच त्यांच्या ताब्यात येण्याची शक्यता निर्माण झाली होती. या सुमुहूर्तावर इंग्रजांनी खालील दोन कलमी धोरण आखून त्या दिशेने पावलं उचलायला सुरुवात केली.

कलम एक: भारताचा जास्तीत जास्त प्रदेश ताब्यात घेणे.

कलम दोन: भारतीयांना अभिमानास्पद वाटणाऱ्या त्यांच्या इतिहासाचं विकृतीकरण

विल्यम जोन्स - खोट्या इतिहासाचा ओनामा

करून त्यांचं ख्रिश्चनीकरण करणे.

यातील पहिलं धोरण प्रत्यक्षात येण्यासाठी काही वर्षं वाट पहावी लागणार होती. ते काम लष्करी अधिकारी आणि मुत्सद्दी यांच्या अखत्यारीत येत होतं. तेव्हा काही अभ्यासू विद्वानांनी दुसऱ्या धोरणाच्या अंमलबजावणीसाठी स्वत:हून प्रयत्न सुरू केले. यातील पहिला विद्वान म्हणजे सर विल्यम जोन्स.

विल्यम जोन्स याने मुख्यत: भारतीय इतिहासाचा अभ्यास करण्यासाठी १७८४मध्ये 'बंगाल एशियाटिक सोसायटी'ची स्थापना केली. सोसायटीच्या सभेत दि. २८ फेब्रुवारी १७९३ रोजी केलेल्या अध्यक्षीय भाषणात 'सॅण्ड्रोकोटस् म्हणजेच चंद्रगुप्त मौर्य' हे विधान करून त्याने आधारहीन आणि खोट्या इतिहासाचा ओनामा केला. या विधानाच्या पुष्ट्यर्थ त्याने असं सांगितलं की 'सोमदेव नावाच्या कवीची २००० वर्षांपूर्वीची एक हस्तलिखित पोथी मला मिळाली असून त्यात चंद्रगुप्त मौर्याने नंदराजाचा खून केल्याची काव्यमय कथा रोमहर्षक पद्धतीने दिली आहे. हा सामदेव सेल्युकस निकेटर आणि चंद्रगुप्त मौर्य यांचा समकालीन होता.'

मात्र ही तथाकथित पोथी विल्यम जोन्सने नंतर कधीही कुठे सादर केली नाही. त्याचप्रमाणे सोमदेव हा सेल्युकस आणि चंद्रगुप्त मौर्य यांचा समकालीन होता याविषयी पुरावाही दिला नाही. मात्र त्याच्या या भाषणामुळे भारतीय इतिहासाचा काळ एक हजार वर्षानं पुढे ओढला गेला आणि हा इतिहास वाटतो तितका पुरातन नसल्याचा आभास निर्माण केला गेला. 'जगाची उत्पत्ती चार हजार वर्षांपूर्वी झाली' असं सांगणारं बायबल खोटं ठरू नये ही हा अभास निर्माण करण्यामागची मुख्य प्रेरणा होती.

याच भाषणात भारतीय पुराणांमध्ये दिलेला इतिहास अविश्वसनीय असल्याचंही जोन्सने ठासून सांगितलं. पुराणांना ऐतिहासिक साधनं न मानण्याची परंपरा अशा रीतीने जोन्समुळेच चालू झाली.

यापूर्वी १७८४ मध्ये 'ऑन द गॉडस् ऑफ ग्रीस, इटली ॲण्ड इंडिया' या सत्तेचाळीस पानी निबंधात जोन्स याने हिंदू देवतांची तुलना ग्रीक आणि रोमन देवतांशी करून हिंदू देवतांना कुचकामी ठरवलं होतं. हा योगायोग नव्हता. ही वर सांगितलेल्या महान कटकारस्थानाची उभारणी होती हे कोणत्याही नि:पक्षपाती तिऱ्हाईताला सहज कळून येईल. भारतीय हिंदूंचा तेजोभंग करून ख्रिश्चन धर्माचं महत्त्व त्यांच्या मनावर ठसवणं हा

या कारस्थानाचा हेतू होता. १७८८ मध्ये प्रसिद्ध झालेल्या 'एशियाटिक रिसर्चेस'च्या पहिल्या खंडातील एका लेखात जोन्सचा हा हेतू उघड झाला आहे. या लेखात तो म्हणतो,

"As to the general extension of our pure faith in *Hindustan* there are at present many sad obstacles to it... We may assure ourselves, that... *Hindus* will never be converted by any mission from the church of Rome, or from any other church; and the only human mode, perhaps, of causing so great a revolution, will be to translate into Sanscrit... such chapters of the Prophets, particularly of ISAIAH, as are indisputably evangelical, together with one of the gospels, and a plain prefatory discourse, containing full evidence of the very distant ages, in which the predictions themselves, and the history of the Divine Person (Jesus) predicted, were severally made public; and then quietly to disperse the work among the well-educated natives."[१]

(भावार्थ: ख्रिश्चनीकरणाच्या दृष्टीने हिंदुस्थानावर विसंबून राहण्यात दुर्दैवाने काही अडचणी आहेत. रोममधून पोपने किंवा जगातल्या कुठल्याही चर्चने मोहीम उघडली तरीही हिंदू लोक त्याला बळी पडणार नाहीत. यावर एकमेव उपाय म्हणजे बायबलमधली काही प्रकरणं, येशूच्या भाषणातील उतारे, आमच्या जुन्या इतिहासाबद्दलची माहिती आणि ती खरी असल्याबद्दलचे दाखले इत्यादी मजकुराचं संस्कृत भाषेत भाषांतर केलं पाहिजे आणि हे भाषांतर गुपचुपपणे सुशिक्षित हिंदूंमध्ये वाटून त्याचा प्रचार केला पाहिजे.)

पुढे लवकरच १७९४ मध्ये विल्यम जोन्स मरण पावला तरी त्याने पेरलेल्या भारतघातकी बियाणाची मशागत निरनिराळ्या इंग्रज इतिहासकारांकडून व्यवस्थित केली गेली. जॉन प्लेफेअर (१७४८-१८१९) या स्कॉटिश खगोलशास्त्रज्ञाला ऋग्वेदात वर्णन केलेल्या नक्षत्रांच्या स्थानांवरून ऋग्वेदाचा लेखनकाल इ.स.पूर्व ४२००च्या मागे

जॉन प्लेफेअर - ऋग्वेदाची योग्य कालनिश्चिती

विल्सन - पुराणे अविश्वसनीय ठरवली

जातो असं लक्षात आलं तेव्हा तसं पत्र त्याने एशियाटिक सोसायटीकडे पाठवलं. या पत्राला उत्तर देताना सोसायटीचा विद्वान सदस्य जॉन बेंटले याने म्हटलं की, 'वेदांचा काळ इतका जुना असणं शक्यच नाही! हे गणित बरोबर येत असेल, तर तो ब्राह्मणांनी केलेला उत्तर-कालीन प्रक्षेप असेल!'

या आक्षेपाला उत्तर देताना प्लेफेअरने लिहिलं, की 'असा अचूक प्रक्षेप करण्यासाठी ब्राह्मणांकडे न्यूटन, केपलर आणि कोपर्निकस यांच्या सिद्धांताचं ज्ञान असणं आवश्यक आहे.'

या वादाचा शेवट करताना बेंटले याने लिहिलं, 'तुमचे हे आक्षेप खरे मानल्यास ख्रिस्ती धर्मग्रंथ व नवा करार यात केलेले उल्लेख चुकीचे ठरतात. असं मान्य करणं शक्य नसल्यामुळे तुम्ही उपस्थित केलेला मुद्दा हा एक 'योगायोग' समजून त्याकडे दुर्लक्ष करण्यात येत आहे.'

पुढे १८२५ मध्ये या वादाविषयी सोसायटीच्या जर्नलमध्ये लिहिताना बेंटलेने याची कबुली दिली आहे. तो म्हणतो,

'By his (Playfair's) attempt to uphold the antiquity of Hindu books against absoulte facts, he thereby supports all those horrid abuses and impositions found in them, under the pretended sanction of antiquity... Nay, his aim goes still deeper; for by the same means he endeavors to overturn the Mosaic account, and sap the very foundation of our religion: for if we are to believe in the antiquity of Hindu books, as he would wish us, then the Mosaic account is all a fable, or a fiction.'

(भावार्थ: हिंदू वाङ्‌मयाला पुरातन ठरवण्याच्या त्याच्या (प्लेफेअरच्या) या उद्योगामागे त्या वाङ्‌मयात सांगितलेल्या मूर्खपणाच्या गोष्टींना समर्थन मिळवण्याचा इरादा दिसतो. एवढंच नव्हे तर बायबलमध्ये सांगितलेल्या घटनाक्रमाला खोटं पाडून आमच्या धर्माचा पायाच जणू काही तो उखडून टाकू इच्छितो. कारण एकदा का या ग्रंथांचा पुरातनपणा आपण स्वीकारला, की बायबलमधला मजकूर म्हणजे केवळ भाकडकथा असल्याचं आपोआपच सिद्ध होणार आहे.')

यावरून हे विद्वान म्हणवणारे लोक धर्माभिनिवेशाने कसे पछाडलेले होते हे लक्षात येईल.

यानंतर १८३२ साली होरॅस विल्सन (१७८६-१८६०) याने एशियाटिक सोसायटीच्या जर्नलमध्ये एक प्रदीर्घ लेख लिहून पुराणं 'अविश्वसनीय' असल्याचं प्रतिपादन केलं. विष्णुपुराण वगैरे पुराणे काल्पनिक नि खोट्या-नाट्या माहितीनं भरली असून त्यांच्यावर विश्वास ठेवू नये असं मत त्याने मांडलं. ब्रह्मांड, स्कंद आणि पद्म या पुराणांची हस्तलिखितं मूळ स्वरूपात उपलब्ध नसल्याने त्यांच्यावर विश्वास ठेवता येत नाही, गरुडपुराण बनावट आहे, ब्रह्मवैवर्त हे तर पुराण म्हणून सुद्धा मान्यता देण्याच्या लायकीचं नाही; असे त्याचे आक्षेप होते. हे आक्षेप खरे ठरण्यासाठी पुराणांमध्ये खाडाखोड करून राजांच्या वंशावळी बदलण्याची काळजी आधीच घेतली गेली होती. जोन्सने ३८ वर्षांपूर्वी सांगितलेले पुराणांमधील तपशील आणि विल्सनच्या वेळी आढळणारे तपशील यात बराच फरक पडल्याचं त्यावेळी कुणाच्या लक्षात आलं नाही कारण 'इंग्रज म्हणतील ती पूर्व' अशी त्यावेळची परिस्थिती होती. पण आता ही बाब उघड झाली आहे.

मॅक्समुल्लर - वेदांचा विकृत अर्थ लावण्यासाठी खास नियुक्ती

जोन्स, बेंटले, विल्सन वगैरेंच्या खटपटीची परिणती म्हणजे १८४७ साली वेदांचा विकृत अन्वयार्थ लावण्यासाठी केली गेलेली मॅक्समुल्लर या जर्मन शिक्षकाची निवड. ब्रिटिश ईस्ट इंडिया कंपनीने त्यासाठी त्याला इंग्लंडमध्ये बोलावून भरमसाठ पगार देऊ केला. ज्या काळात शिक्षकाला महिन्याकाठी जेमतेम ७ पाऊंड पगार मिळत असे त्याच काळात मॅक्समुल्लरला एका अनुवादित कागदामागे ४ पाऊंड मेहनताना दिला जात होता. यामुळे लवकरच मॅक्समुल्लर श्रीमंत माणसांमध्ये मोडू लागला.[१०]

एवढा प्रचंड मेहनताना मॅक्समुल्लरला का देऊ केला गेला याची कल्पना आपण करू शकतो. भारताचं 'ख्रिश्चनीकरण करण्यासाठी मदत' असं मॅक्समुल्लरच्या कामाचं स्वरूप होतं. त्याने ते चोख बजावलंही.

आपल्या पत्नीला लिहिलेल्या एका पत्रात मॅक्समुल्लर म्हणतो, 'या अनेकेश्वरवादी हिंदूंच्या खोट्या धर्माचे मूळ त्यांच्या वेदांमध्ये आहे. या वेदांमध्ये किती खोटी माहिती आहे हे जितक्या लवकर त्यांना समजेल तितक्या जलदीने ते आपल्या सद्धर्मात दाखल होतील.'

आपल्या मुलाला लिहिलेल्या पत्रात तो म्हणतो, 'नैतिकता आणि सत्य यांचे निकष लावले तर सर्व ग्रंथांमध्ये पहिला क्रमांक बायबलमधील नव्या कराराचा असेल. दुसरा क्रमांक मी कुराणाला देईन. त्यानंतर जुना करार. मग बौद्धांचे त्रिपिटक सूत्र आणि वेदांचा क्रमांक तळात असेल!'[११] वेदांचा काळ इ.स.पूर्व ४२०० वर्षं इतका मागे जाऊ शकतो याची कल्पना मॅक्समुल्लरला आली होती. पण बायबल खोटं ठरू नये म्हणून त्याने तो इ.स.पूर्व १५०० ते २००० असा नक्की केला. त्याचप्रमाणे 'आर्यवंश' नावाची कधीही अस्तित्वात नसलेली संकल्पना रूढ करून त्याने भारतीयांमध्ये फूट पाडण्याचं एक नवं साधन इंग्रजांना उपलब्ध करून दिलं. (मात्र उतारवयात वेद अधिक जुने असल्याचं मान्य करणं त्याला भाग पडलं. तसंच आर्यवंश नावाचा वंश कधीही अस्तित्वात नव्हता असा कबुलीजबाबही त्याने दिला.)

या उदाहरणांवरून ज्ञानाच्या या तथाकथित उपासकांची भूमिका सत्यशोधनाची नसून सुचेल त्या मार्गाने भारतात ख्रिस्ती धर्माचा प्रसार करण्याची आणि बायबल उघडं पडू न देण्याची होती हे उघड दिसून येतं.

भारतीय इतिहासकारांची मानसिकता

इंग्रज आणि युरोपियन इतिहासकारांवर डोळे झाकून विश्वास ठेवल्यामुळे भारतीय पुराणेतिहासकारांची मानसिकता नेहमीच इंग्रजधार्जिणी राहिलेली दिसून येते. 'देवानाम् प्रियदर्शी म्हणजे सम्राट अशोक' असं इंग्रज इतिहासकार म्हणाले, की भारतीय इतिहासकार ते बिनतक्रार मान्य करतात आणि 'पुराणातल्या वंशावळी अविश्वसनीय आहेत' असं विधान त्यांनी केलं की भारतीय इतिहासकारांनाही त्या अविश्वसनीय वाटू लागतात. इंग्रजांच्या धोरणातील कलम क्र. २ चा हा विजयच म्हटला पाहिजे!

इंग्रजांच्या कारस्थानाला भारतीय इतिहासकार कसे बळी पडले याचं एकच प्रातिनिधिक उदाहरण द्यायचं तर भारतातील नामांकित पुराणेतिहासकार डॉ. पुरुषोत्तमलाल भार्गव यांचं देता येईल. डॉ. भार्गव यांनी वेद-पुराणांचा चिकित्सापूर्ण अभ्यास करून महाभारतपूर्व इतिहासाची संगती लावली आणि आपल्या 'वेदिक एज' या ग्रंथात ती साधार मांडली. पुराणांमध्ये असलेला खरा इतिहास आणि घुसडलेल्या भाकडकथाही कष्टपूर्वक वेगळ्या करून त्यांनी 'रिट्रायव्हल ऑफ हिस्टरी फ्रॉम पुरानिक मिथ्स्' या ग्रंथात मांडल्या आहेत. 'फादर्स ऑफ इंडियन सिव्हिलायझेशन' नावाच्या पुस्तकात त्यांनी भारताच्या पुरातन इतिहासातील दहा महत्त्वाच्या व्यक्तींच्या कार्याविषयी विस्ताराने लिहिलंय. एवढं महत्त्वपूर्ण काम करणाऱ्या डॉ. भार्गव यांनी महाभारतोत्तर इतिहास लिहिताना मात्र स्वतंत्र बुद्धी न चालवता इंग्रज इतिहासकारांचाच शब्द प्रमाण मानलेला दिसून येतो. वानगीदाखल 'चंद्रगुप्त मौर्य' या त्यांच्या ग्रंथाच्या प्रस्तावनेतली

पहिलीच ओळ पहा :-

'Thanks to Sir William Jones's identification of Sandrakottos, mentioned by classical writers as a contemporary of Alexander the Great, with Chandragupta, the founder of the Maurya empire, the problem of ancient Indian chronology has become comparatively easy to solve.'

डॉ. भार्गव - प्रकांड पंडित; पण...!

(भावार्थ : 'सर विल्यम जोन्स यांना धन्यवाद. कारण अलेक्झांडरच्या समकालीन लेखकांनी नमूद केलेला 'सॅन्ड्रोकोएटस्' म्हणजेच चंद्रगुप्त मौर्य हे त्यांनी दाखवून दिलं आणि पुरातन भारतीय कालक्रमाविषयीचा प्रश्न सोडवणं सुलभ झालं.)

ज्या विल्यम जोन्सने ख्रिश्चनीकरणाचं उद्दिष्ट ठेवून भारतीय इतिहास विकृत करण्याचा विडा उचलला होता त्याच्याविषयी डॉ. भार्गव कृतज्ञता दर्शवतात ही केवढी मोठी विसंगती! जणू याच कृतज्ञतेपोटी त्यांनी महाभारताचा काळही इ.स.पूर्व ११०० असा मानला आहे. डॉ. भार्गव यांच्यासारख्या चिकित्सक विद्वानाची ही अवस्था तर बाकीच्या इतिहासकारांविषयी काय बोलणार? डॉ. सरकार, डॉ. डी. आर. भांडारकर, महा-महोपाध्याय वा. वि. मिराशी, वासुदेवशरण अगरवाल, आर. के. मुखर्जी, रोमिला थापर प्रभृती अभ्यासू आणि कष्टाळू भारतीय इतिहासकारांनी हाच धडा गिरवला होता आणि आजचे इतिहासकारही तेच करत आहेत!

हुएनत्संग या चिनी प्रवाशाच्या पुस्तकाचा महाराष्ट्रातील आजचे अभ्यासू इतिहासकार डॉ. आ.ह.साळुंखे यांनी सुंदर अनुवाद केला आहे. पण तो करताना प्रत्येक ठिकाणी त्यांनी इंग्रज इतिहासकारांचं म्हणणं आधारभूत धरलंय. हुएनत्संगच्या भारत प्रवासाचा कालक्रम म्हणून त्यांनी कर्निंगहॅम यांनी दिलेला तक्ताच जसाच्या तसा उतरवला आहे. मग इंग्रज इतिहासकारांविषयी कृतज्ञता दर्शवणंही ओघानं आलंच!१२

सम्राट हर्षवर्धन हा हुएनत्संगच्या समकालीन आणि हुएनत्संग हा चीनमधल्या तुंग राजवाटीचा (Tang dynasty) आश्रित. या सगळ्यांचे काळ इंग्रज इतिहासकारच नक्की करणार! वरीलपैकी एकाचा काळ ठरवला की आपोआपच समकालीनांचे काळ ठरणार आणि हा काळ चुकीचा असेल तर समकालीनांचे काळही चुकीचेच दाखवले जाणार. 'हर्षाचा काळ ७व्या शतकातील कशावरून?' या प्रश्नाचं उत्तर 'कारण तो

हुएनत्संगाचा समकालीन होता' असं दिलं जाईल आणि 'हुएनत्संग ७व्या शतकात होऊन गेला हे तरी कशावरून?' या प्रश्नाला 'कारण चीनमधील तुंग राजवट ७व्या शतकात झाली नि हुएनत्संग तिचा आश्रित होता' असा खुलासा केला जाईल. यात सुरुवातीला कुणाचा काळ ठरला आणि तो बरोबर होता की चूक होता हा प्रश्न विचारण्याची खरं तर गरज आहे. पण भारतीय इतिहासकार हे करणार नाहीत. कारण इंग्रज इतिहासकारांच्या उपकारांच्या ओझ्याखाली ते पार दबून गेले आहेत.

याबाबतीत अमरावतीचे संशोधक प्रा. हरगोविंद होले यांचा अनुभव इथे सांगणं अप्रस्तुत होणार नाही. भारतीय इतिहास इंग्रजांनी कसा दडपला हे दाखवणारा 'महाभारत कालगणनेतील षडयंत्र' हा महत्त्वाचा ग्रंथ होले यांनी लिहिला आहे. त्याला प्रस्तावना लिहावी म्हणून पुण्या-मुंबईकडच्या दोन इतिहासतज्ज्ञांना ते भेटले. पण त्या दोघांची इंग्रजांच्या कालगणनेवर नितांत श्रद्धा असल्यानं प्रस्तावना लिहिण्यास त्यांनी स्पष्ट नकार दिला.१३ बहुतेक भारतीय इतिहासकारांची हीच मानसिकता आहे.

इंग्रजाळलेले हे इतिहासकार सोडले तर उरलेल्यांपैकी बरेचसे 'हिंदुत्ववादी इतिहासकार' असल्याचं आढळून येतं. यांना आपला देश, आपला धर्म, आपली संस्कृती यांच्या श्रेष्ठतेविषयी एवढा जाज्वल्य अभिमान असतो की ती एकच गोष्ट सिद्ध करण्याच्या दृष्टीनं ते इतिहासाची मांडणी करताना दिसतात. भारत हेच आर्यांचं मूळ स्थान आहे, ते आक्रमक नव्हते, उत्तरध्रुवावरून ते आले नाहीत, उलट इथूनच ते जगात सर्वत्र पसरले, संस्कृत हीच जगातील सगळ्या भाषांची जननी होती, पुरातन वैदिक धर्म हाच एकेकाळी सर्व मानवजातीचा धर्म होता इत्यादी गोष्टी ते मोठ्या अभिनिवेशाने मांडताना आढळतात. ना.भा.पावगी, पु.ना.ओक, नवरत्न राजाराम, वामदेवशास्त्री ही अशा इतिहासकारांची उदाहरणं होत. यातील वामदेवशास्त्री ऊर्फ डॉ. फ्राऊली हे पूर्वाश्रमीचे भारतीय नव्हेत. पण कुठल्याही भारतीय इतिहासकारापेक्षा ते आता कट्टर भारतीय बनून गेलेले दिसतात. 'आर्य मुळात इथलेच' असा त्यांचा हट्ट आहे आणि डॉ. राजाराम यांची त्यांना त्यात साथ आहे.१४ (गंमत म्हणजे महाभारतोत्तर कालक्रमाच्या बाबतीत मात्र त्यांनी इंग्रज इतिहासकारांवरच विश्वास ठेवला आहे!)

पावगी यांनी टिळकांच्या हयातीतच त्यांचा ध्रुवसिद्धान्त खोडून काढायचा प्रयत्न केला होता. पण त्यांच्या मुद्द्यांमध्ये फारसं तथ्य नव्हतं हे या

बाबाराव सावरकर - ख्रिस्ताला हिंदू ठरवले !

पुस्तकात योग्य ठिकाणी दाखवून दिलं आहे. पु. ना. ओक यांच्या काही मुद्यांमध्ये तथ्य असूनसुद्धा प्रत्येक बाबतीत शब्दच्छलाचा अतिरेक केल्यामुळे ते हास्यास्पद ठरले. 'टेम्स' म्हणजे 'तमसा' नदी, 'महंमद' म्हणजे 'महन् उन्माद' आणि 'अल्ला' हे अंबेचच रूप होय अशातऱ्हेचं त्यांचं विवेचन. ते कुणी गांभीर्यानं घेतलं नाही यात नवल नाही.

हिंदुत्ववादी इतिहासाचं आणखी एक उदाहरण म्हणजे 'ख्रिस्त परिचय अर्थात् ख्रिस्ताचे हिंदुत्व' या नावाचा एक छोटेखानी ग्रंथ. प्रसिद्ध क्रांतिकारक विनायक दामोदर सावरकर यांचे वडील बंधू डॉ. गणेश दामोदर ऊर्फ बाबाराव सावरकर यांनी तो लिहिला आहे. ख्रिस्त हा हिंदू होता हे सिद्ध करायचा त्यांचा प्रयत्न आहे. या ग्रंथात उपलब्ध पुराव्याची छाननी करून त्यांनी काढलेले निष्कर्ष असे:-

१. ख्रिस्ताची मातृभाषा तामिळ (अरम् = अरवम्) होती.
२. त्याचे आईवडील तामीळ हिंदू होते.
३. त्याचे 'जीझस ख्राइस्ट' हे नाव 'केशव कृष्ण' या नावाचा अपभ्रंश आहे.
४. मद्रासी हिंदूप्रमाणेच ख्रिस्त हा सावळ्या वर्णाचा होता.
५. तो टेचटन (तच्चर) कुलीय असून त्याच्या कुळात 'असारी' (म्हणजेच 'आचार्य') ही मानाची पदवी दिली गेली होती.
६. तो विश्वकर्मा ब्राह्मण असून ईशानपंथीय होता.
७. त्याचा उपनयन समारंभ देवालयात बाराव्या वर्षी झाला.
८. त्याने वयाच्या १२व्या वर्षानंतर भारतात येऊन १८ वर्षं वास्तव्य केलं आणि सिद्धी प्राप्त केली.
९. तामीळ ब्राह्मणांप्रमाणे तो यज्ञोपवित (जानवं) घालत असे.
१०. ख्रिश्चनिटी हा त्यानं स्थापन केलेला एक हिंदू संप्रदाय होता.
११. तो विष्णूचा किंवा शंकराचा अवतार आहे अशी ख्रिश्चनधर्मीयांची दृढ श्रद्धा होती.
१२. त्याचा देह क्रूसावरून काढला तेव्हा त्याच्यात धुगधुगी आढळली. म्हणून गुप्तपणे निसर्गोपचार करून त्याला बरं करण्यात आलं.
१३. त्यानंतर तो भारतात येऊन काश्मीरमध्ये राहिला. श्रीनगरमधील खातयार मार्गावर त्याची समाधी आहे. ईसासाहेबाची किंवा नबीसाहेबाची समाधी म्हणून ती ओळखली जाते.

हे निष्कर्ष त्यांनी मुख्यत: खालील चार गोष्टींचा विचार करून काढले आहेत.

१. अरबस्तानात हिंदू दैवते पूजली जात असत.

२. ज्यू हे स्वत:ला भारतीय म्हणवत होते.

३. ख्रिस्त नि त्याची माता मेरी यांची युरोपात आढळलेली बहुतेक जुनी चित्रं हिंदू वेषभूषेतील आहेत.

४. पॅलेस्टाईनची भाषा 'अरेमिक' ही होती. हे 'अरवम्' या तामीळ शब्दाचं युरोपियन रूप आहे. प्राचीन काळी तामीळ भाषेला 'अरवम्' म्हणत असत.

वरीलपैकी शेवटच्या मुद्याच्या पुष्ट्यर्थ त्यांनी बायबलमध्ये आढळणारे जुन्या तामीळ भाषेतील (म्हणजेच 'अरवम्' मधील) तीसेक शब्द, विशेषनामे आणि पदव्या यांची यादी दिली आहे. त्यापैकी काही शब्द असे:-

१. आचार (Achar) आचार्य

२. ओबाडिया (Obadiah) उपाध्याय

३. अेझरा (Ezara) ईश्वर

४. मेरारी (Merari) मुरारी

५. अिसाअिया (Isaiah) अीशय्या

६. शेव (Sheva) शिव

७. शंगर (Shamger) शंकर

८. जेशअिया (Jeshaih) शेषय्या

९. मेशिया मसिहा (Maesciah) महाशय

१०. सायमन (Simon) श्रीमान्

११. रामिहा (Ramiah) रामय्या

१२. खिलाफत (Khilaphat) कुलपति

१३. सरासेन (Sarasen) शूरसेन

१४. मुहाजरिन (Muhajarin) महाचरण

१५. मुफ्ती (Mufti) मुखपति, मुख्य नेता

याशिवाय 'अब्राहम' म्हणजे अप्पाराम, त्याचा सहाय्यक 'अनेर' म्हणजे वानर म्हणजेच हनुमान, 'पॅलेस्टाईन' म्हणजे पुलस्तियन म्हणजेच पुलस्त्य ऋषींचा वंशज रावण (त्याने अब्राहमची पत्नी पळवून नेली होती!) 'घीडा' म्हणजे गीता, 'मरियम' म्हणजेच मरिअम्मा इत्यादी व्युत्पत्त्या दिल्या आहेत.

येशूला सुळावर चढवलं जात असताना त्याने ''Eloi Eloi Lama Sabacthani!' असे उद्गार काढले होते. सावरकरांच्या विवेचनाप्रमाणे हे शब्द जुन्या तामीळ भाषेतील

आहेत. मूळ तामीळ रूप 'एली एली सबिक्का लामाडा नि' असं असून त्याचा अर्थ 'देवा देवा तू माझी साथ का सोडली आहेस?' असा आहे. पण ही भाषा न कळल्यामुळे अनेकांनी वेगवेगळा अर्थ लावलाय. त्यापैकी केवळ सेंट मॅथ्यूजचा अर्थ थोडाफार जुळत असल्याचं दिसून येतं.

नोतोविच - पुराव्याची पोथी खोटी निघाली !

वरील सर्व गोष्टींना पुरावे म्हणून काही ग्रंथांची नावे दिली आहेत ती अशी:-

द अननोन लाईफ ऑफ ख्राइस्ट - निकोलाय नोतोविच

हिस्टॉरिकल रिसर्च - प्रा. हीरन

अरबमें सात साल - पं. रुचिराम

याशिवाय अलेक्झांड्रिया येथील उत्खननात मिळालेलं ख्रिस्तांच्या समकालीन माणसाचं पत्र, 'नाथनामावली' नामक भारतातील ग्रंथ, तिबेटातील हेमिस येथील बुद्धमंदिरातील पोथी असे सहजासहजी उपलब्ध न होणारे पुरावे सावरकर यांनी दिले आहेत.

यापैकी नोतोविच (१८५८-१९१६) याचं पुस्तक इंटरनेटवर उपलब्ध आहे.[१५] नोतोविच स्वत: रशियन ज्यू होता आणि १८८७ मध्ये प्रसिद्ध केलेल्या वरील पुस्तकात त्याने असा दावा केला होता, की पाय मोडल्यामुळे लडाखमधील हेमिस मोनस्ट्रीमध्ये त्याला काही काळ वास्तव्य करावं लागलं होतं. त्यावेळी तेथील लामाने त्याला ख्रिस्ताच्या भारतातील वास्तव्याविषयी सांगून पुराव्याची पोथीही दाखवली होती. मात्र पुढे मॅक्समुल्लरसारख्या इतिहासकारांनी सदर लामाशी पत्रव्यवहार करून नोतोविच खोटं बोलत असल्याचं जाहीर केलं, तेव्हा नोतोविचने त्यांचे काही आक्षेप मान्य केले. तो मोनेस्ट्रीत वास्तव्यास नव्हता आणि लामाशी त्याची भेट झाली नव्हती हे त्याने कबूल केलं. सावरकरांनी याचा उल्लेख आपल्या पुस्तकात केलेला नाही.

नोतोविचनंतर काही काळाने स्वामी विवेकानंदांचे शिष्य अभेदानंद (१८६६-१९३९) यांनी 'जर्नी टू काश्मीर अ‍ॅण्ड तिबेट' नावाचं पुस्तक लिहून त्यात ही पोथी सदर मोनेस्ट्रीमध्ये आपण पाहिल्याचा दावा केला. मात्र त्यांच्या शिष्यांनी मोनेस्ट्रीत जाऊन तपास केला असता अशी कुठली पोथी नसल्याचं त्यांना सांगण्यात आलं.

पुढे 'अहमदिया' पंथाचे संस्थापक मिर्झा गुलाम अहमद यांनी १८९९ मध्ये 'जिजस इन इंडिया' हे पुस्तक लिहून 'सुळावर चढवल्यानंतर जिजस भारतात येऊन राहिला; मात्र त्यापूर्वी तो भारतात आला नव्हता' असा दावा केला होता. ठोस पुराव्यांच्या अभावी आणि या अशा उलटसुलट दाव्यांच्या पार्श्वभूमीवर सत्य काय होतं हे कळणं

डॉ. लाल - रामायणातील स्थळांचे उत्खनन

कठीण होऊन बसलं आहे. तरीही 'हिंदुत्ववादी' समजले गेलेले इतिहासकार हिरीरीनं आपली मतं मांडतच आले आहेत. अशा दोन टोकांच्या भारतीय पुराणेतिहासकारांमध्ये स्वतंत्र बुद्धी चालवून नि:पक्षपातीपणे संशोधनाचं काम करणारे इतिहासकार हाताच्या बोटांवर मोजण्याएवढे तरी मिळतील की नाही याची शंकाच आहे. आणि तसा एखादा मिळाला तरी उरलेले इतिहासकार त्याच्यावर तिसरंच एखादं 'लेबल' चिकटवून मोकळे होतील. भारतीय इतिहासकारांची मानसिकता ही एकंदरीत अशी आहे.

भारत सरकारची उदासीनता

इतिहासविषयक अनास्थेचा दोष केवळ इतिहासकारांकडेच जातो असं नसून भारतीय सरकारही त्यासाठी तितकंच जबाबदार आहे, असं नाइलाजाने म्हणावं लागतं. भारतीय पुरातत्त्व खात्याचे माजी संचालक बी. बी. लाल यांनी 'रामायण पुरातत्त्व प्रकल्प' (Ramayana Archaeology Project) नावाचा प्रकल्प राबवून वाल्मीकी रामायणातील अयोध्या, नंदीग्राम, शृंगवेरापूर, भारद्वाज आश्रम आणि चित्रकूट या पाच सुप्रसिद्ध स्थळांमध्ये (१९७५-७६ साली) उत्खननं केली होती. भारतीय परंपरेत जे मौखिक वाङ्मय चालत आलं आहे तेही पुरातत्त्वीय पुराव्यांच्या इतकंच महत्त्वाचं आहे असं या उत्खननानंतर लाल यांचं ठाम मत झालं. मात्र अयोध्या येथील उत्खननात बाबरी मशिदीपेक्षा मोठ्या इमारतीच्या स्तंभांचे अवशेष ओळीने सापडल्यावर सरकारने हस्तक्षेप करून उत्खननांची ही मालिकाच बंद करून टाकली![१६] १९७९ मध्ये अरबी समुद्रात द्वारका इथे उत्खनन करणारे डॉ. एस्. आर. राव यांचीही 'महाभारत युद्ध ही एक ऐतिहासिक घटना होती' अशी या उत्खननानंतर खात्री झाली.[१७] अर्थात द्वारकेचं हे पहिलं किंवा शेवटचं उत्खनन नव्हे. १९६३ साली डॉ. सांकलिया यांनी केलेल्या पहिल्या उत्खननापासून आजपर्यंत अधूनमधून द्वारकेची उत्खननं चालूच आहेत. या उत्खननांमध्ये इमारतींच्या प्राचीन अवशेषांपासून नांगर किंवा नाण्यांपर्यंत अनेक वस्तूही सापडल्या आहेत. मात्र अजूनही कुठलेच ठाम निष्कर्ष निघू शकलेले नाहीत. याचं कारण म्हणजे सरकारकडे असलेली इच्छाशक्तीची वानवा! सरकारकडे इच्छाशक्ती असती तर गेली ५० वर्षं रेंगाळलेलं हे संशोधन दहा-वीस वर्षांत संपायला हरकत नव्हती.

भारतातील ऐतिहासिक स्थळांची नि गडकोटांची आजची परिस्थिती बघितली की आपल्या ऐतिहासिक वारश्याविषयी सरकार किती उदासीन आहे हे ताबडतोब समजून येतं. इतिहासाचार्य राजवाडे यांनी स्थापन केलेल्या पुण्यातील सुप्रसिद्ध 'भारत इतिहास संशोधक मंडळ' या संस्थेला २०१० साली १०० वर्षे पूर्ण झाली म्हणून राष्ट्रपती प्रतिभा पाटील यांनी तिला भेट देऊन ५ कोटी रुपयांचं अनुदान जाहीर केलं. आज राष्ट्रपती बदलूनसुद्धा काही वर्षं होऊन गेली पण सदर संस्थेला सरकारकडून एक पैही मिळालेली नाही. उलट राष्ट्रपतींच्या भेटीच्या वेळी संस्थेला जे लाख दीड लाख रुपये खर्च करावे लागले होते त्यामुळे तिचं कंबरडं मोडून गेलं आहे. या संस्थेला वार्षिक २४ रुपये अनुदान देणाऱ्या भारत सरकारच्या उदासीनतेचा यापेक्षा दुसरा पुरावा देण्याची गरज आहे काय!

डॉ. राव - महाभारत ऐतिहासिक घटना असल्याचे प्रतिपादन

इतिहासाच्या पुनर्लेखनाची गरज

ख्रिश्चनीकरणाच्या हेतूने भारतीय पुराणेतिहास खोटा ठरवणं, वेद प्राचीन नसल्याचं प्रतिपादन करणं, आर्य-द्रविड अशी कृत्रिम विभागणी करणं वगैरे गोष्टी ब्रिटिश आणि युरोपियन विद्वानांनी केल्या हे सुदैवाने आता डॉ. वराडपांडे, श्रीराम साठे, डॉ. देवेंद्र स्वरूप, डॉ. एन्. महालिंगम, डॉ. एस्. पी. अन्नामलाई, के. व्ही. रामकृष्णराव, रंगराजन, डॉ. आर. नागस्वामी इत्यादी आधुनिक भारतीय संशोधकांना मनोमन पटलं आहे. विल्यम जोन्सने चंद्रगुप्त मौर्याला अलेक्झांडरच्या समकालीन दाखवून भारतीय इतिहासातली किमान १२०० वर्षं खाल्ली, हे डॉ. एल.एस. वाकणकर यांच्यासारख्या संशोधकांना मान्य झालं आहे.[१८] राहता राहिला प्रश्न इतिहासाचं पुनर्लेखन करण्याचा. त्याला मात्र अद्याप सुरुवात झाल्याचं दिसत नाही.

माझ्या मते, युरोपियन विद्वानांनी इतिहासात सहेतुकपणे घातलेल्या गोंधळामुळे भारताच्याच नव्हे तर युरोप आणि आशिया खंडाच्याही इतिहासाचं पुनर्लेखन करायची गरज निर्माण झाली आहे. उदाहरण द्यायचं झालं तर नाझी जर्मनीचं देता येईल. आर्यवंश नामक एक प्राचीन वंश असून त्यांचं वाङ्मय आणि त्यांची संस्कृती अत्यंत संपन्न होती असा समज प्रसृत झाल्यावर आपण (सुद्धा!) आर्य असल्याची घोषणा नाझी जर्मनीने करून टाकली. जर्मन्स् हे आर्य असल्याचा एवढा जबरदस्त प्रचार हिटलर आणि मंडळींनी

केला, की आज स्वत:ला इतिहासकार म्हणवणाऱ्यांमध्येही तोच गैरसमज आढळतो.

इथे एक बाब स्पष्ट केली पाहिजे की कुठलाच वंश कधी श्रेष्ठ किंवा कनिष्ठ नसतो. प्रत्येक वंशाची काही वैशिष्ट्यं असतात आणि इतर वंशांच्या दृष्टीने ती चांगली किंवा वाईट असू शकतात. ही वैशिष्ट्यं जीवनशैलीमुळे निर्माण होतात; आणि जीवनशैली ही भौगोलिक किंवा सामाजिक परिस्थितीवर अवलंबून असते. यात उच्च-नीच असं काही नसतं. असं असूनही संस्कृती, वंश आणि भाषा यांच्याबाबतीत अशी विभागणी हेतूत: करण्यात आली हे आपण वर पाहिलंच. ही अनैसर्गिक विभागणी दुरुस्त करून इतिहासाची पुनर्बांधणी करायची तर खालील मुद्दे लक्षात घ्यावे लागतील.

१. आर्यांची संस्कृती

आर्य हा 'वंश' किंवा 'भाषासमूह' असण्यापेक्षाही ती एक 'संस्कृती' (Civilization) होती. ही संस्कृती अतिशय प्राचीन होती आणि त्यांचं वाङ्मय फार समृद्ध होतं हेच तिचं वैशिष्ट्य. आर्यांचं वाङ्मय म्हणजे संस्कृतमध्ये मौखिक पद्धतीने टिकवून ठेवलेले वेद, उपनिषदे, ब्राह्मणग्रंथ, सूत्रं, पुराणं इत्यादी साहित्य आणि रामायण-महाभारतासारखी महाकाव्यं. या वाङ्मयातून आर्यांच्या संस्कृतीचंही दर्शन घडतं. त्याशिवाय इतिहास, अध्यात्म आणि निरनिराळ्या शास्त्रांच्या प्रगल्भ चर्चेमुळे हे वाङ्मय संपन्न मानलं गेलं.

सरकारी उदासीनतेचे प्रतीक - इतिहास संशोधक मंडळ, पुणे

आर्यांची संस्कृती म्हणजे काय हे थोडक्यात खालीलप्रमाणे सांगता येईल.
- ॐकारस्वरूपी निराकार परमेश्वराची निर्गुण उपासना.
- वेदांवर श्रद्धा.
- वर्णव्यवस्था व जातिव्यवस्था यांवर विश्वास.
- आत्म्याचे अमरत्व आणि पुनर्जन्म यावर विश्वास.
- यज्ञसंस्था व कुटुंबसंस्था यांना महत्त्व.
- गोपूजन, गुरुपूजन, अतिथीपूजन यांना महत्त्व.

एखाद्या मानव समूहाने आपण आर्य असल्याचा दावा केला तर त्यांच्या संस्कृतीत वरील गोष्टी बसत होत्या का हे पाहणं गरजेचं आहे. बसत असतील तर ते आर्य होते, नसतील तर नव्हते असं मानणं भाग आहे. भारतात आज निर्गुण उपासना अपवादानंच केली जाते. चातुर्वर्ण्य व्यवस्थाही अवलंबली जात नाही. असं असलं तरी पूर्वी या गोष्टी आचरल्या जात होत्या याचे दाखले मिळतात. ऋग्वेदातील एका ऋचेत (४-२४-१०) इंद्राच्या प्रतिमेचा उल्लेख आहे. याचा बाऊ करून 'आर्य मूर्तिपूजक होते,' असा दावा काही संशोधक करतात. पण सदर ऋचा बारकाईनं वाचल्यास हा दावा पटत नाही. ही ऋचा अशी:-

'क इमं दशभिरं ममेन्द्रं करीणाति धेनुभि:।
यदा वर्त्राणि जडघनद अथेनम मे पुनर ददत ॥'

ग्रिफिथने दिलेला या ऋचेचा इंग्रजी अर्थ खालीलप्रमाणे:-

'Who for ten milch-kine purchaseth from me this Indra who is mine? When he hath slain the Vrtras let the buyer give him back to me.'[११]

या ऋचेत वृत्राचा वध केल्यावर इंद्राला परत देण्याविषयीचा उल्लेख आहे. मूर्ती किंवा प्रतिमा वध कसा करू शकेल? असे शब्दप्रयोग लाक्षणिक अर्थानेच घ्यायला हवेत. शिवाय या ऋचेच्या अलीकडच्या ऋचा वाचून त्या संदर्भात ही ऋचा वाचली तर 'इंद्राची मूर्ती' असा अर्थ मुळीच होत नाही.

आज भारतात मूर्तीपूजा बोकाळली असली तरी स्थानिकांकडून स्वीकारलेली जातिव्यवस्था, कुटुंबाला प्राधान्य, गुरुशिष्य परंपरा, अतिथीचं आदरातिथ्य हे सगळं अजूनही पहायला मिळतं. त्यामुळे भारतीयांच्या आर्यत्वाबद्दल शंका घेतली जाऊ शकत नाही. युरोपियन देशांच्या बाबतीत मात्र अशी शंका घेतली जाऊ शकते.

भारताचा अभ्यास करण्याच्या निमित्ताने भारतीयांचा समृद्ध वारसा उजेडात येऊ लागला आणि आर्य हा एक श्रेष्ठ 'वंश' असल्याचा गैरसमज १९व्या शतकाच्या सुरुवातीला सर्वत्र पसरला. बहुधा यामुळेच इटली, ग्रीस, फ्रान्स, जर्मनी, इंग्लंड अशा प्रमुख युरोपियन देशांनी कधी ना कधी आपण आर्य असल्याचा दावा केलेला आहे. हा दावा केल्यामुळे आर्यांचं मूळस्थान कधी उत्तर युरोप, कधी नैऋत्य रशिया, कधी भूमध्य समुद्र तर कधी जर्मन प्रदेश असं लोंबकळत राहिलं. यापैकी उत्तर युरोपात नॉर्वे, स्वीडन आणि डेन्मार्क हे देश येतात. हा प्राचीन स्कॅन्डिनेव्हियन प्रदेश असून तिथली संस्कृती जर्मन संस्कृतीशी जवळची मानली जाते. पण या लोकांना आर्य मानण्यात काही अडचणी आहेत. त्याचा उहापोह पुढे केला आहे.

नैऋत्य रशिया मुख्यत: कॉकेशसच्या पर्वतीय रांगांनी युक्त असलेला प्रदेश आहे. हा प्रदेश अझरबैजान आणि जॉर्जिया या देशांच्या उत्तर सीमांना लागून कॅस्पियन समुद्र आणि काळा समुद्र यांच्या मधल्या भागात येतो. चेचेन्याचा काही भागही या प्रदेशात मोडतो. आर्यांचा नव्हे, तर नॉर्डिक वंशियांचा प्रदेश म्हणून हा भाग ओळखला जातो.

भूमध्य समुद्र (Mediterranean sea) हे जर आर्यांचं मूळस्थान मानलं तर मोठाच प्रश्न निर्माण होतो. कारण दक्षिण युरोप, पश्चिम आशिया आणि उत्तर आफ्रिका या खंडांच्या मधोमध हा समुद्र आडवातिडवा पसरलेला आहे. त्याच्या उत्तर किनाऱ्यावर असलेल्या ग्रीस, इटली, फ्रान्स वगैरे सर्वच देशांना आपण आर्य असल्याचा दावा

आर्यवंश सिद्धान्त 'हायजॅक' करणारे जर्मन्स:

हिटलर   रोझेनबर्ग

करता येतो. शिवाय पश्चिम किनाऱ्यावर स्पेन, पूर्व किनाऱ्यावर तुर्कस्तान, सिरिया, पॅलेस्टाईन किंवा लेबेनॉन आणि दक्षिण किनाऱ्यावर इजिप्त, लिबिया, ट्यूनिशिया वगैरे देशांना आपण पूर्वाश्रमीचे आर्य होतो असं म्हणायची मोकळीक मिळते.

जर्मन मूळस्थानाविषयी बोलायचं झालं तर जर्मनीतून निघणारी डॅन्यूब नदी आधी ऑस्ट्रिया आणि हंगेरीमधून तर पुढे सर्बिया-रुमानिया-बल्गेरिया यांसारख्या स्लाव देशांमधून वाहात येऊन काळ्या समुद्राला मिळते. या नदीच्या खोऱ्यात राहणारे जर आर्य असतील तर ऑस्ट्रियन, हंगेरियन आणि कदाचित वर उल्लेखिलेले स्लाव वंशीयसुद्धा आपण आर्य असल्याचा दावा करू शकतील.

मात्र या दाव्यासाठी आवश्यक असणारा वाङ्मयीन, सांस्कृतिक किंवा परिस्थिती-जन्य पुरावा वरीलपैकी एकही देश देऊ शकलेला नाही. अपवाद केवळ ग्रीसचा. त्यांच्याकडे थोडाफार वाङ्मयीन पुरावा आढळतो. रोमन्स किंवा जर्मनांकडे तोही सापडत नाही. यासाठी जर्मनी, ग्रीस, इटली आदी 'दावेखोर' देशांचा इतिहास तपासणं अगत्याचं आहे.

२. जर्मन हे आर्य नव्हते

आपण आर्य आहोत असा जर्मन लोकांचा कधीही दावा नव्हता. त्यांच्या इतिहासात आपण आर्य असल्याचा उल्लेख येत नाही. त्यांच्या संस्कृतीत आर्यांशी साधर्म्य असणारं काहीही सापडत नाही. केवळ भाषेत थोडंफार साम्य आढळतं. मात्र भारतीय किंवा

आर्यवंश सिद्धान्ताची खिल्ली उडवणारे जर्मन्स:

टॉल्किन   मान   विर्को

इराणी लोकांचे पूर्वज आर्य असल्याचे जे ऐतिहासिक आणि वाङ्मयीन पुरावे मिळतात तसे जर्मनांचे कधीही सापडलेले नाहीत. असं असूनही ज्यू लोकांची जर्मन अर्थव्यवस्थे-वरील पकड ढिली करण्यासाठी हिटलरने आर्यवंशाची संकल्पना 'हायजॅक' केली. एकदोन जर्मनेतर लेखकांनी आर्यवंशाची कल्पना काही वर्षांपूर्वी मांडली होती. त्याचा हिटलरने फायदा उठवला. त्याची पार्श्वभूमी खालीलप्रमाणे:-

मॅक्सम्यूल्लर या जर्मन संशोधकाने भारतीय लोकांच्या बाबतीत 'आर्यवंश' ही संकल्पना १८५३ मध्ये प्रथम मांडली. पुढे त्याला जेव्हा भारतीय लोकांची संस्कृती आणि वाङ्मय प्रचंड समृद्ध असल्याचं लक्षात आलं तेव्हा १८८८ मध्ये त्याने 'आर्यवंश' नामक कुठलाही वंश नसून तो एक 'भाषिक गट' असल्याचं जाहीर केलं. ही उपरती असावी किंवा कदाचित जर्मनांना आर्य ठरवण्याची प्राथमिक तयारी असावी. काहीही असलं तरी तोपर्यंत 'आर्यवंश' या संकल्पनेचा लाभ उठवण्याची संधी काही युरोपियनांनी साधून घेतली होती. त्यात कांट आणि चेंबरलेन हे प्रमुख होते.

जोसेफ कांट दी गोबेन्यू (१८१६ ते १८८२) या फ्रेंच लेखकाने आर्यवंश हा श्रेष्ठ वंश असून केवळ जर्मन लोकच शुद्ध आर्य उरले असल्याचा अंदाज 'द इनइक्वालिटीज ऑफ ह्यूमन रेसेस' या ग्रंथात प्रथम व्यक्त केला. त्यानंतर ह्यूस्टन चेंबरलेन (१८५५ ते १९२७) या जर्मनीत स्थायिक झालेल्या नि जर्मन स्त्रीशी विवाह केलेल्या ब्रिटिश लेखकाने 'द फौन्डेशन' नावाचं पुस्तक लिहून त्यात जर्मन्स हेच खरे आर्य असल्याचं ठाम प्रतिपादन केलं होतं. या दोन्ही दाव्यांना खरं तर कुठलाही आधार नव्हता. 'श्वेतवर्ण सर्व वर्णांमध्ये सरस असून बहुतेक ठिकाणी अन्य वर्णांशी त्याची सरमिसळ झाली आहे, केवळ जर्मन लोकच शुद्ध श्वेत वर्णाचे उरले असावेत' असा या सिद्धान्ताचा निष्कर्ष होता. या दोन्ही ग्रंथांचा आधार घेऊन नाझी संशोधक आल्फ्रेड रोझेनबर्ग याने जर्मन आर्यवंशाचा सिद्धान्त तयार केला आणि तो पसरवायला हिटलरला मदत केली. (त्याबद्दल न्यूरेन्बर्ग खटल्यात पुढे रोझेनबर्गला फाशीही झाली!)

जर्मन शास्त्रज्ञ रुडाल्फ कार्ल विर्को (१८२१-१९०२) हा जर्मनांचा आर्यसिद्धान्त म्हणजे 'कपोलकल्पित कथा' असल्याचं मानतो.[२०] नोबेल पुरस्कार विजेता जर्मन साहित्यिक थॉमस मान (१८७५-१९५५) याच्या मते जर्मनांच्या रक्तातच विनाशकारी गुणसूत्रं असल्यामुळे ते नेहमी टोकाची भूमिका घेतात. त्यांचा तथाकथित आर्यसिद्धान्त म्हणजे इंग्लंड किंवा फ्रान्ससारख्या संपन्न आणि यशस्वी देशांच्या तुलनेत त्यांना वाटणाऱ्या कमीपणाच्या भावनेचा एक आविष्कार होय, असं तो म्हणतो. पुढल्या काळात जर्मनीतल्या DNZ या वृत्तपत्राचा मुख्य संपादक बनलेल्या माईक विल्यम फोदोर याने १९३६ साली 'द नेशन' मध्ये हीच भावना व्यक्त केली होती.

'जर्मनांची कमीपणाची भावना श्रेष्ठत्वाच्या भावनेत बदलण्याचा हा प्रकार आहे'

असं त्याने लिहिलं होतं.
'हॉबिट' आणि 'लॉर्ड ऑफ द रिंग्ज' या गाजलेल्या पुस्तकांचा जर्मन लेखक जे. आर. आर. टॉल्किन (१८९२-१९७३) याने तर हिटलरच्या आर्यसिद्धान्ताची टरच उडवलेली आहे.२१ त्याचं एक पत्र याबाबतीत देण्यासारखं आहे. १९३८ मध्ये त्याच्या पुस्तकांची जर्मन आवृत्ती काढण्याचा संकल्प जर्मनीतल्या प्रकाशकांनी सोडला त्यावेळी न्यूरन्बर्ग कायद्याप्रमाणे टॉल्किनला, 'तुम्ही आर्य असल्याचा पुरावा देऊ शकता का?' असं विचारण्यात आलं. तेव्हा टॉल्किनने, 'आम्ही आर्य असल्याचं माझ्या वाडवडिलांनी मला कधीही सांगितलं नव्हतं' असं स्पष्टपणे लिहून टाकलं. त्याचं ते पूर्ण पत्रच वाचनीय असल्यामुळे पुढे देत आहे:-

25 July 1938

20 Northmoor Road, Oxford

Dear Sirs,

Thank you for your letter. I regret that I am not clear as to what you intend by *arisch*. I am not of Aryan extranction : that is Indo-Iranian; as far as I am aware none of my ancestors spoke Hindustani, Persian, Gypsy or any related dialects.

But if I am to understand that you are enquiring that I am of Jewish origin, I can only reply that I regret that I appear to have no ancestors of that gifted people. My great-great-grandfather came to England in the eighteenth century from Germany: the main part of my descent is therefore purely English, and I am an English subject-which should be sufficient. I have been accustomed, nonetheless, to regard my German name with pride, and continued to do so throughout the period of the late regrettable war, in which I served in the English army. I cannot, however, forbear to comment that if impertinent and irrelevant inquiries of this sort to become rules in matters of literature, then the time is not far distant when a German name will no longer be a source of pride.

Your enquiry is doubtless made in order to comply with the

laws of your own country, but that this should be held to apply to the subjects of another state would be improper even if had (as it has not) any bearing whatsoever on the merits of my work or its sustainability for publication, of which you appear to have satisfied yourselves without reference to my *Abstammung*.

I trust you will find this reply satisfactory, and

Remain yours faithfully,
J.R.R. Tolkien

(भावार्थ: 'महोदय, पत्राबद्दल आभार. मी आर्य असण्याविषयी नेमकं तुम्हाला काय विचारायचं आहे हे समजलं नाही. मी आर्य—म्हणजेच भारतीय किंवा इराणी नव्हे. माझे पूर्वज कधीही हिंदी, पार्शियन, जिप्सी किंवा तत्सम भाषा बोलणारे नव्हते. अर्थात मी ज्यू आहे का असं विचारायचा तुमचा उद्देश असेल तर मी खेदपूर्वक सांगू इच्छितो, की जन्मजात दैवी गुण असलेल्या त्या जमातीपैकीही माझे पूर्वज नव्हते. माझे खापरपणजोबा अठराव्या शतकात कधीतरी जर्मनीहून इंग्लंडला आले. त्यामुळे आज माझी पिढी जवळजवळ इंग्लिशच बनून गेली आहे. आजच्या घडीला मी एक इंग्लिश नागरिक आहे एवढं सांगितलं तरी पुरे. असं असलं तरी माझं जर्मन नाव अगदी गेल्या महायुद्धात इंग्लंडच्या वतीने लढतानासुद्धा मी अभिमानाने मिरवत आलो होतो. मात्र साहित्याच्या क्षेत्रातही असल्या संतापजनक आणि असंबद्ध उठाठेवी तुम्ही करत बसणार असाल तर मला त्याचा पुनर्विचार करावा लागेल हे इथे बजावून ठेवतो.

तुम्ही विचारलेले प्रश्न कदाचित तुमच्या देशातल्या कायद्याला धरून असतील; पण दुसऱ्या देशाच्या नागरिकाला ते विचारणं औचित्याला धरून होणार नाही. शिवाय माझ्या पुस्तकांची निवड तुम्ही गुणवत्तेच्या निकषांवर केलेली आहे, माझी वंशावळ बघून नव्हे. कळावे.')

वरील सणसणीत उत्तर मिळाल्यानंतर टॉल्किनच्या पुस्तकांची जर्मन आवृत्ती काढली गेली नाही हे मुद्दाम सांगायला पाहिजे असं नाही.

जर्मनांचा पहिला इतिहासकार जोर्डेन याच्या म्हणण्यानुसार जर्मन लोक मूळचे स्कॅन्डिनेव्हिया बेटाच्या आसपास राहणारे असून त्यांचा एक विशिष्ट असा वंश सांगता येत नाही. इसवी सनाच्या पहिल्या काही शतकात हे भुकेकंगाल लोक अन्नाच्या शोधात दक्षिणेकडील रोमन साम्राज्यात शिरले आणि नंतर युरोपभर पसरले. तिसऱ्या शतकात

होऊन गेलेला रोमन सम्राट 'प्रोबस' याच्या कारकीर्दीत हे लोक मोलमजुरी करून दिवस कंठत होते. पुढे 'अटिला' (Attila) या हूण योदूध्याच्या स्वाऱ्या सुरू झाल्यावर हे भटके लोक स्लाव लोकांबरोबर डॅन्यूब आणि ऱ्हाईन नद्यांच्या खोऱ्यांमध्ये स्थायिक झाले. ५व्या शतकात रोमन साम्राज्याच्या पतनानंतर जर्मन बोलणाऱ्या टोळ्या एकत्र करून बलाढ्य फ्रॅन्किश टोळीने राज्य करायला सुरुवात केली. स्वत:ला रोमन साम्राज्याचे वारस समजणाऱ्या शार्लमेन प्रभृती फ्रॅन्किश राजांच्या जोखडातून मुक्त व्हायला या नवजर्मन लोकांना ८वं शतक उजाडावं लागलं. त्यानंतर 'लुई द जर्मन' याच्या नेतृत्वाखाली पहिलं जर्मन राज्य अस्तित्वात आलं. अशाप्रकारे जर्मनीच्या इतिहासाला केवळ हजार वर्षांपूर्वी सुरुवात झाली. या इतिहासात कुठेही 'आर्य' हा शब्द येत नाही. जो येतो तो हिटलरच्या उदयानंतरच्या काळाविषयीच्या लिखाणात. उदा. जेसन कोए (Jason Coy) याच्या २०११ साली प्रसिद्ध झालेल्या 'ए ब्रीफ हिस्टरी ऑफ जर्मनी' या पुस्तकात १८०, १८३ आणि १९० व्या पानांवर 'आर्य' हा शब्द आढळतो. ही पृष्ठे नाझी काळाविषयीची आहेत एवढं सांगितलं तरी पुरे![२२]

जर्मन हे आर्यन् नाहीत असं एकदा स्पष्ट झाल्यावर मग ते कोण आहेत असा प्रश्न स्वाभाविकपणे निर्माण होतो. इतिहासाचार्य राजवाड्यांच्या म्हणण्याप्रमाणे वेदांमध्ये ज्यांचा उल्लेख 'दस्यु' म्हणून आलेला आहे तेच हे असावेत.[२३]

'डॉइश्' हा शब्द 'दस्यु' या शब्दावरूनच आला असावा. नाहीतरी डॉइश् शब्दाची पटेल अशी व्युत्पत्ती आजपर्यंत कुणालाच लावता आलेली नाही. ती दस्यु अशी लावली की काही प्रश्न सुटतात ते असे:-

अ. डॉइश शब्दाची व्युत्पत्ती वेदांत वर्णिलेल्या दस्यु शब्दात शोधत येते आणि ती दस्यु-दएशु-डॉएशु-डॉइश अशी लावता येते.

ब. वेदांमध्ये 'दनु' आणि दनूचे पुत्र दानव यांचा उल्लेख अनेकदा येतो. राजवाड्यांच्या तर्कानुसार 'दनु' म्हणजे 'डॅन्यूब' नदी आणि 'दानव' म्हणजे डेन्स लोक. कदाचित दनु म्हणजे आजची 'डॉन' नदीही असू शकेल अशी एक शंका मनात येते. ही नदी रशियातून वहात येत अझोव समुद्राला मिळते. तिच्या खोऱ्यात राहणारे ते 'दानव' असं मानलं तर आजचे रशियन किंवा स्लाव वंशीय हे दानव ठरतात. पण ते दानव असण्यापेक्षा 'राक्षस' असणंच अधिक शक्य आहे. कारण रक्षस् वरूनच 'रूसो' हा शब्द आला. त्यामुळे 'दनु' म्हणजे 'डॅन्यूब' असं मानणंच भाग आहे. आजचे जर्मन्स हे सुद्धा दन्यु म्हणजे डॅन्यूब नदीच्या खोऱ्यात राहणारे म्हणूनच ओळखले जात होते. त्यामुळे आर्य-दनु-दन्यु-दस्यु हे सूत्रही सुसंबद्ध ठरतं. कारण डॅन्यूब नदी जर्मनीतून निघून काळ्या समुद्राच्या पश्चिम किनाऱ्यावर येऊन मिळते; तर आर्य काळ्या समुद्राच्या पूर्वेकडे 'कॅस्पियन सी'

'डॉइश म्हणजे दस्यु!' - राजवाडे

जवळ रहात होते. काळ्या समुद्राला वळसा घालून नव्या जमिनीच्या शोधात ते डॅन्यूबच्या खोऱ्यात गेले असतील किंवा त्या खोऱ्यातील लोक आर्यांच्या प्रदेशात आले असतील. त्यावेळी त्या दोघांचा संघर्ष सुरू झाला असणं शक्य आहे.

क. आर्यांशी वारंवार घसट पडल्याने संस्कृत भाषेतले अनेक शब्द डॉइश् भाषेत आले हे पटू शकतं.

ड. स्वस्तिकासारखी चिन्हं आर्य शुभचिन्हं म्हणून समजत. त्यांचा उपहास करण्यासाठी उलटं स्वस्तिक या दस्युंनी मिरवलं असावं आणि तेच पुढे नाझी जर्मनीचं एक मानचिन्ह बनवलं गेलं.

वरील कारणमीमांसा योग्य असेल तर जर्मन लोक हे आर्य नसून दस्यु होते असं मानायला हरकत नसावी.

३. ग्रीक, रोमन व इजिप्शियन

ग्रीक, रोमन आणि इजिप्शियन हे आर्य होते का हा आणखी एक प्रश्न. कारण हे लोक आर्य होते असा दावा कधी ना कधी करण्यात आला होता. एकेकाळी हे लोक विशेषत: ग्रीक स्वत:ला 'हेलनिक' म्हणजे ट्रोजन युद्धातल्या हेलनचे वंशज म्हणवत असत. पुढे ऑटोमन साम्राज्याविरुद्ध उभारलेल्या स्वातंत्र्ययुद्धाच्या दरम्यान (१८२१-१८३२) स्वत:च्या आर्यत्वाची संकल्पना त्यांनी प्रथम मांडली. आपल्या आर्यत्वाच्या आधारावर युरोपातील अन्य देशांची मदत घेणं हा त्यामागचा उद्देश होता. कारण आर्यवंशाच्या श्रेष्ठत्वाचं मिथक नुकतंच निर्माण झालं होतं आणि आपण त्याच वंशातले आहोत असा दावा युरोपातल्या अनेक देशांनी केला होता. ग्रीकांची ही युक्ती यशस्वी झाली आणि युरोपातील बहुतेक देशांची मदत मिळवून ते स्वतंत्र झाले.

ग्रीक पुराणे म्हणजे एकप्रकारे 'अटलांटिस' (अमरावती?) या काल्पनिक देवभूमीच्या राजाराण्यांचाच इतिहास आहे आणि हा इतिहास भारतीय वेदपुराणांमध्ये सांगितलेल्या इतिहासाशी काही प्रमाणात जुळतो असं अलीकडील ग्रीक इतिहासकारांचं म्हणणं आहे. या इतिहासकारांनी असं मानण्याचं मुख्य कारण म्हणजे हिंदू आणि ग्रीक यांच्यातल्या काही देवता एकच आहेत. उदा. वेदांमधला 'वरुण' हा ग्रीकमध्ये 'उरून' (Uranos) झालेला दिसतो. अटलांटिसच्या राजघराण्याचा तो संस्थापक मानला जातो. वेदातील आणखी एक देव 'द्यौस' हा ग्रीकांमध्ये 'झेऊस' (Zeus) बनून येतो. हिंदूंमध्ये

त्याला 'द्यौस पितर' तर ग्रीकांमध्ये 'Zeus-Pater' म्हणतात. रोमन भाषेत याचाच 'ज्युपिटर' (Ju-piter) बनलेला आहे. हिंदूंमधील 'आदिमनु' या पहिल्या मानवाला पर्शियन 'आदम' (Ad-amah) म्हणत. त्यापासूनच फिनिशियन देव 'Adon' आणि ग्रीक देव 'Adonis' निर्माण झाले.[२४]

काही इतिहासकारांचं असं म्हणणं आहे की वेदांमधला 'देव नहुष' म्हणजेच ग्रीकांचा 'दिओनिसस' (Dionysos) होय. देव नहुष हा 'मेरू' पर्वताचा कारभारी किंवा राजा होता. दिओनिससच्या बाबतीतही तोच उल्लेख आढळतो. तिथे मेरू हा 'मेरो' (Mero) बनून येतो. देवांच्या आणि अटलांटिसच्या बाबतीतला ग्रीकांचा प्राचीन इतिहास दिओनिसस याच्याबरोबर संपतो.

वरील माहिती लक्षात घेता 'देव नहुष' हा ययातिचा बाप नहुष याच्यापासून वेगळा असावा अशी धारणा होते. तो आर्य नसून प्रगत अशा देव जमातीचा असावा असं त्याच्या नावामागची उपाधी पाहून वाटतं. देव नहुष आणि राजा नहुष जरी एकच असतील तरीही इतिहासाच्या दृष्टीने फारसं बिघडत नाही. कारण नहुषाचा मुलगा ययाती याने हाकलून दिलेल्या त्याच्या मुलांपैकी 'अनु' या मुलाचे अनुयायी स्थलांतरित होऊन ग्रीसमध्ये गेले आणि 'अनु' शब्दावरून 'अन्यवन' व त्यावरून 'यवन' हा शब्द निर्माण झाला असं भारतीय परंपरा मानते. इथे हेही लक्षात घेतलं पाहिजे की भारतीय आर्य ग्रीकांना पूर्वी 'यवन' म्हणत आणि त्यांना आर्य न समजता 'अनार्य' समजत असत. यावरून ग्रीक हे पूर्णांशाने नव्हे, तर अंशतः आर्य असावेत असा निष्कर्ष काढावा लागतो.

जर्मनांप्रमाणेच रोमन लोकांच्या इतिहासातही 'आर्य' हा शब्द आढळत नाही किंवा आर्य संस्कृतीच्या खुणा आढळत नाहीत. इसवी सनापूर्वी सातव्या शतकात ग्रीक लोक इटलीच्या सिसिली वगैरे भागात जाऊन स्थायिक झाले म्हणून काही देवघेव झाली एवढंच. तरीही रोमन लोक आर्य असल्याचा दावा करण्यात येतो. रोमन भाषा 'इंडो-युरोपियन' भाषासमूहातली एक भाषा आहे एवढाच या दाव्याला आधार. मुळात 'इंडो-युरोपियन भाषासमूह' ही संकल्पना सुद्धा तशी फसवी आहे. थॉमस यंग या १९व्या शतकातील इंग्रज शास्त्रज्ञाने ही संकल्पना प्रथम मांडली. युरोपातील ४०० भाषांपैकी कमीतकमी निम्म्या भाषांचं संस्कृतशी साधर्म्य आढळतं असं त्याचं म्हणणं होतं. अर्थात तसं म्हणणारा तो पहिलाच नव्हता. १६व्या शतकात जेव्हा युरोपियन प्रवासी आणि अभ्यासक भारतभेटीसाठी येऊ लागले तेव्हा संस्कृत आणि युरोपियन भाषा यांच्यात काही शब्द सारखे असल्याचं त्यांच्या लक्षात येऊ लागलं. संस्कृतमधील देव, सर्प, सप्त, अष्ट, नव वगैरे शब्द आणि रोमन भाषेतील दिओ (Dio), सेर्पे (Serpe), सेत्ते

थॉमस यंग - 'इंडो-युरोपियन भाषा समूह'नामक फसवी संकल्पना काढली!

(Sette), ओट्टो (Otto), नोवे (Nove) अशासारखे शब्द यांच्यात साम्य आढळल्यामुळे भाषिक अभ्यासाला सुरुवात झाली. याच दरम्यान संस्कृत वाङ्मय समृद्ध असल्याचं आणि आर्य संस्कृती पुरातन असल्याचे पुरावे बाहेर पडत होते. या सगळ्याचा परिपाक म्हणून 'इंडो-युरोपियन भाषासमूहातल्या भाषा बोलणारे ते आर्य' असा एक निष्कर्ष काढला गेला. पण हा निष्कर्ष सपशेल चुकीचा होता.

आपण आर्य असल्याचा दावा युरोपियन देशांनी केवळ भाषेच्या आधारावर केला होता. पण नुसत्या भाषेच्या आधारावर असले निष्कर्ष काढणं पुरेसं नसतं. याबाबतीत पुढे विवेचन केलं आहेच; पण इथे एक उदाहरण द्यायला हरकत नाही. 'लिथुआनिया' हा बाल्टिक देश उत्तर युरोपात वसला असून त्याच्या सीमा पोलंड, रशिया, बेलारुस वगैरे देशांच्या सीमांना भिडलेल्या आहेत. त्यांच्या भाषेचं संस्कृत भाषेशी विलक्षण साम्य असल्याचं तज्ज्ञांचं म्हणणं आहे. पण हे साम्य सोडलं तर त्यांच्या आणि आर्यांच्या इतिहासात किंवा संस्कृतीत काहीच सारखेपणा आढळत नाही. त्यांच्या इतिहासात एवढाच उल्लेख आहे की इ.स.पूर्व १०व्या सहस्रकाच्या सुमारास एक मोठा प्रलय झाला, तेव्हा स्थलांतर करून हे लोक सध्याच्या जागी आले. यानंतर मधल्या काळातला इतिहास त्यांच्याकडे उपलब्ध नाही. जे वाङ्मय उपलब्ध आहे ते इ.स. १००९च्या नंतर निर्माण झालेलं आहे. त्यातही आर्य संस्कृतीचं दर्शन घडवणारं काहीच नाही. त्यामुळे भाषा सारखी असूनही त्यांना 'आर्य' म्हणून संबोधता येत नाही.

इजिप्तच्या बाबतीत बोलायचं तर अरबी परंपरेत त्यांच्या (किंवा जगाच्या) भूमीचे पहिले रहिवाशी 'आदित' (Adites) नावाचे लोक मानले जातात.[२५] हे लोक सूर्यपूजक असून 'आत्मा अमर असतो' असा त्यांचा विश्वास होता. ते मूर्तिपूजा निषिद्ध मानत आणि निर्गुण उपासनेवर भर देत. हे लोक सामर्थ्यशाली आणि सुसंस्कृत तर होतेच; पण मोठमोठी कलापूर्ण बांधकामं करण्यातही ते अत्यंत वाकबगार होते. त्यांच्यात वेगवेगळ्या जमाती असत त्यावरून त्यांचा उल्लेख 'प्रथम आदित्य,' 'द्वितीय आदित्य' अशा पद्धतीने केला जातो. यामुळे वेदांमध्ये वर्णीलेले १२ आदित्य म्हणजे याच जमाती असाव्यात असं वाटतं. कारण वेदांमध्ये असलेल्या त्यांच्या वर्णनाशी यांचं वर्णन तंतोतंत

जुळतं. वेदांमध्ये त्यांना 'देव' मानलेलं आहे. महापुरानंतर या जमाती एकामागोमाग एक बाहेर पडल्या आणि वेगवेगळ्या दिशांना पांगल्या. त्यांपैकीच एक-दोन जमाती इजिप्तमध्ये गेल्या असाव्यात. तेथील पिरॅमिडस् वगैरे बांधकामं ही त्यांचीच निर्मिती म्हणून सांगितली जाते.

डॅनिकेन - मानव हा अतिमानवाचे बायप्रॉडक्ट असल्याची बतावणी केली!

काही हिंदुत्ववादी इतिहासकारांनी इजिप्तच्या 'पॅरोहा' राजांच्या नावांमध्ये 'राम' असल्याचं दाखवून दिलं आहे. उदा. रामिसेस. यावरून 'पॅरोहा' (Paraoh) हा शब्द 'पौरव' (म्हणजे 'पुरूचे वंशज') या शब्दाचंच इजिप्शियन रूप असल्याचं का म्हणू नये? कदाचित एखाद्या हिंदुत्ववादी संशोधकाने यापूर्वी तसं म्हटलंही असेल. पण असल्या शब्दच्छलाला अन्य पुराव्याअभावी फारसं महत्त्व देता येत नाही. तात्पर्य, स्थानिक जमाती आणि नंतर आलेल्या 'आदित्य' जमाती यांच्यामधून इजिप्शियन लोक बनलेले असावेत आणि आर्यांशी त्यांचा संबंध नसावा असा निष्कर्ष काढावा लागतो.

४. डॅनिकेन यांची मतप्रणाली

इजिप्तची पिरॅमिडस् किंवा दक्षिण अमेरिकेतील इंका जमातीची बांधकामं अशा अद्वितीय गोष्टींवरून आणखी एक मतप्रणाली जगाच्या इतिहासात येऊन दाखल झालेली आहे. एरिक फॉन डॅनिकेन (जन्म १९३५) या स्विस संशोधकाच्या प्रतिपादनानुसार मानव हा परग्रहावरील अतिमानवाचं एक 'बायप्रॉडक्ट' असून तो इतर सर्व प्राण्यांपेक्षा वेगळा आहे. त्यामुळे मानवाची निर्मिती म्हणून सांगण्यात येणारी ही अद्‌भुत बांधकामं वास्तविक परग्रहांवरील व्यक्तींनीच मानवाला मदत म्हणून केली आहेत. आपल्या म्हणण्याच्या पुष्ट्यर्थ अनेक पुस्तकं लिहून त्याने आपलं संशोधन सिद्ध करायचा प्रयत्न केलाय. या संशोधनावर आधारित 'पृथ्वीवर माणूस उपराच!' या नावाचं प्रा. सुरेशचंद्र नाडकर्णी लिखित पुस्तक मराठीत उपलब्ध आहे.

जगातील बहुतेक इतिहास संशोधकांनी डॅनिकेनचं हे संशोधन अशास्त्रीय आणि अविश्वसनीय ठरवलं. याची कारणं अनेक आहेत. पहिलं उदाहरण दिल्ली येथील (चंद्रगुप्त विक्रमादित्याने उभारलेल्या) लोखंडी स्तंभाचं देता येईल. 'हा स्तंभ हजारो वर्षांपूर्वीचा

असूनही अद्याप गंजलेला नाही, कारण तो परग्रहावरील अतिमानवांनी बनवला आहे!' असं विधान डॅनिकनने 'चॅरिएट्स ऑफ द गॉडस्' (१९६८) या पुस्तकात केलं होतं. मात्र सदर स्तंभ गंजू लागला असून त्याच्या बांधकामाचे तपशिल उघड झाले असल्याचं दाखवून दिल्यावर त्याने ते 'मानवी बांधकाम' असल्याचं 'प्लेबॉय' मासिकाला १९७४ साली दिलेल्या मुलाखतीत मान्य केलं.[२६] अॅण्डीज पर्वतावरील 'टायो' (Tayos) गुहांमधले पुतळे, ग्रंथालय वगैरे परग्रहावरील मानवांनीच उभारल्याचा दावा करणाऱ्या आणि त्यांचे फोटो आपल्या पुस्तकात छापणाऱ्या डॅनिकेनला पुढे आपण त्या गुहेत गेलोच नसल्याचं मान्य करावं लागलं होतं. फोटोही अर्थात बनावटच होते. पेरू या देशातील 'नाझ्का लाइन्स' (Nazca Lines) म्हणजे अंतरिक्षातून आपली विमाने उतरवण्यासाठी अतिमानवांनी केलेल्या धावपट्ट्या होत्या असा दावा करणाऱ्या डॅनिकेनला पुढे तो केवळ 'विनोद' होता असं मान्य करावं लागलं. एवढंच नव्हे, तर काही बाबतीत आपण कल्पनाचौर्य केल्याचंही त्याला कबूल करावं लागलं. पूर्वायुष्यात अनेक चोऱ्या नि घोटाळ्यांसाठी तुरुंगवास पत्करावा लागलेल्या डॅनिकेनचं हे तथाकथित संशोधन म्हणजे एक भलामोठा घोटाळाच असू शकतो अशी शंका त्यामुळे निर्माण होते. (डॉ. नाडकर्णींना हे माहीत नसावं. कारण त्यांच्या पुस्तकात या गोष्टींचा उल्लेख नाही.) असं असलं तरी ऐतिहासिक संशोधनात डॅनिकेनने एक वेगळा विचारप्रवाह आणून सोडला हे मान्य करावं लागतं.

तात्पर्य: इजिप्त, ग्रीस, रोम, भारत, दक्षिण अमेरिका इत्यादी ठिकाणी केलेली बांधकामं मानवांनीच केली होती आणि त्यात सर्व मानववंशांचा समावेश होता. 'आदित्य' जमातींसारख्या काही प्रगत मानवांची त्यांना त्या बाबतीत मदत झाली असावी असं फार तर म्हणता येईल.

५. टॉइनबी यांची धडपड

अर्नोल्ड टॉइनबी (१८८९-१९७५) या प्रसिद्ध इंग्लिश इतिहासकाराचा १२ खंडात उपलब्ध असलेला 'ए स्टडी ऑफ हिस्टरी' हा गाजलेला ग्रंथ. या ग्रंथात त्याने जगातल्या २६ संस्कृतींचा (Civilizations) उदय आणि अस्त यांचा आढावा घेतला आहे. त्यात बॅबिलोनियन, इजिप्शियन, अरेबियन, सिनिक, मेक्सिकन, मायन अशा निरनिराळ्या संस्कृतींचा समावेश आहे; मात्र 'आर्य' संस्कृतीचा नाही. त्याऐवजी 'इंडिक' (म्हणजे सिंधू) आणि 'हिंदू' अशा दोन वेगवेगळ्या संस्कृती दाखवल्या आहेत. 'आर्य' हा शब्द शक्यतो वापरायचा नाही असं ठरवल्यामुळे इराण्यांच्या संस्कृतीला त्याने 'पार्शियन' आणि ग्रीकांच्या संस्कृतीला 'हेलनिक' म्हटलं आहे. त्याच्या म्हणण्यानुसार सिंधू संस्कृतीतून हिंदू व बौद्ध धर्म, सिरियन संस्कृतीतून ज्यू धर्म, विस्कळित झालेल्या सिरियन व हेलनिक

संस्कृतीतून ख्रिश्चन व इस्लाम धर्म आणि इराणी संस्कृतीतून पारशी धर्म निर्माण झाले. यापैकी हिंदू व ज्यू हे धर्म सर्वात प्राचीन असून ते आजपर्यंत टिकले आहेत हे तो मान्य करतो. 'जी संस्कृती वेगवेगळी आव्हानं स्वीकारत आणि सर्वांचा समावेश करत वाटचाल करते तीच संस्कृती टिकते, बाकीच्या नामशेष होतात' असं त्याचं प्रतिपादन आहे आणि त्यात अमान्य करण्यासारखं काहीच नाही. जे संस्कृतीला लागू आहे, ते धर्मालाही लागू आहे हे इथे अध्याहृत आहेच!

टॉइनबी - विद्वान; पण 'बायबलग्रस्त'

अन्य बहुतेक युरोपियन इतिहासकारांप्रमाणे टॉइनबीसुद्धा 'बायबलग्रस्त' आहे. त्यामुळे कुठल्याही संस्कृतीचा काळ त्याने इ. स. पूर्व ४०००च्या पलीकडे जाऊ दिलेला नाही. जिला तो सर्वात प्राचीन म्हणतो त्या 'सुमेरियन' संस्कृतीचा काळ त्याने इसवी सनापूर्वी ४थे सहस्रक असा दिलाय. ज्या युफ्रेटिस आणि तैग्रीस नद्यांच्या किनाऱ्यावर (म्हणजे आजच्या इराक, कुवेत आणि सिरिया यांनी व्यापलेल्या प्रदेशात) ही संस्कृती नांदत होती त्याच 'मेसापोटेमिया'च्या परिसरात त्यानंतर आखाडियन, असिरियन, बॅबिलोनियन अशा संस्कृतींचा उदय आणि अस्त झाला होता. शिवाय नव-असिरियन, नव-बॅबिलोनियन, फिनिशियन वगैरे भानगडी होत्याच.

एखादी वसाहत 'संस्कृती' म्हणून उदयाला येण्याची प्रक्रिया दोन चारशे वर्षं चालू असते. त्यानंतर इतिहासात 'दखलपात्र' होण्याकरिता ती कमीतकमी चारपाचशे वर्षं नांदावी लागते. पुढे तिच्या अस्तालाही शे दोनशे वर्षं मोडावी लागतात. अशा तऱ्हेने एक संस्कृती इतिहासातली अंदाजे हजारभर वर्षं व्यापत असते. माया संस्कृतीचं उदाहरण घेतलं तर इ.स.पूर्व २००० पासून या संस्कृतीचा उदय होऊ लागल्याचं आढळतं. इ.स. २५० पासून पुढे ७०० वर्षं ही संस्कृती अत्यंत जोमात होती. पुढे स्पॅनिश आक्रमणानंतर तिला उतरती कळा लागली आणि त्या पुढल्या चारपाचशे वर्षांत ती नष्ट झाली. म्हणजे या संपूर्ण प्रक्रियेला तीन ते साडेतीन हजार वर्षं लागली.

हाच काळ पर्शियन संस्कृतीच्या बाबतीत (कमीतकमी) २४०० वर्षे, सुमेरियन संस्कृतीच्या बाबतीत ३००० वर्षे, तर सिंधू संस्कृतीच्या बाबतीत २००० वर्षे मानला जातो. यावरून हे लक्षात येईल की चार-पाचशे वर्षांची एखादी वसाहत किंवा राजवट याला संस्कृती समजलं जात नाही. संस्कृती ही वेगळीच गोष्ट आहे आणि ती प्रदीर्घ

काळ चालणारी प्रक्रिया आहे. (पांडुरंगशास्त्री आठवले यांनी संस्कृतीची एक व्याख्याच केली आहे:- Way of life, way of worship आणि way of thinking या त्रयीतून संस्कृती उभी राहते.) त्यामुळे वर उल्लेखिलेल्या सहा-सात संस्कृतींना केवळ चार हजार वर्षांत बसवताना टॉइनबी साहेबांची चांगलीच कसरत झाली आहे. बायबल खोटं ठरू नये म्हणून चाललेली त्यांची ही धडपड केविलवाणी वाटते.

भारताच्या इतिहासाच्या दृष्टीनेही टॉइनबी यांचा हा ग्रंथ निरुपयोगी आहे. ऋग्वेदादी वेद, मनुस्मृती, रामायण, महाभारत अशा भारतीय संस्कृतीच्या दृष्टीने महत्त्वाच्या असणाऱ्या गोष्टींचा उल्लेख या ग्रंथात अजिबात नाही. आर्य किंवा उपनिषदं यांचा उल्लेख एखाद्या वेळी अगदी नाइलाजानेच आलाय. मौर्य, गुप्त, हर्ष आदींचा काळ विल्यम जोन्स आणि त्याचे हस्तक यांनी नेमून दिल्याप्रमाणेच नमूद केला आहे. लेखकाने दिलेला भारतीय उपखंडातील (Indo-Pakistani sub-continent) इतिहासाचा कालपट तर अनाकलनीयच वाटतो! काही महत्त्वाच्या गोष्टी गाळणं आणि नको त्या गोष्टींचा समावेश करणं यामुळे एकतर टॉइनबी यांचा भारतीय इतिहासाचा अभ्यास थिटा असावा, किंवा त्यांचे काही पूर्वग्रह वा अंतस्थ हेतू असावेत असा संशय येतो. नमुना म्हणून त्यांच्या कालपटाचा हा एक तुकडा पहा:-[२७]

१५५६-१६०५ - सम्राट अकबर

१६५९-१७०७ - औरंगजेब

१७५७-१७६५ - ईस्ट इंडिया कंपनी बंगाल आणि बिहार ताब्यात घेते.

१८१८ - भारतात बिटिशांचे राज्य

१८३४-१८८६ - रामकृष्ण परमहंस

१८५७ - शिपायांचे बंड

टॉइनबी यांना अध्यात्मातला 'रामकृष्ण परमहंस' महत्त्वाचा वाटावा पण मराठा साम्राज्याची स्थापना करणारा 'शिवाजी' उल्लेखनीय वाटू नये हे आश्चर्यकारक नव्हे काय! बरं, ते एकवेळ सोडून देऊ, पण १८१८ साली ब्रिटिशांनी भारत ताब्यात घेतला तो शंभर सव्वाशे वर्षं संपूर्ण भारतावर वर्चस्व गाजवणाऱ्या मराठ्यांकडून हेही टॉइनबी विसरले काय? कमीतकमी पानिपताच्या लढाईचा (१७६०-६१) तरी समावेश करायचा होता. कारण ही लढाई भारतातील मराठे आणि इराणपासून फुटून स्वतंत्र झालेला अफगणिस्तान यांच्यात झाली होती. आशिया खंडातील ही एक महत्त्वाची घटना नव्हती काय? पण त्या घटनेचा अजिबात उल्लेख न करणारे टॉइनबी पुढल्या काळातील ब्रिटिशांच्या सिंध प्रांतातील किरकोळ विजयाचा मात्र आवर्जून उल्लेख करतात ही आणखी एक गंमत. एकंदरीत टॉइनबी यांचा हा भलामोठा ग्रंथ ख्रिश्चन व इंग्रजधार्जिणा

४२ / आर्य भारत

असून आर्यांच्या नि भारताच्या दृष्टीने अजिबात विश्वसनीय नाही. त्यामुळे यापुढे त्याची दखल घेण्याची मुळीच आवश्यकता नाही.

६. सुमेरियन कोण होते?

टॉइनबी यांनी सुमेरियन संस्कृतीचा उदय इ.स.पूर्व ४थ्या सहस्रकात दाखवला असला तरी त्यांचं ते म्हणणं आज चुकीचं ठरलं आहे. हा काळ आता इ.स.पूर्व ५५०० पर्यंत मागे गेला आहे. एवढंच नव्हे; तर इराकच्या जुन्या भागात अलीकडेच मिळालेल्या मातीच्या भांड्यांवरून हा काळ इ.स.पूर्व ६२०० पर्यंत मागे जाऊ शकतो असं निष्पन्न झालं आहे.[२८]

माझ्या मते हा काळ इ.स.पूर्व ८००० पर्यंतसुद्धा मागे जाऊ शकतो. यामागची कारणमीमांसा खालीलप्रमाणे देता येईल.

१. 'सुमेर' या शब्दाची व्युत्पत्ती बहुतेक पाश्चात्य विद्वानांना आजपर्यंत देता आलेली नाही. कारण त्याचा संस्कृत भाषेशी संबंध असेल अशी शंकाही कधी त्यांच्या डोक्यात शिरली नाही. डॉ. लॉरेन्स वेडेल (१८५४-१९३८) या संशोधकाने मात्र सुमेरची व्युत्पत्ती 'सोम+आर्य' अशी मांडून सुमेरचा भारतीय आर्यांशी निकटचा संबंध दाखवला होता. ही व्युत्पत्ती चिंतनीय असली तरी माझ्या मते सुमेर हा शब्द 'सुमेरू' या संस्कृत शब्दाचा अपभ्रंश आहे. आखाडियन भाषेतसुद्धा सुमेरबद्दल 'सुमेरू' हाच शब्द वापरला जातो. (आखाडियन हे पुढल्या काळात सुमेरियनांबरोबर संयुक्तपणे राज्य करत होते.) वैदिक परंपरेप्रमाणे सुमेरू ही इंद्राची नगरी होती. 'मोनियर विल्यम्स'च्या संस्कृत-इंग्रजी कोशाप्रमाणे 'मेरू' म्हणजे पर्वत किंवा पर्वतावरील पठार. 'सुमेरू' याचा अर्थ या शब्दकोशात 'देवांचा प्रदेश' किंवा 'देवांचं निवासस्थान' असा दिलाय.

२. याचा अर्थ असा की, आर्य ज्यांना 'देव' म्हणत होते त्या प्रगत लोकांची सुमेर ही भूमी असावी.

३. मेरू किंवा सुमेरू या नावाचा पर्वत किंवा स्थान मेसापोटेमियाच्या त्या भागात नाही. याचा अर्थ हे लोक दुसरीकडून इथे आले असावेत आणि ते जिथून आले त्या ठिकाणाचं नाव 'सुमेरू' असावं. याबाबतीत उदाहरण द्यायचं तर सारस्वत ब्राह्मणांचं देता येईल. जेव्हा हे ब्राह्मण सरस्वतीच्या काठची वसती गुंडाळून पूर्वेकडे व दक्षिणेकडे आले तेव्हा त्यांना 'सरस्वती नदीच्या काठचे' म्हणून 'सारस्वत' असं म्हटलं जाऊ लागलं. त्याचप्रमाणे चित्पावन कोकणातून देशावर आले किंवा कऱ्हाडे कोकणात गेले तेव्हा अनुक्रमे त्यांना 'कोकणस्थ' व 'कऱ्हाडे' म्हटलं जाऊ लागलं. याचप्रकारे काही

कारणाने 'सुमेरू' प्रदेश सोडून आलेल्या या प्रगत लोकांना 'सुमेरूहून आलेले' या अर्थाने 'सुमेर' किंवा 'सुमेरियन' म्हणायला सुरुवात झाली असावी.

४. सुमेरू हा प्रदेश अन्य ठिकाणी होता असं मानल्यावर प्रश्न निर्माण होतो तो हा, की अशी कुठली भीषण आपत्ती ओढवली होती म्हणून हे प्रगत लोक आपलं मूळ स्थान सोडून सध्याच्या जागी आले? शक्यता अशी आहे की इ.स.पूर्व८०००च्या दरम्यान उत्तरध्रुवापाशी जो हिमप्रलय झाला त्यामुळे हे लोक स्थलांतर करून इथे आले असावेत. याबाबतीत दोन शक्यता संभवतात. एक शक्यता म्हणजे सुमेरू हा उत्तर-ध्रुवावरील एक पर्वत असावा. आणि दुसरी शक्यता म्हणजे तो पर्वत नसेल तर पृथ्वीच्या वरच्या बाजूच्या टोकाला मधोमध असल्यामुळे त्याला 'सुमेरू' हे नाव दिलं गेलं असावं.

५. वरील तर्काला वराहमिहिर याचं अनुमोदन मिळतं. त्याच्या म्हणण्यानुसार 'मेरू पर्वत उत्तर ध्रुवावरच होता.' लोकमान्य टिळकांच्या ध्रुवसिद्धान्तानुसारही देवांचे अनुयायी असलेल्या आर्यांचं मूळ स्थान उत्तरध्रुव होतं व हिमप्रलयामुळे स्थलांतर करून ते आशिया खंडात आले होते. आज उत्तरध्रुवावर एकही पर्वत आढळत नाही. पण टिळकांच्याच प्रतिपादनानुसार प्रलयप्रसंगी पृथ्वीवर नैसर्गिक उत्पात झाले होते. जिथे जमीन होती तो भाग पाण्याने किंवा बर्फाने भरून गेला होता. हिमालयासारखे पर्वत नव्याने निर्माण झाले; तर आल्प्ससारख्या पर्वतांची उंची वाढली. या उलट काही पर्वत नष्ट होऊन तिथे जमीन तयार झाली. सुमेरू हा पर्वत असला तर तोही असाच भुईसपाट

सुमेर नगरीचे काल्पनिक चित्र

झाला असावा अशी शक्यता अधिक आहे.

६. पुरातन काळी सुमेरचे भारताशी घनिष्ट संबंध होते असं दिसून येतं. सुमेरमध्ये सापडलेल्या मुद्रा, पिना, मणी, हाडे, सुरीचे पाते, पेट्या इत्यादी वस्तू भारतीय आहेत. डॉ. मॅक काऊन (Dr. Mac Cown) यांच्या मते हरप्पातील अनेक वस्तूंचा सुमेरियन वस्तूंवर प्रभाव दिसतो. यामुळे भारताचे सुमेरशी व्यापारी संबंध फार प्राचीन काळापासून असावेत असं दिसतं. इराणी लोकांना लिपीचं ज्ञान सुमेरमध्येच प्राप्त झालं व सुमेरला हे ज्ञान भारतातून प्राप्त झालं असावं. कारण भारतीय चित्रलिपी असलेल्या मुद्रा सुमेरमध्ये गेल्या याचाच अर्थ सुमेरमधील लोकांना ही चित्रलिपी समजत असावी असा होतो. (माझ्या मते हे उलटही असू शकतं. सुमेरकडून चित्रलिपी शिकून घेऊन भारतीयांनी ती मुद्रांवर कोरली असू शकते!)

७. सुमेरियनांचे प्राचीन देव आणि सिंधुसंस्कृतीतील देव यांच्यात साम्य असून दोन्ही देवांच्या डोक्यावर शिंगे आहेत. वृषभाची पूजाही उभय ठिकाणी होती. सिंधु-संस्कृतीतील व सुमेरियनांच्या वेशभूषेतसुद्धा कमालीचं साम्य आहे. शव पुरण्याची सुमेरियन व सिंधुसंस्कृतीतील पद्धत 'डोकं उत्तरेकडे व पाय दक्षिणेकडे' अशी एकच आहे. एवढंच नव्हे; तर हरप्पा आर-३७ या स्मशानभूमीच्या उत्खननात चक्क एका सुमेरियन स्त्रीचं शव मिळालं असल्याचं संशोधकांनी सिद्ध केलं आहे.

८. वेदांमध्ये सुमेरचा उल्लेख 'देवांचं वसतीस्थान' म्हणून अनेकदा आलेला आहे. त्याचा उहापोह पुढे योग्य ठिकाणी केला आहे.

९. सुमेरियन संस्कृती अत्यंत प्रगत होती. मात्र आखाडियन आणि असुरियन संस्कृतीच्या आक्रमणापुढे कालांतराने ती क्षीण होत गेली आणि नष्ट झाली.

७. तात्पर्य

अलीकडेच झालेल्या संशोधनावरून ग्रीक हे 'अर्धवट आर्य आणि अर्धवट नॉर्डिक' होते ही बाब स्पष्ट होत आहे. ग्रीकच नव्हे; तर फ्रेंच, रोमन, इंग्रज आदी बहुतेक युरोपियन हे 'नॉर्डिक वंशीय' असून घारे किंवा निळे डोळे, पांढरा वर्ण, सोनेरी केस, उंच बांधा ही त्यांची शारीरिक वैशिष्ट्ये मानली जातात. हे लोक आर्यांपासून निराळे व कॉकेशियन वंशाला जवळचे आहेत. जनुक संशोधनाने ही बाब सिद्ध झाली असून केवळ फिनलंडमधील लोक युरोपियन लोकांपेक्षा वेगळे असल्याचं निष्पन्न झालं आहे.[२९]

सारांश; इराणी व आर्मेनियन हे पूर्णांशाने तर ग्रीक हे अंशत: आर्य होते. पुढे हे सगळे अनार्य बनले. जर्मन कधीच आर्य नव्हते. ते आर्यांचे शत्रू असलेले दस्यु असावेत. फ्रेंच, रोमन प्रभृती अन्य युरोपियनसुद्धा आर्य असण्याचा प्रश्न उद्‌भवत नाही. कारण आर्यांच्या संस्कृतीशी त्यांचा कुठलाच संबंध नव्हता. आर्य म्हणून जे ओळखले जात ते केवळ भारतातच उरले होते.

वरील विवेचन बरोबर असेल तर आजपर्यंत लिहिला गेलेला भारताचा इतिहास चुकीचा ठरवावा लागेल किंवा काही बाबींवर अधिक प्रकाश पाडावा लागेल. नेमक्या शब्दात सांगायचं तर भारताच्या इतिहासाचं पुनर्लेखन करावं लागेल. प्रस्तुत पुस्तकाचा उद्देश अशा प्रकारचं पुनर्लेखन करण्याचाच आहे.

भारताचा इतिहास कसा लिहिला जावा?

भारत आणि युरोपीय देश यांच्या इतिहासात मूलभूत फरक असल्याचं ज्येष्ठ संशोधक श्रीराम साठे यांनी दाखवून दिलं आहे. भारतासारख्या अतिप्राचीन देशाचा इतिहास लिहायचा तर तो युरोपातल्या इंग्लंड, जर्मनी, फ्रान्स वगैरे देशांसारखा लिहून चालणार नाही. युरोपातून ग्रीक आणि रोमन संस्कृतीचा अंत होऊन शेकडो वर्षं लोटली. त्यानंतर युरोपियनांच्या ख्रिश्चनीकरणाचा नि लढायांचा काळ ज्याला 'काळे युग' (Dark Age) अशी संज्ञा आहे ते संपायला आणखी शेकडो वर्षं जावी लागली. त्यानंतर जे युरोपीय देश निश्चित झाले त्यांना जेमतेम हजार वर्षांचा राजकीय इतिहास आहे. या इतिहासाची राजकीय संगती किंवा कालक्रम (Chronology) लावता येत असल्यामुळे इंग्रजांनी भारतीय इतिहासाच्या बाबतीतही तोच आग्रह धरला. परंतु; ज्याला हजारो वर्षांचा राजकीयच नव्हे; तर सांस्कृतिक इतिहास सुद्धा आहे अशा भारतासारख्या देशाला ही युरोपियन पद्धत लागू करता येणार नाही. कारण प्राचीन काळी भारतात कित्येक राज्यं नांदत आली असली तरी सांस्कृतिक दृष्ट्या ती ऋषिमुनींनी आखून दिलेल्या वाटेनेच चालत होती. भारतीयांची संस्कृत भाषा तर जगातली सर्वात प्राचीन भाषा म्हणून मान्य झालेली आहे. ही भाषा अर्थातच वेदांच्या निर्मितीच्या आधीपासूनची असून वेदांचा निर्मितीकाल आता अधिकृतरीत्या इ.स.पूर्व ४००० पर्यंत मागे गेला आहे.

पाच हजार वर्षांपूर्वीच्या तामिळ संगमसाहित्यात वेदांचा उल्लेख वारंवार आलेला दिसून येतो. यावरून वेदकाळ अजूनही मागे जाऊ शकेल हे उघड आहे. प्रसिद्ध चिनी प्रवासी हुएन त्संग याने म्हटल्याप्रमाणे भारताचा उल्लेख चीनमध्ये पूर्वापार 'शिन तू' किंवा 'हिएन तू' असा केला जात असे. या शब्दांचा अर्थ 'चंद्राप्रमाणे प्रकाशमान' असा होतो. भारतीय ऋषिमुनी आणि पुराणपुरुष यांच्यामुळे भारतदेश संपूर्ण जगाला मार्गदर्शक ठरला असल्याची चीनमधील लोकांची भावना होती असं हुएन त्संग म्हणतो.

इ.स.पूर्व ४थ्या शतकात अलेक्झांडर जेव्हा भारतात आला तेव्हा भारतात अनेक राजांची वेगवेगळी राज्यं असली तरी सांस्कृतिक वातावरण सर्वत्र एकच असल्याचा प्रत्यय त्याला आला होता. अग्नेय आशियातल्या अनेक देशांपासून तिबेटपर्यंतच्या भाषा आणि संस्कृतीवर संस्कृत भाषा आणि वेदांचा प्रभाव आजही जाणवतो. यावरून आशिया खंडातला एक प्रचंड मोठा भूभाग संस्कृत भाषेने आणि वैदिक संस्कृतीने हजारो वर्षं कसा जोडलेला होता हे लक्षात येईल. याची तुलना युरोपीय देशांच्या तुटपुंज्या आणि निव्वळ राजकीय इतिहासाशी करता येणार नाही.

साठे यांच्या म्हणण्यानुसार प्राचीन भारतीय इतिहासकारांच्या दृष्टीने 'राजकीय कालक्रम' ही दुय्यम गोष्ट असून मानवी जीवनाला स्पर्श करणारे सांस्कृतिक आणि अन्य घटक अधिक महत्त्वाचे होते. म्हणूनच व्यासांनी संकलित केलेलं महाभारत जगातील सर्व प्रश्नांची दखल घेताना दिसतं. प्रगती आणि अधोगती या कालचक्रात मानवी जीवनाची स्थित्यंतरं होत असतात अशी भारतीयांची श्रद्धा आहे. म्हणूनच काळाची 'महायुगा'त विभागणी करून पुन्हा महायुगाची कृत, त्रेता, द्वापार आणि कली अशा चार युगांमध्ये त्यांनी विभागणी केली. जगातल्या संस्कृतीचे अभ्यासक टॉयनबी यांनीही प्रगती-अधोगतीच्या या कालचक्राला (Cyclical Progress of Civilization) मान्यता दर्शवली आहे. भारतीय इतिहासकार मुख्यत: वैश्विक दृष्टिकोनातून इतिहासाचा विचार करताना दिसतात. म्हणूनच विश्वाची उत्पत्ती कशी झाली इथपासून ते मानव हा वैश्विक ऊर्जेचाच एक भाग कसा आहे हेही ते दाखवून देतात. कुठल्याही अन्य देशाच्या इतिहासात मानवी जीवनाचा घेतलेला असा व्यापक, विशाल, सर्वसमावेशक आवाका आढळणार नाही. हे सर्व लक्षात घेऊनच भारताचा इतिहास लिहायला हवा.

'भारत जगाचा मार्गदर्शक!' - हुएन त्संग

ऐतिहासिक लेखनातील अडचणी

जसजसे नवे पुरावे मिळत जातात तसतसा

इतिहास बदलत जात असतो. पूर्वी धरलेली गृहितं खोटी निघाली की निष्कर्षही चुकीचे ठरतात. अनेकदा एकाच विषयावर अनेकांची अनेक मते असतात आणि ती बिनतोड युक्तिवादावर आधारलेली असतात. अशावेळी पुढील काळातल्या अभ्यासकांच्या समोर अडचणी उभ्या राहतात.

महाभारताचा युद्धकाल आणि युधिष्ठिर संवत यांचंच उदाहरण घेऊ. या दोन्ही गोष्टींविषयी विद्वानांची वेगवेगळी मतं ऐकायला मिळतात आणि गोंधळ वाढतो. कालनिश्चिती करताना प्रातिनिधिक मतं मी विचारात घेतली आहेत व त्याचा ऊहापोहही केला आहे. पण तरीही नवनवीन ग्रंथ वाचनात येत असतात त्याबरोबर नवनवे मत-प्रवाहही पहायला मिळतात.

मध्यंतरी पं. देवकीनंदन खेडवाल नामक ज्योतिर्विदाने लिहिलेला एक ग्रंथ वाचनात आला. या ज्योतिर्विदाच्या मते महाभारत युद्धाची सुरुवात मार्गशीर्ष शुक्ल त्रयोदशीला सकाळी भरणी नक्षत्र असताना झाली. पुढे युधिष्ठिर संवत सुरू करताना तो या दिवसापासूनच सुरू करण्यात आला, असं त्यांचं प्रतिपादन आहे. कारण चतुर्दशी निषिद्ध असून पौर्णिमेला यज्ञादी कर्मं करायची असतात म्हणून त्रयोदशीला संवताची सुरुवात करण्याचा प्रघात होता. कृष्ण गीतेत म्हणतो, 'महिन्यांमध्ये मी मार्गशीर्ष महिना आहे!' यावरून स्पष्ट होतं की वर्षाचा आरंभ तेव्हा मार्गशीर्ष महिन्यात करण्याची पद्धत होती, असं खेडवाल म्हणतात.

खेडवाल यांच्या मते कलियुगाची सुरुवातसुद्धा युधिष्ठिर संवताच्या ३६व्या वर्षी झाली. भगवान श्रीकृष्ण भारतीय युद्धानंतर ३६व्या वर्षी मृत्यू पावले आणि त्याच दिवशी कलियुगाची सुरुवात झाली असं श्रीमद् भागवताच्या (१-१७) आधारावर ते म्हणतात. मात्र काश्मीरचा इतिहासकार कल्हण याने महाभारताची केलेली कालगणना त्यांनी चुकीची ठरवली आहे. वराहमिहिराच्या बृहत्संहितेत खालील श्लोक दिला आहे:-

'आसन् मघासुमुनया शासति पृथ्वी युधिष्ठिरे नृपतौ।
षट् द्विक पंच द्वियुत: शककाल स्तस्य राज्ञश्च।।'

म्हणजे 'जेव्हा युधिष्ठिर पृथ्वीवर राज्य करत होता तेव्हा सप्तर्षी मघा नक्षत्रात आले होते आणि अशा त्या युधिष्ठिराचा हा २५२६ वा शककाल आहे.' पण कल्हणाने या श्लोकाचा अर्थ चुकीचा लावून कलियुगाच्या ६५३व्या वर्षी कौरव पांडव विद्यमान होते असा निष्कर्ष काढला असं खेडवाल यांचं म्हणणं. (कल्हणाने चुकीचा अर्थ लावला असं माझंही मत आहे.)

चंद्रगुप्त मौर्य हा महाभारतानंतर १६४६ वर्षांनी झाला असंही सदर ज्योतिर्विदाचं म्हणणं आहे. त्यासाठी पुराणातल्या ज्या वंशावळींचा आधार त्यांनी घेतलाय, त्यात

काश्यप कुळातल्या काण्व राजांची कारकीर्द वगळली गेली आहे. त्यामुळे त्यांच्या कालगणनेत १३२ वर्षांचा फरक पडतो हे त्यांच्या लक्षात आलेलं नाही.

अशाच तऱ्हेचं आणखी एक उदाहरण देता येईल. कृष्णाचा सासरा आणि रुक्मिणीचा पिता भीष्मक याची राजधानी महाराष्ट्रातल्या विदर्भात आहे असं आपण मानतो. पण आसामच्या इतिहासात वेगळंच लिहिलं आहे. आसामला पूर्वी 'कामरूप' म्हणत. त्याहीपूर्वी महाभारताच्या काळात त्याला 'प्राग्ज्योतिषपूर' असं नाव होतं. आजची अरुणाचल, मेघालय, मणिपूर, नागालॅन्ड वगैरे सात राज्यं (Seven sisters) ही आसामचाच भाग होती. यातील अरुणाचलमधील 'सदिया' आणि आसपासचा प्रदेश म्हणजे भीष्मकाचं विदर्भ राज्य असं काही इतिहासकारांचं म्हणणं आहे. सदियापासून ४० कि.मि. अंतरावरील कुंडिल नदीच्या किनारी विखरून पडलेले अवशेष हे भीष्मकाच्या कुंडिल नगरीचे असल्याचं सप्रमाण सिद्ध झालं आहे. एवढंच नव्हे; तर लोहित जिल्ह्यातील 'दिवांग' पर्वतावरील घनदाट जंगलात इंग्रज कर्नल एस. एफ. हेनॉय याने १८४४ मध्ये भीष्मकाचा किल्लाही शोधून काढला होता. भीष्मकनगर तेजपूरपासून ८० कि.मि. दूर आहे. १९६७ साली केलेल्या उत्खननात त्याच्या राजवाड्याचे अवशेषही मिळाले आहेत. या परिसरातील 'चुटिया' राजवंशाचे लोक स्वत:ला भीष्मकाचे वंशज म्हणवतात. भीष्मकाचा मुलगा रुक्मी याला लढाईत पराभूत केल्यावर कृष्णाने त्याला ठार मारलं नाही; पण त्याचे केस कापवून त्याची विटंबना केली होती. त्यामुळे हे वंशजही मागले केस काढतात नि पुढल्या केसांचा बुचडा बांधून त्यात लाकडाची काटकी खोचून ठेवतात.

आसामच्या इतिहासाप्रमाणे कृष्णाचा आसामशी जवळून नि वारंवार संबंध आला

रुक्मिणीपिता भीष्मकाचा किल्ला?
(तेजपूर, आसाम)

होता असं दिसतं. कारण नरकासुर, बाणासुर वगैरे असुरसुद्धा आसाममधलेच. नरकासुराच्या त्रासाने प्रजा त्रस्त झाली तेव्हा कृष्णानेच त्याला ठार मारून त्याचा मुलगा भगदत्त याला गादीवर बसवलं. हा भगदत्त पुढे भारतीय युद्धात कौरवांकडून लढताना मारला गेला त्या प्रसंगाचं प्रत्ययकारी वर्णन महाभारतात आहे.

कृष्णाचा नातू अनिरुद्ध याचा गांधर्व विवाह शोणितपूरच्या बाणासुराच्या उषा या मुलीशी झाला होता. पण बाणासुराला ते मान्य नसल्यामुळे त्याने अनिरुद्धाला पकडून बंदिवान करून ठेवलं. तेव्हा कृष्णाने बाणासुराला पराभूत करून त्याला सोडवलं अशी कथा वाचायला मिळते. तेजपूरमध्ये बाणासुराने बांधलेलं मंदिर वगैरे प्राचीन वास्तूही दाखवल्या जातात.[३०]

अशा तऱ्हेने एकाच राजपुरुषावर किंवा ऐतिहासिक स्थळावर जेव्हा एकापेक्षा अधिक राज्यं (आणि संशोधक) अधिकार दाखवतात तेव्हा कुणाचा दावा खरा नि कुणाचा खोटा हे ठरवताना अभ्यासकाची दमछाक होऊन जाते.

पुरातत्त्वीय पुराव्यांच्या मर्यादा

उत्खननात सापडलेल्या वस्तूचा काळ ठरवण्याची दोन पुरातत्त्वीय साधने सध्या प्रचलित आहेत. सजीव गोष्टींच्या (उदा. मानवाची किंवा प्राण्याची कवटी, हाडे, वनस्पती, लाकूड इ.) बाबतीतला काळ हा 'कार्बन १४' पद्धतीने ठरवतात; तर मातीची भांडी, नाणी, लोखंडाच्या वस्तू अशा निर्जीव वस्तूंच्या बाबतीत वरून कितव्या मातीच्या थरात ती वस्तू सापडली यावरून ती कुठल्या काळातली ते ठरवतात. मात्र या शोधपद्धतींनाही काही मर्यादा आहेत.

प्राण्यांची हाडं, कवट्या, वनस्पती अशा सजीव गोष्टींचं वय किंवा काल ठरवण्यासाठी 'कार्बन १४' ही पद्धत १९४० सालापासून वापरली जाते. कार्बन १४ हे 'रेडिओ कार्बन' (Radio Carbon) या संज्ञेला उद्देशून वापरलं जाणारं लघुरूप आहे.

या पद्धतीविषयी स्थूलमानाने आणि थोडक्यात सांगायचं तर वातावरणातल्या नायट्रोजनशी सूर्यकिरणांचा (Cosmic rays) संयोग घडून कार्बन १४ तयार होतो. पुढे या कार्बन १४चा हवेतील ऑक्सिजनशी संयोग घडून कार्बन डायऑक्साईड बनत असतो. हरितद्रव्याच्या सहाय्याने प्रकाशातील ऊर्जा व हा कार्बन वनस्पतींमध्ये शिरतो आणि वनस्पती भक्षण केल्यावर ती भक्षण करणाऱ्या प्राण्यामध्येही शिरतो. जोपर्यंत वनस्पती किंवा प्राणी जिवंत असतो, तोपर्यंत कार्बन १४चा साठा वाढत रहातो. ज्या क्षणी वनस्पती किंवा प्राणी मरतो त्या क्षणी कार्बन १४ तयार होण्याची प्रक्रिया थांबते.

मात्र साठलेला कार्बन १४ तसाच टिकतो. साठलेल्या या कार्बन १४च्या संख्येवरून वनस्पतीच्या किंवा प्राण्याच्या मृत्यूचा काळ काढता येतो आणि हा काळ ५०,००० वर्षांपर्यंतचा असू शकतो, असा कार्बन १४ डेटिंग पद्धतीच्या समर्थकांचा दावा आहे.

बायबल खोटं ठरण्याच्या भीतीने ख्रिश्चन संस्थांचा या डेटिंग पद्धतीला कडाडून विरोध आहे. पण तो बाजूला ठेवला तरी ही पद्धत पूर्णपणे निर्दोष आहे असं नाही. तिच्या कालमापनात ८० वर्षांचा फरक (Standard Daviation) गृहित धरण्यात येतो. पण काही वेळा तो त्याहीपेक्षा जास्त पडू शकतो. १९७० साली 'ब्रिटिश म्यूझियम रेडिओ कार्बन प्रयोगशाळे'ने एकाच नमुन्यावर दर आठवड्याला कार्बन १४चं मापन करून पाहिलं असता सहा महिन्यात तब्बल १००० वर्षांपर्यंत फरक पडलेला आढळला. काही शास्त्रज्ञांच्या मते कार्बन १४ हा जसाच्या तसा टिकत नसून उत्तरोत्तर कमी होत जातो. आणि ५७३० वर्षांनी तो केवळ निम्माच शिल्लक राहतो. उदाहरणार्थ, एखाद्या हाडात एक पाऊंड कार्बन १४ असेल तर ५,७३० वर्षांनी तो अर्धाच पाऊंड मिळू शकेल आणि त्यामुळे कालमापन चुकू शकेल असं त्यांचं म्हणणं आहे. त्याचप्रमाणे एखाद्या नुकत्याच मरण पावलेल्या प्राण्याच्या खाण्यात हजार वर्षांपूर्वी मृत झालेली वनस्पती किंवा प्राणी आलेला असेल तर नुकत्याच मरण पावलेल्या प्राण्याच्या हाडांचं डेटिंग चुकू शकतं. उदाहरणार्थ, २०१४ साली मेलेल्या प्राण्याचं कार्बन डेटिंग तो प्राणी १०१४ सालात मेल्याचं दाखवू शकेल.

उत्खननातून काढलेल्या निष्कर्षातही अशा चुका होण्याची शक्यता असते. डॉ. म. श्री. माटे हे पुण्याच्या डेक्कन कॉलेजमधील ज्येष्ठ माजी संशोधक व अध्यापक. त्यांच्या म्हणण्यानुसार पाटलीपुत्र किंवा कौशंबी येथे उत्खनात गंगेच्या पुरापासून रक्षण व्हावं म्हणून घातलेली तटबंदी सापडली. नाणी, भांडी व अन्य वस्तूही सापडल्या. मात्र इ.स.पूर्व ९००च्या आधीचं पाटलीपुत्रात काहीच सापडत नाही. मग जरासंधाच्या वंशाने किंवा अन्य राजांनी त्या पूर्वी राज्य केलं असेल तर ते कुठल्या पाटलीपुत्रात केलं असा प्रश्न निर्माण होतो.

यावर झालेली आमची चर्चा अशी:-

मी: आजचं (बिहारमधील) पाटणा शहर हेच पूर्वीचं पाटलीपुत्र होतं ना?

डॉ. माटे: होय.

मी: मग या शहारात तुम्ही नेमकं कुठे उत्खनन केलंत?

डॉ. माटे: जिथे मोकळी जागा सापडली तिथे केलं. पण अशी जागा फारच थोडी शिल्लक होती!

मी: पण मग (पाटण्यात) आज जिथे दाट वसती असलेल्या टेकड्या नि उंचवटे आहेत, तिथे उत्खनन केलं तर इ.स. पूर्व ९००च्या आधीचे पुरातत्त्वीय पुरावे सापडू

शकतील का?

डॉ. माटे: होय. सापडू शकतील.

मी: तुमच्या पुरातत्त्वीय शास्त्राप्रमाणे एखाद्या ठिकाणी तुम्ही किती फुटापर्यंत उत्खनन करता?

डॉ. माटे: आम्ही ५ फुटापर्यंत उत्खनन करतो. जास्तीत जास्त म्हणजे ७ फुटापर्यंत खोल जातो. तिथपर्यंत काही सापडलं नाही तर काम थांबवतो.

मी: पण समजा काम न थांबवता अधिक खोल खणत गेलं तर पुरातत्त्वीय पुरावे सापडू शकतील?

डॉ. माटे: सापडूही शकतील. 'सापडणार नाहीतच' असं सांगता येत नाही.

या चर्चेवरून आणि कार्बन १४ पद्धतीच्या वर दिलेल्या विवेचनावरून हे स्पष्ट होतं की पुरातत्त्वीय पुरावे एका मर्यादेपर्यंतच मान्य करता येतात. एखाद्या सिद्धान्ताला ते अनुमोदन देऊ शकतात किंवा तो चूक ठरवू शकतात पण त्या सिद्धान्ताप्रमाणे परिस्थिती नव्हतीच असं ते सिद्ध करू शकत नाहीत. ही बाब लक्षात घेऊनच इतिहासाचं लेखन आणि वाचन करायला हवं.

इतिहासाची संगती

आपली पुराणे हे एक महत्त्वाचं वाङ्मय आहे. इतिहास, भूगोल, अध्यात्म आणि इतर अनेक विषयांचं ज्ञान त्यात ठासून भरलेलं आहे. मात्र ही पुराणेसुद्धा चिकित्सक नजरेनेच तपासावी लागतात. भाकडकथा बाजूला करून इतिहास शोधावा लागतो. त्यात पुन्हा अनेक आवृत्त्या आणि पाठभेद यांची अडचण आहेच. शतकानु शतकं त्यात भर टाकली गेली असल्यामुळे काही भाग प्रक्षिप्तही असू शकतो. याबाबतीत भविष्य पुराणाचंच उदाहरण देता येईल. या पुराणातल्या पहिल्या खंडात मौर्य घराण्यातील राजांविषयी माहिती दिली आहे. त्यातच पुढे चंद्रगुप्त मौर्याने सेल्युकस निकेटरच्या मुलीशी विवाह केल्याचा उल्लेखही आढळतो. हा चक्क इंग्रज इतिहासकारांनी प्रस्थापित केलेल्या गैरसमजाचा नंतर केलेला प्रक्षेप आहे. कारण अन्य कुठल्याही पुराणात तसा उल्लेख नाही आणि मौर्य घराण्याच्या काळाशी सेल्युकसचा काळ जुळतही नाही. तेव्हा चिकित्सा करूनच असल्या उल्लेखांची प्रत ठरवावी लागते आणि इतिहासाची संगती लावावी लागते.

या पुस्तकाचा गोषवारा साररूपाने सांगायचा झाला तर खालील सिद्धान्त यामधे मांडलेले आढळतील:-

अ. भारताच्या १०,००० वर्षांच्या राजकीय इतिहासाचा आराखडा
ब. आर्यांच्या स्थलांतराचा मार्ग
क. इंद्र, वृत्र, सुर्य देश आणि असुर्य देश यांच्याबाबतीत अधिक प्रकाश
ड. आर्यांच्या भारतातील प्रवेशाची कालनिश्चिती.
इ. बुद्ध, मौर्य, गुप्त, हर्ष वगैरेंचा वास्तविक काळ

या सिद्धान्तांना पूरक अशी खालील माहिती वाचकांना उद्बोधक वाटू शकेल.

- जगातलं पहिलं लोकसत्ताक.
- महाभारतपूर्व राजांच्या सलग शंभर पिढ्या व काही राजांची माहिती.
- महाभारतोत्तर राजांच्या पिढ्या व कालानुक्रम.

माझ्या समजुतीनुसार अशाप्रकारचं ऐतिहासिक लेखन करतान काही पथ्यं पाळावी लागतात. ही पथ्य अशी:-

१. प्रादेशिक, जातीय, धार्मिक, वांशिक, सांस्कृतिक वगैरे अभिनिवेश बाजूला ठेवणे.
२. पूर्वग्रहांना स्थान न देणे.
३. आपल्या विधानांना योग्य ते संदर्भ वा आधार देणे.
४. एखादी गोष्ट माहीत नसेल तर 'माहीत नाही' म्हणून नमूद करायला न लाजणे.

हे लेखन करताना वरील पथ्यं पाळायचा मी मनापासून प्रयत्न केलेला आहे. आर्यांचं मूळ स्थान भारत हेच असतं तर 'एक भारतीय' म्हणून मला ते आवडलं असतं. कृष्णपत्नी रुक्मिणीचं माहेर असलेला विदर्भ हा महाराष्ट्रात दाखवायलाही 'एक महाराष्ट्रीयन' म्हणून मला बरं वाटलं असतं. पराक्रमी ग्रीक किंवा रोमन आणि प्रतिभाशाली, बुद्धिमान जर्मन यांना 'आर्य' म्हणायला मला मुळीच वाईट वाटलं नसतं. पण हे मोह मी आवरले आहेत. कारण मी इतिहासाची संगती लावायला बसलोय आणि खराखुरा इतिहास मांडणं हे माझं कर्तव्य आहे अशी माझी धारणा आहे. वाचकांना आणि अभ्यासकांना हे मान्य होईल अशी आशा करतो.

■

संदर्भ टीपा

१. "It is, I believe, no exaggeration to say that all the historical information which has been collected from all the books written in the Sanskrit language is less valuable than what may be found in the most paltry abridgments used at preparatory schools in England." Lord Macaulay, Minute by the Hon'ble T.B. Macaulay dated 2nd February 1835 on Education for Governor General William Bentinck, Para 11. (Bureau of Education. Selections from Educational Records, Part I (1781-1839). Edited by H. Sharp. Calcutta: Superintendent, Government Printing, 1920. Reprint. Delhi: National Archives of India, 1965, 107-117).

२. 'Asoka' by Vincent Smith

३. बाणरचित 'हर्षचरित', हिंदी अनुवाद: वासुदेवशरण अगरवाल

४. 'Fragments of Indika' by Megasthenes; Translated by J.W.McCrindle, 1877.

५. a) David Pipes - 'Herodotus : Father of History, Father of L]ies' 2009.

b) A.R.Burn - 'Herodotus: The Histories' Penguin Classics, 1972, Page 10.

c) वि. का. राजवाडे यांनीही 'मंद' (Manda) नामक जमातीचा इतिहास हेरोडोटस याने 'मेद' (Medes) यांचा इतिहास म्हणून दिला असल्याचं नमूद केलं आहे. 'राजवाडे लेखसंग्रह' प्रकरण ६, साहित्य अकादमी, आवृत्ती २००६.

६. 'The history of the Decline & Fall of the Roman Empire', Volume I by Edward Gibbon, footnotes & references.

७. Minute by the Hon'ble T.B. Macaulay dated 2nd February 1835 on Education for Governor General William Bentinck, Para 35. (Bureau of Eduation. Selection from Educational Records, Part I (1781-1839). Edited by H. Sharp. Calcutta: Superintendent, Government Printing, 1920. Reprint. Delhi: National Archives of India, 1965, 107-117.)

८. Anno Domeni (A.D.), Encyclopedia Britanika.

९. Sir William Jones, 1784 from Asiatic Researches Vol. 1. Published 1979, pages 234-235. (First published 1788)

१०. Page 214 of the "English Education, 1798-1902" by John William Adamson, printed by Cambridge University Press in 1930.

११. "The Life and Letters of Friedrich Max Muller." First pulished in 1902 (London and N.Y.). reprint in 1976 (USA).

१२. 'जिज्ञासापुरुष हुएन त्संग', डॉ. आ. ह. साळुंखे.

१३. प्रस्तावना, 'महाभारत कालगणनेतील षड्यंत्र,' लेखक: प्रा. हरगोविंद होले.

१४. 'The myth of Aryan Invasion of India' by David Frawly and 'Aryan Invasion : The myth & the truth' by Dr. Navratna Rajaram

१५. 'The Unknown life of Jejus Christ' by Nicolas Notovitch : See Online http://sacred-texts.com/chr/uljc/index.htm

१६. Page 4, 'The Aryan Problem', Article by Shriram Sathe, 1993.

१७. श्रीराम साठे, वरीलप्रमाणे.

१८. 'The Aryan Problem', 1993, Articles by Dr. Varadpande, Shriram Sathe, Dr. Devendra Swaroop, Dr. Mahalingam, Dr. S.P. Annamali, K.V. Ramkrushnarao, Rangrajan, Dr. R. Nagswami & Dr. L.S.Wakankar.

१९. 'The Rigveda', translated by R.T.H. griffith, at http://www.sacred-texts.com

२०. http://www.foreignaffairs.come/articles/69536/s-k-padover/who-are-the-germans

२१. http://www.openculture.com/2014/04/j-r-r-tolkien-snubs-a-german-publisher.html

२२. 'A Brief History of Germany' by Jason P. Coy, 2011, Publisher : Facts on File Inc., Newyork.

२३. पृष्ठ: ३१३, 'ऐतिहासिक प्रस्तावना खंड ६', वि. का. राजवाडे.

२४. 'Atlantis, the Antediluvian World' by Ignatius Donnelly, 1882.

२५. Page 295, Vol. II, 'Ancient History of the East', Lenormant

& Chevalliar.

२६. Playboy magazine, Page 64, Volume 21 Number 8, 1974.

२७. 'A study of History' by Arnoid Toynbee, Thames and Hudson, One-volume edition 1972.

२८. Department of Ancient Near Eastern Art. 'The Ubaid Period (5500-4000 B.C.)'. In Heilbrunn Timeline of Art History. New York: The Metropolitan Museum of Art, 2000 -. http://www.metmuseum.org/toah/hd/ubai/hd_ubai.htm (October 2003)

२९. 'The Genetic map of Europe' by Dr. Kayser, Dr. Oscar Lao & others, an Article in Online 'Current Biology' of 7th August 2008.

३०. 'ब्रह्मपुत्र के किनारे', सांवरमल सांगानेरिया. मराठी अनु. विजय शिंदे

२. आर्य कोठून आले?

बहुतेक भारतीय स्वत:ला 'आर्य' समजतात. पण वस्तुस्थिती तशी नाही. आर्यांचा स्थानिक अनार्यांशी संबंध येऊन त्यातून आजची भारतीय प्रजा निर्माण झाली. या प्रजेची संस्कृती संमिश्र असली तरी हजारो वर्षांच्या राजकीय वर्चस्वामुळे आर्यांच्या संस्कृतीचा तिच्यावर मोठा प्रभाव आहे. त्यादृष्टीनं प्रत्येक भारतीय हा 'आर्य'च समजला गेला पाहिजे. म्हणूनच आर्य कुठून आले, त्यांचं मूळ स्थान काय, त्या मूळ स्थानाचं स्वरूप कसं होतं, त्यांच्याबरोबर आणखी कोण कोण होते हे सगळं जाणून घेण्याचा प्रत्येक भारतीयाला हक्क आहे.

'आर्य' या शब्दाचा नेमका अर्थ 'सभ्य,' 'सज्जन,' किंवा 'सद्गृहस्थ' असा होतो. हे लोक समोरच्या पुरुषाला उद्देशून 'हे आर्या' तर स्त्रीला उद्देशून 'हे आर्ये' असं म्हणत असत. त्यावरून अन्य मानवसमूहांनी त्यांना आर्य म्हणायला सुरुवात केली असावी. इतिहासाच्या अभ्यासकांनी आर्य हा एक 'वंश' होता की ती केवळ एक 'भाषा' होती यावर बराच ऊहापोह केलेला आहे. मात्र भारतीय आर्यांच्या बाबतीत तो वंश किंवा ती भाषा नसून ती एक 'संस्कृती' आहे असंच मानलं पाहिजे.

आर्यांची वैशिष्ट्ये

के. के. शास्त्री यांच्या मताप्रमाणे ऋग्वेदातील 'कृण्वन्तो विश्वम आर्यम' (९-६३-५) या ऋचेवरून आर्य ही एक संस्कृती असल्याचं सिद्ध होतं.[१]

मूळ ऋचा अशी :-

'इन्द्रं वर्धन्तो असुर: कृण्वन्तो विश्वमार्यम ।
अपघ्नन्तो अराव्ण: ॥'

अर्थ: (हे सोमा) तू इंद्राचे सामर्थ्य वाढवून हे सर्व विश्वच सुसंस्कृत (आर्य) बनण्यासाठी मदत कर.

ऋग्वेदात 'आर्य हा शब्द दहाही मंडलांमध्ये आला आहे. सर्व मंडलात मिळून तो ३६ वेळा आला आहे. (उदा. १-५१-८, १-५९-२, २-११-१८, २-११-१९, ३-३४-९, ४-२६-२, ४-३०-१८, ५-३४-६, ६-१८-३, ६-२२-१०, ७-५-६, ७-१८-७, ८-२४-२७, ८-५१-९, ९-६३-५, ९-६३-१४, १०-११-४, १०-३८-३ इत्यादी.)

१-५१-८ या ऋचेत कवी म्हणतो, 'हे इंद्रा, तू आर्य आणि दस्यू यांच्यातला फरक नीट ओळख आणि त्या धर्मभ्रष्टांना शिक्षा दे' तर ऋचा ४-२६-२ मध्ये इंद्र म्हणतो, 'ही पृथ्वी मी आर्यांवर सोपवली आहे.'

१०-११-४ या ऋचेत 'या आर्य जमातीने जेव्हा अग्नीचा वापर केला तेव्हा चमत्कार घडू लागले' असं म्हटलं आहे.

यजुर्वेदात 'आर्य' शब्द १५ वेळा आला आहे. (उदा. ४-३२-१, ५-११-१२, १८-१-२१, १९-३२-४, २०-११-९, २०-१२६-१९ वगैरे.)

महाभारतात 'आर्य' या शब्दाची व्याख्या खालीलप्रमाणे केली आहे:-

'वृत्तेन हि भवति आर्य:
न धनेन, न विद्यया ।' (उद्योगपर्व ९०-४३)

(अर्थ: एखादा माणूस धन देऊन किंवा विद्या मिळवून आर्य बनू शकत नाही. वृत्तीनेच तो आर्य असावा लागतो.)

'योगवासिष्ठा'तही आर्य म्हणजे काय ते सांगणारा खालील श्लोक दिला आहे—

'कर्तव्यन आचरं कामं अकर्तव्यं अनाकम
तिष्ठति प्राकृताचारी या स आर्य इति स्मृत:।' (निर्वाण खंड २६-५४)

भगवद्गीतेत 'जो कर्तव्यापासून च्युत होतो तो अनार्य' अशी व्याख्या केली आहे (२-२). याचाच दुसरा अर्थ 'जो कर्तव्य पाळतो तो आर्य' असा होतो.

अग्नी हा देव आर्यांना सर्वात महत्त्वाचा. मात्र ऋग्वेदातील सर्वात जास्त (१०२४ पैकी २५१) ऋचा इंद्राविषयीच्या आहेत. त्या खालोखाल १९३ ऋचा अग्नीविषयक, ११३ ऋचा सोमविषयक, ५३ ऋचा अश्विनीकुमारविषयक, ३३ ऋचा मरुत विषयक आणि २१ ऋचा उषेवर आहेत.

आर्यांचा सर्वात आवडता प्राणी घोडा. ऋग्वेदात त्याचा २१५ वेळा उल्लेख आला आहे. त्या खालोखाल गाय (१७६) व बैल (१७०) यांचा उल्लेख आला आहे.

आर्य बाहेरूनच आले

आर्य भारतातून बाहेर गेले की बाहेरून भारतात आले याविषयी संशोधकांत दोन तट पडले आहेत. ना. भ. पावगी, श्रीकांत तलेगिरी, डॉ. वराडपांडे, डॉ. फ्राउली, डॉ. नवरत्न राजाराम आदी संशोधकांच्या मते भारत हेच आर्यांचं मूळ स्थान होतं. तर वि. का. राजवाडे, बाळ गंगाधर टिळक, डॉ. पी. एल. भार्गव, डॉ. ह. रा. दिवेकर, श्रीराम साठे, डॉ. म. अ. मेहंदळे आदींच्या मते आर्य बाहेरून भारतात आले. या सर्व संशोधकांचं संशोधन लक्षात घेता भारत हे आर्यांचं मूळ स्थान होतं असं वाटत नाही.

प्रसिद्ध पुराणेतिहास संशोधक डॉ. म. अ. मेहंदळे यांच्या मताप्रमाणे आर्य बाहेरूनच आले.[२] याची कारणे त्यांनी खालीलप्रमाणे दिली आहेत.

१. ऋग्वेदातील कवी सप्तसिंधूमध्ये स्थायिक झाले होते. त्यांना गंगा नदी ऐकून माहीत होती. मात्र तिला तोपर्यंत महत्त्व प्राप्त झालेलं दिसून येत नाही. हे महत्त्व नंतर म्हणजे आर्य गंगेकाठी आल्यावर प्राप्त झालं.

२. कमळ, वाघ, तांदूळ किंवा न्याग्रोध (वडाचे झाड) ही भारताची वैशिष्ट्ये म्हणता येतील अशा गोष्टी आर्यांना माहीत नव्हत्या. भारताच्या वायव्येकडील प्रांतात या गोष्टी कुणी ऐकलेल्या नव्हत्या. त्यामुळे ऋग्वेदातही त्या आलेल्या नाहीत.

३. अथर्ववेदातील ऋचाकार आर्य पूर्वेकडे व दक्षिणेकडे कसे स्थलांतरित होत गेले हे दाखवून देतात. यात वाघ या प्राण्यालाही प्रथमच महत्त्व मिळालेलं दिसून येतं.

४. ब्राह्मणे ज्या काळात लिहिली गेली त्या काळात सरस्वती आणि दृषद्वती नद्यांच्या दरम्यान असणारे ब्रह्मावर्त आणि कुरुक्षेत्र हे प्रांत, तसंच गंगा-यमुना दुआबात असणारा पांचालदेश यांना महत्त्व प्राप्त झाल्याचं लक्षात येतं.

५. शतपथ ब्राह्मणात दिलेल्या विदेघ माधवाच्या कथेवरून आर्य सरस्वतीकडून पूर्वेकडे सदनिरा नदीच्याही पलीकडे कसे स्थलांतरित झाले हे स्पष्ट होतं.

६. अगस्त्याच्या दंतकथेवरून उत्तरेतील राक्षसांचा नि:पात करून आर्य दक्षिणे-कडे कसे वळले आणि विंध्य पर्वत ओलांडून दक्षिणेच्या टोकापर्यंत कशी वस्ती करत गेले हेही सिद्ध होतं.

७. जर आर्य हे भारतीय होते असं मानलं तर पूर्व, मध्य आणि दक्षिण भारता-

डॉ. मेहेंदळे - आर्य बाहेरून आले हे सप्रमाण दाखवून दिले

तील कुठल्याच वैशिष्ट्यांचा उल्लेख त्यांनी ऋग्वेदात का केला नाही असा प्रश्न निर्माण होतो. आर्य हे वायव्येकडून भारतात आले आणि नवनवीन जागा पादाक्रांत करत भारतभर पसरले हेच या प्रश्नाचं उत्तर असू शकतं.

विख्यात पुरातत्त्वज्ञ डॉ. ए. डी. पुसाळकर यांचं मतही आर्य बाहेरून आले असंच आहे. ते म्हणतात, 'आर्यांच्या शत्रूंचं ऋग्वेदात जे वर्णन आलं आहे त्यावरून हे शत्रू कृष्णवर्णीय, अस्पष्ट वाणीचे, यज्ञ न करणारे आणि तम:प्रिय होते असं दिसतं. पण मोहेंजोदारो आणि हरप्पा येथील नागरिकांना ही विशेषणे लावता येणार नाहीत. यावरून हे शत्रू दुसऱ्या ठिकाणचे होते असं म्हणावं लागतं. माझं तर मत असं झालं आहे की, हरप्पा संस्कृती ही ऋग्वेद संस्कृतीची उत्तरकालीन अवस्था होती. काही पुरातत्त्वविदांच्या मते पूर्व विकसित हरप्पा संस्कृतीचं उगमस्थान पश्चिम आशिया किंवा दक्षिण बलुचिस्तान-मधील 'कुल्ली' हे होतं.'[३]

हरप्पा संस्कृतीचा विस्तार: सुत्कगन दोर
खालील नकाशात स्पष्टपणे दिसत आहे

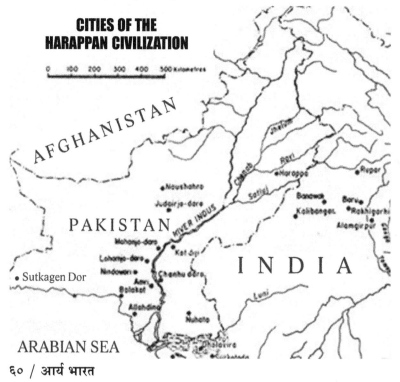

ते पुढे म्हणतात, हरप्पा संस्कृतीचा विस्तार सिंधू खोरे व पंजाब यामध्येच सीमित नसून उत्तरेस शिवालिकच्या पायथ्याशी असल्येल्या रुपरपर्यंत, दक्षिणेस नर्मदा व तापी या नद्यांच्या मुखाजवळील भगतरावपर्यंत व पश्चिमेस समुद्र किनाऱ्यापर्यंत पसरलेला असून हे अंतर ११०० किलोमीटर भरतं. या संस्कृतीचं अति-पश्चिमेकडील केंद्र 'सुत्कगेन दोर' हे इराणच्या पूर्व सीमेपासून दश्त (Dasht)) इथे ४० कि.मी. अंतरावर होतं. उत्तरोत्तर होणाऱ्या उत्खानांमुळे हा विस्तार वाढतच चालला आहे.'

पुसाळकर यांचं हे विधान महत्त्वाचं आहे. कारण या पुस्तकातील सिद्धान्ताप्रमाणे आर्यांची वस्ती इथून जवळच कश्यप समुद्रापाशी अझरबैजान आणि इराण या प्रदेशांमध्ये होती.

डॉ. डी. सी. सरकार (१९०७-१९८५) यांनीही मानववंश शास्त्राच्या दृष्टीने विचार करून 'मोहेंजोदरो मधील लोक आणि सध्याचे सिंध, हरप्पा, पंजाब, लोथल इथले लोक यांच्यात भिन्नत्व नाही' असा निष्कर्ष काढलेला आहे. त्यांच्या म्हणण्यानुसार Cemetary R 37 आणि Cemetary H हे स्तर व Tepehissar I आणि Tepehissar II ही स्थळं आर्यांची निदर्शक आहेत. पुसाळकर यांच्या विधानांना सरकार यांचा हा निष्कर्ष पूरकच आहे.[४]

प्रसिद्ध पुराणवस्तू शास्त्रज्ञ अमलनंद घोष (१९१०-१९८१) यांच्या मते हरप्पा (म्हणजेच आर्य?) संस्कृतीचा विकास सुमेरियन लोकांपासून उचललेल्या कल्पना व त्यांचं मार्गदर्शन यामुळे झाला. नागपूर विद्यापीठाचे भूतपूर्व कुलगुरू डॉ.केदार यांच्या प्रबंधानुसारही आर्य सुमेरकडूनच भारतात आले.[५]

आर्य बाहेरून भारतात आले नाहीत हे सिद्ध करण्यासाठी घोड्याच्या बरगड्यांच्या मुद्याचा फार बाऊ केला जातो. ऋग्वेदात घोड्याला ३४ बरगड्या असल्याचा खालील-प्रमाणे उल्लेख आहे.

'चतुस्त्रिंशद वाजिनो देवबन्धोर्वङ्करीरश्वस्य सवधितिः समेति।
अछिद्रा गात्रा वयुना कर्णोत परुष-परुरनुघुष्य वि शस्त ॥' (१-१६२-१८)

यातील पहिल्या ओळीच्या पूर्वार्धाचा अर्थ 'देवांना प्रिय असणाऱ्या चपळ अश्वाच्या त्या चार + तीस बरगड्या असा आहे. (ग्रिफिथच्या इंग्रजी भाषांतराप्रमाणे 'The four-and-thirty ribs of the Swift Charger, kin to the Gods.') या एकाच ऋचेवरून आर्यांच्या घोड्यांना ३४ बरगड्या होत्या असा निष्कर्ष काढला जातो. या उलट युरोपातल्या घोड्याला ३६ बरगड्या असतात असं काही संशोधक मोठ्या उत्साहानं दाखवून देतात. यावरून आर्य (आणि अर्थातच त्यांचे घोडे) युरोपातून भारतात आले नसून ते भारतातलेच रहिवाशी होते असं त्यांचं म्हणणं असतं.

माझ्या मते यातील अर्धा भाग बरोबर आहे कारण आर्यांचा युरोपशी कुठलाच संबंध नव्हता. आर्य पश्चिम आशियातून भारतात आले. (याविषयीचं विवेचन पुढे येणार आहेच.) तेव्हा आर्यांचा घोडा आणि युरोपातील घोडा यांची तुलना अप्रस्तुत आहे. युरोपातील ग्रीक लोक हे मुळात आर्य होत. परंतु आर्यांचा घोड्याशी संबंध येण्यापूर्वीच ते युरोपात गेले. त्यामुळे घोड्याच्या बरगड्यांचा मुद्दा गैरलागू ठरतो.

ऋग्वेदातील ऋचांचा अर्थ लावण्याचे तंत्र

आर्यांचा इतिहास शोधायचा तर तो त्यांच्या वैदिक वाङ्मयात शोधावा लागेल. विशेषत: ऋग्वेद ही आर्यांची सर्वात पुरातन वाङ्मयीन कृती आहे हे लक्षात घेता त्यांचा इतिहास ऋग्वेदातच शोधणं गरजेचं आहे. तसा तो शोधायचा तर जुने संशोधक प्र. रा. देशमुख यांच्या मते त्यासाठी ऋग्वेदातील ऋचांचे अर्थ लावण्याचं तंत्र प्रथम समजून घ्यावं लागतं.[६]

ऋग्वेदातील अनेक ऋचांमध्ये आर्यांना मदत केल्याबद्दल देवांची स्तुती आहे. वास्तविक ही मदत ज्याला केल्याचा ऋचेत उल्लेख असतो त्यानेच हा पराक्रम केलेला असतो. उदा. १-५१-६ ही ऋचा पहा.

'त्वम कुत्साम शुष्णहत्येश्वाविथारन्धयोऽ तिथिग्वाय शंबरम ।
महान्तम चिदर्बुदम नि क्रमी: पदा सनादेव दस्युहत्याय जज्ञीषे ॥'

अर्थ: (हे इंद्रा) तू शुष्णाला ठार मारण्याच्या युद्धात कुत्साचे रक्षण केलेस. अतिथीग्वासाठी शंबराला ठार मारलेस. अर्बुद एवढा मोठा तरी त्याला पायाने उल्लंघिलेस. चिरकालापासून दस्यूंची हत्या करणे तू जाणतोस.

ऋग्वेदात शुष्णाला मारण्याविषयीच्या जितक्या ऋचा आल्या आहेत त्या सर्व ऋचात हे काम कुत्सासाठीच केल्याचा उल्लेख आला आहे. याचा अर्थ असा की शुष्णाला ठार मारण्याचं काम स्वत: कुत्सानेच केलं; इंद्राने नव्हे. त्याचप्रमाणे शंबराला ठार मारण्याची कामगिरी अतिथीग्व दिवोदासाची आहे. अर्बुदाला ठार मारण्याचं काम इंद्राने कुणासाठी केलं हे वरील ऋचेत नाही. परंतु २-११-२० या ऋचेवरून त्याने ते त्रितासाठी केल्याचं समजतं. म्हणजे स्वत: त्रितानेच अर्बुदाला ठार मारलं होतं. इंद्राचा चौथा पराक्रम चिरकालापासून दस्यूंची हत्या करणे हा आहे. याचा अर्थ आर्य स्वत:च वर्षानुवर्षं हे काम करत होते असा घ्यायला हरकत नाही. अशाच आणखी काही ऋचांचा अन्वयार्थ खालीलप्रमाणे लावता येईल.

ऋ. १-५३-८ : करंजाला आणि पर्णयाला वेढा घालून अतिथीग्वाने अग्नीच्या सहाय्याने मारले. त्याचप्रमाणे ऋजिश्वनाने वेढा घालून वंगृदाची शंभर शहरे फोडली.

ऋ १-५३-१० : तुरु वंशातील पोरवयीन सुश्रवाने कुत्स, आयु आणि अतिथीग्वा-

सारख्या श्रेष्ठ राजांना पराभूत केलं. (हे आर्यांमधील अंतर्गत युद्ध होय.)

ऋ. १-११२-१४ : शंबराबरोबरच्या लढाईत दिवोदास पाण्यात शिरला. त्रिसदस्यूने शत्रूची शहरे फोडली.

ऋ. १-१३०-७ : दिवोदासाने वज्राच्या सहाय्याने थैमान करून शत्रूची नव्वद शहरे फोडली व शंबराला उग्र पर्वताच्या खाली लोटले.

ऋ. २-१९-६ : दिवोदासाने शंबराची नव्व्याण्णव पुरे फोडली.

ऋ. २-१४-६ : दिवोदासाने दगडांनी बांधलेली पक्की प्राचीन शहरे फोडली व वर्ची याचे शतसहस्र अनुयायी कापून काढले.

ऋ. २-१४-७ : कुत्स, आयु आणि दिवोदास यांनी वैर करणाऱ्या हजारो दस्यूंना ठार मारले.

ऋ. ४-२६-३ : दिवोदासाने शत्रूची नव्व्याण्णव पुरे फोडून त्यांचे सर्वस्व हरण केले.

ऋ. ४-३०-२० : दिवोदासाने शत्रूची शंभर दगडी पुरे फोडली.

ऋ. ६-१६-५ : अग्नीचा वापर करून दिवोदासाने शत्रूंचा पराभव केला आणि अपरिमित धन लुटले.

ऋ. ६-१६-१९ : सत्पती हा दिवोदासाचा पुरोहित होता व लढायांमध्ये त्याचेही मार्गदर्शन होत होते.

ऋ. ६-१८-१३ : कुत्स, आयु आणि दिवोदास यांनी हजारो शत्रू कापून काढले. मात्र त्यांनी सुश्रवावर हल्ला करताच त्याने एकट्याने त्यांचा पराभव केला.

ऋ. ६-६१-१ : वध्र्याश्वाचा पुत्र दिवोदास याने सरस्वती नदीच्या काठच्या स्वार्थी पणि लोकांना कायमचे खणून काढले.

अशाप्रकारे पहिल्या मंडलापासून दहाव्या मंडलापर्यंत ऋग्वेदात सर्वत्र त्या काळातील इतिहास लिहून ठेवलेला आहे. अर्थात या केवळ 'श्रुति' म्हणजे ऐकलेल्या गोष्टी आहेत व प्रत्यक्ष घटना घडल्यापासून अनेक शतकांनी त्या ऋचाबद्ध झाल्या आहेत ही वस्तुस्थिती अन्वयार्थ लावताना लक्षात घेतली पाहिजे. यामुळे अंतर्गत पुराव्यांमध्ये अनेक विसंगती निर्माण झाल्या आहेत.

उदाहरणार्थ, वर दिलेल्या ऋ. १-५३-८ मध्ये अतिथीग्वा (म्हणजे दिवोदास) आणि ऋजिश्वन यांनी काही पराक्रम गाजवल्याचं वर्णन आलं आहे. यापैकी ऋजिश्वन हा राजा नसून वैदिक ऋषी होता. तो तलवार बहाद्दरही होता असं गृहित धरलं तरी त्याच्यात नि दिवोदासात १० पिढ्यांचं अंतर होतं. पुढे दिलेल्या वैदिक ऋषींच्या आणि राजांच्या वंशावळीवरून ऋजिश्वन हा मनूपासून २७व्या तर दिवोदास ३७व्या पिढीत येतो.[७] मग

या दोघांचा उल्लेख एकत्र कसा हा प्रश्न निर्माण होतो.

हाच प्रकार १-११२-१४ या ऋचेच्या बाबतीतही पाहायला मिळतो. त्रिसदस्यू हा मनूपासून २५व्या पिढीतील राजा. पण त्याचा उल्लेख ३७व्या पिढीतील दिवोदासाबरोबर आला आहे.[८] (शिवाय त्रिसदस्यू हा 'ऐक्ष्वाकु' तर दिवोदास हा 'पौरव.')

ऋ. ६-१८-१३ मध्ये आयु आणि दिवोदास यांचा एकत्रित नामनिर्देश आला आहे. एवढंच नव्हे; तर कुत्सासह त्या दोघांचा पराभव तुरुवंशीय सुश्रवा यानं केला असाही उल्लेख आहे. यातला आयु हा मनूपासून ४थ्या पिढीत येतो. म्हणजे दिवोदास आणि आयु यांच्यात ३३ पिढ्यांचं अंतर आहे. कुत्स हा राजा नसून वैदिक ऋषी आणि तो सुद्धा दिवोदासाच्या नंतरच्या पिढ्यांमधला. मग सुश्रवा या सगळ्यांचा एकत्रित पराभव कसा करू शकेल? शिवाय सुश्रवा कोण हे (वंशावळीत) मिळत नाही ही गोष्ट वेगळीच.

६-६१-१ या ऋचेत 'दिवोदासाने सरस्वती नदीच्या काठच्या स्वार्थी पणि लोकांना कायमचे खणून काढले,' असा उल्लेख आहे. वास्तविक सरस्वतीपाशी स्थायिक होऊन आर्यांना तेव्हा ३०-३५ पिढ्यांचा काळ उलटून गेला होता. पणिंना त्यांनी केव्हाच खणून काढलं होतं. गंगा-यमुना नद्यांच्या काठी आर्यांनी स्थायिक होऊनही ९ पिढ्या उलटल्या होत्या. कारण विश्वामित्र हा दिवोदासाचा समकालीन; आणि विश्वामित्राचा पूर्वज जह्नू हा गंगेच्या काठी 'कान्यकुब्ज' राज्य स्थापन करणारा पहिला राजा. हे सगळं लक्षात घेता दिवोदासाने कुठल्या पणि लोकांना खणून काढलं असा प्रश्न पडतो. शिवाय ही ऋचा ६व्या मंडलातील असून हे मंडल भारद्वाज या ऋषीने रचलं. भारद्वाज हा मनूपासून २१व्या पिढीतला. त्याने रचलेल्या ऋचेत ३७व्या पिढीत जन्मलेल्या दिवोदासाचा उल्लेख कसा येऊ शकतो?

याचा अर्थ एवढाच की अशा आशयाच्या बऱ्याचशा ऋचा नंतरच्या काळात रचल्या गेल्या आहेत. त्या रचणाऱ्या ऋषींना घडलेल्या घटना ऐकीव गोष्टींच्या स्वरूपात माहीत असल्या तरी कालक्रम माहीत होता असं नव्हे. कवित्वशक्ती आणि इतिहास-भूगोलाचा अभ्यास या दोन वेगळ्या गोष्टी आहेत. सर्वच ऋषींना या दोन्ही गोष्टी अवगत असतील असं नाही. वरील ऋचा स्वत: भारद्वाजाने रचलेली नसून त्याच्या कुळातील कुणा वंशजाने रचली असावी असा निष्कर्ष काढण्यावाचून पर्याय उरत नाही. काही ऋचांमधून एकाच व्यक्तीचे वेगळे उच्चार दिलेले बघूनही गोंधळ उडतो. तात्पर्य, ऋग्वेदातून इतिहास शोधताना जुन्या पुराणांशी त्याची सांगड घालून तारतम्यानेच तो शोधला पाहिजे.

मूलस्थानाचा विसर

ऋग्वेदात आर्यांच्या मूळ स्थानाविषयी कुठलीच माहिती मिळत नाही. त्याचप्रमाणे भारताबाहेरच्या प्रदेशांची किंवा नद्यांची नावं आणि वर्णनं ऋचांमध्ये बिलकुल आलेली

नाहीत. याचं कारण म्हणजे संकलित केलेल्या सर्व ऋचा भारतातच निर्माण झाल्या आहेत. शिवाय वर म्हटल्याप्रमाणे आर्य भारतात आल्यावर लगेच त्या निर्माण झालेल्या नाहीत; तर शेकडो वर्षांनी रचलेल्या आहेत. परक्या देशातून आलेल्या आक्रमकांना आपण जिथून आलो त्या प्रदेशांविषयी प्रेम आणि ओढ असतेच. या आक्रमकांपैकी कुणा ऋषीने ऋचा रचल्या असत्या तर त्यात निश्चितच मूलस्थानाचं नाव आणि वर्णन आलं असतं. परंतु ऋचा रचणारे ऋषी शेकडो वर्षांनी जन्माला आले. त्यामुळे भारतच त्यांना आपला देश वाटत होता. साहजिकच भारतदेश, त्यातील नद्या, भौगोलिक परिस्थिती, निरनिराळ्या जमाती यांच्याविषयीची वर्णनं ऋचांमध्ये प्रामुख्यानं आली आहेत.

फार पूर्वी घडलेल्या घटनांना आणि त्या घडवणाऱ्या व्यक्तींना एकप्रकारचं दैवी स्वरूपही प्राप्त झालं होतं. यामुळे भारताबाहेर घडलेल्या घटनाही भारतातच घडल्या होत्या, असा ऋचाकारांचा समज होणं स्वाभाविक होतं. या सगळ्याचा परिपाक म्हणून मूलस्थानाचा स्पष्ट उल्लेख ऋग्वेदात नाही. तो शोधायचा तर ऋग्वेद आणि एकूणच वैदिक वाङ्मय सूक्ष्म दृष्टीने तपासून निष्कर्ष काढावे लागतात.

याबाबतीत लक्षात घेण्यासारखी आणखी एक गोष्ट म्हणजे ऋग्वेदातील ऋचांमधून 'पूर्व ऋषी' व 'नूतन ऋषी' असा एक फरक सर्वत्र आढळतो. ऋजिश्वन, कुत्स, दिवोदास, सुदास, पुरुकुत्स, त्रसदस्यु इत्यादी पूर्व आर्यांच्या समकालीन ऋषींचा उल्लेख ऋचा रचणाऱ्या ऋषींनी 'पूर्व ऋषी' असा आदरपूर्वक केला आहे. याचबरोबर स्वतःचा उल्लेख या ऋषींनी 'नूतन ऋषी' असा केला आहे.[१]

उदा. 'अग्निमीळे पुरोहितं' या अग्नीच्या स्तुतीपर सूक्तातील दुसरी ऋचा अशी:-

'अग्निः पूर्वेभिऋषिभिरीडयो नूतनैरुत।
स देवां एह वक्षति।।' (१-१-२)

(अर्थः अग्नी हा पूर्वऋषींनी तसेच नूतनऋषींनीही स्तवन करण्यास योग्य. तो देवांना येथे वाहून आणतो.)

अशाच प्रकारचे उल्लेख १-४८-१४, १-६२-२, १-१३९-९, ३-५५-२, ५-३-८, ५-२५-२, ६-१९-४, ६-२२-२, ७-२२-९, ७-५३-१, १०-१४-२, १०-८२-४ आदी अनेक ऋचांमध्ये आलेले आहेत. या ऋचा रचणारे कवी स्वतःला 'नूतन ऋषी' म्हणवून घेतात.

ऋग्वेदाच्या ऋचांमध्येही पूर्व, मध्यम व नूतन असा भेद या नूतन ऋषींनी केलेला आढळतो. उदा. ३-३२-१३ या ऋचेत 'पूर्व, मध्यम आणि नूतन स्तुतींनी ज्याचा मोठेपणा वर्णन केला आहे त्या इंद्राला यज्ञ करून यजमान संतुष्ट करून घेतात' असं म्हटलं आहे.

यावरून पूर्व आणि मध्यम ऋषींनी निर्माण केलेल्या ऋचा काळाच्या ओघात नष्ट झाल्या असाव्यात व या ऋचांमध्ये आर्यांच्या मूलस्थानाचा उल्लेख किंवा वर्णन असावं असा महत्त्वपूर्ण निष्कर्ष प्र. रा. देशमुख या संशोधकांनी काढला आहे. सुर, असुर, इंद्र, वृत्र, उरु, उर्वशी, कश्यप (समुद्र), प्रदीर्घ रात्र किंवा दिवस, मेरू पर्वत अशासारखे उल्लेख कोणत्या संदर्भात आहेत याचं नूतन ऋषींना आकलन झालं नसावं व या 'ऐकलेल्या गोष्टी' अधून मधून त्यांच्या ऋचांमध्ये किंवा अन्य वैदिक वाङ्मयामध्ये दैवी किंवा भारतीय संदर्भात येताना दिसतात.

आर्यांच्या मूलस्थानाचा विचार करताना या सर्व गोष्टी लक्षात घ्याव्या लागतात. टिळकांसारख्या काही विद्वानांनी हे काम केलं आहे. ज्यांनी अशा सूक्ष्म दृष्टीनं अभ्यास केला नाही त्यांनी भारत हेच आर्यांचं मूलस्थान ठरवून टाकलं आहे.

■

संदर्भ टीपा

1. Page 116, Article by K.K. Shastri in 'The Aryan Problem', 1993.

2. Page 49-50, Article by Dr.M.A. Mehendale in 'The Aryan Problem', 1993.

३. पृष्ठे १०३ ते ११४ 'हरप्पापूर्व, हरप्पा व हरपोत्तर संस्कृती', डॉ. ए.डी. पुसाळकर, 'संस्कृती सुगंध'.

४. पृष्ठ १०३, वरीलप्रमाणे.

5. 'The Ancient Home of the Indo Aryans' by Dr. Kedar, पृष्ठ २७७, 'सिंधुसंस्कृती, ऋग्वेद व हिंदुसंस्कृती', प्र. रा. देशमुख.

६. 'सिंधुसंस्कृती, ऋग्वेद व हिंदुसंस्कृती', प्र. रा. देशमुख, प्राज्ञपाठशाला, वाई, १९६६.

७. प्रकरण ४ व ५ मध्ये दिलेल्या ऋषींच्या व राजांच्या वंशावळी.

८. प्रकरण ५ मधल्या राजांच्या वंशावळी.

९. 'सिंधुसंस्कृती, ऋग्वेद व हिंदुसंस्कृती', प्र. रा. देशमुख, प्राज्ञपाठशाला, वाई, १९६६.

३. मूळस्थान

आर्यांचं मूळस्थान कोणतं हे प्रथम लोकमान्य बाळ गंगाधर टिळक यांनी शोधून काढलं. 'वेदातील आर्यांचं मूलस्थान' (The Arctic Home in the Vedas) हा ग्रंथ त्यांनी १८९८ सालीच लिहून पूर्ण केला होता. पण तो प्रसिद्ध व्हायला १९०३ साल उजाडावं लागलं. एकदा बाजारात आल्यावर मात्र त्या ग्रंथाने इतिहास-अभ्यासकांच्या वर्तुळात क्रांती घडवून आणली.

विल्यम फेअरफिल्ड वॉरन (१८३३-१९२९) या विद्वान गृहस्थाने १८८५ साली लिहिलेल्या 'पॅरेडाइज फाऊन्ड' या पुस्तकात असा अंदाज व्यक्त केला होता की, 'साधारण दहा हजार वर्षांपूर्वी बहुतेक मानवी वस्ती उत्तर ध्रुवापाशी झालेली असावी आणि निरनिराळ्या संस्कृतींमध्ये आढळणारे 'गार्डन ऑफ इडन' किंवा 'मेरू पर्वत' यासारखे उल्लेख हे उत्तर ध्रुवाशीच निगडित असावेत.'

टिळकांचा ध्रुवसिद्धान्त

वॉरन यांचा ग्रंथ वाचनात येण्यापूर्वी वेदांतील अनेक ऋचांचा अर्थ टिळकांना लागत नव्हता, तो आता लागू लागला. त्यामुळे हुरूप येऊन त्यांनी संशोधनाला सुरुवात केली. वेदांमधील काही ऋचा, पारश्यांच्या झेंद अवेस्तामधील काही परिच्छेद, वैदिक कालक्रम, वैदिक दिनदर्शिका, खगोलशास्त्र आणि विज्ञान यांच्या आधारावर टिळकांनी नवा सिद्धान्त मांडला. या सिद्धान्ताप्रमाणे उत्तरध्रुव प्रदेशात हजारो वर्षांपूर्वी किमान दोन वेळा हिमप्रपात झाला होता आणि या दोन हिमप्रपातांच्या मधल्या काळात ध्रुवीय

प्रदेश मनुष्यवस्तीसाठी योग्य होता. हा काळ इसवी सनापूर्वी ८००० वर्षे आधीचा (म्हणजे आजपासून १०००० वर्षांपूर्वीचा) येतो. आज भारतीय आणि युरोपीय भाषा बोलणाऱ्या बहुतेक लोकांचे पूर्वज त्या काळी उत्तरध्रुवापाशीच रहात होते. पुढे दुसरा हिमप्रपात सुरू झाला त्यामुळे तेथील मानवी वस्ती नष्ट झाली. काही मूठभर लोक गलबतातून निघाले आणि कसेबसे बचावून पश्चिम किंवा मध्य आशियात आले. तिथे काही काळ राहून पुढे हिंडत हिंडत ते भारतात आले. ज्यावेळी सरस्वती नदीच्या काठी आर्य संस्कृती स्थिर झाली त्यावेळेस वेद रचले गेले. वेद रचणाऱ्या ऋषिमुनींच्या स्मरणात ध्रुवीय प्रदेशातल्या ज्या गोष्टी राहिल्या होत्या त्यांचंच प्रतिबिंब वेद आणि अवेस्तामध्ये पडलेलं आढळतं, असं टिळक म्हणतात. वेगळ्या शब्दात सांगायचं तर उत्तर ध्रुवीय प्रदेशांची वर्णनं वेदांमध्ये 'आठवणी' याच स्वरूपात आली असावीत.

वैदिक वाङ्मयात मेरू पर्वताचा उल्लेख आहे. 'या पर्वतावर देवांचं वास्तव्य होतं आणि मानवांचं जे एक वर्ष तो देवांचा एक दिवस' असं त्यात म्हटलेलं आहे. सहा महिने अंधार आणि सहा महिने उजेड मिळून हे एक वर्ष पूर्ण होतं. उत्तर ध्रुवावरची इतर अनेक वैशिष्ट्यंही वेदांमध्ये सांगितलेली आहेत. उदा. 'मेष राशीपासून आपल्या फेरीला सुरुवात करणाऱ्या सूर्याला मेरूपर्वतावरील देव त्याच्या अर्ध्या फेरीत एकदाच पाहतात' असं वर्णन वेदांमधे वाचायला मिळतं. टिळकांच्या मते हा मेरू पर्वत म्हणजे साक्षात उत्तरध्रुवबिंदूच होय. 'मेरू पर्वताचं क्षितीज अलौकिक तेजानं झळाळत असे' अशा तऱ्हेची वर्णनंही वेदांमध्ये आहेत. हा उल्लेख टिळकांच्या म्हणण्यानुसार 'अरोरा

ध्रुवसिद्धान्ताचे प्रवर्तक:

विल्यम वॉरन

बाळ गंगाधर टिळक

बोरिअलिस' (Aurora Borealis)चा असावा. ('यू ट्यूबवर' आजही भान हरपून टाकणारा हा भव्य नैसर्गिक देखावा पहायला मिळतो.) अवेस्तामध्येही 'आर्यांचे नंदनवन' (फारसी भाषेत 'एर्यन वइजो') अतिउत्तरेकडे असल्याचे उल्लेख आहेत.

दीर्घकाळ लांबलेली रात्र संपून सूर्य उगवण्यास विलंब लागत असल्याबद्दल देवांना प्रायश्चित्त घ्यावं लागत असे असं तैत्तिरिय संहितेत (२:१,२,४) सांगितलं आहे. उत्तर ध्रुवावर पहाट होण्याची प्रक्रियासुद्धा उदेश्यत, उद्यत आणि उदित या तीन भागांमध्ये विभागली गेल्याचं ऋग्वेदात वाचायला मिळतं. 'उदेश्यत' म्हणजे पहाट उगवण्यापूर्वीचा काळ, 'उद्यत' म्हणजे पहाट उगवत असण्याचा काळ आणि 'उदित' म्हणजे उगवलेली पहाट (१-१७४-७ किंवा ८-४१-३). उत्तर ध्रुवावरचं वर्ष हे सहा महिने रात्र आणि सहा महिने दिवस यात विभागलेलं असल्याचे निर्देश अनेक वैदिक ऋचांमधून मिळतात. (उदा. ऋग्वेद ६-९-१)

झेंद अवेस्तामध्येही 'त्या सुंदर रमणीय प्रदेशाचं रूपांतर दोन महिने उन्हाळा आणि दहा महिने थंडी यामध्ये होऊन पाणी, जमीन, झाडंझुडपं सगळं काही थंडगार नि बर्फमय होऊन गेलं!' असा उल्लेख प्रामुख्याने आलेला आहे (वेंदिदाद फरगर्द१, स्पीगेल ५ ते १२). त्यानंतर अहुर मझ्द यिमाला (मनूला) सांगतो की, 'वातावरण अधिकच बिघडत जाऊन भयानक थंडी पडणार आहे. धुक्याच्या पडद्याआड बर्फवृष्टी होणार आहे; आणि हे वातावरण कायम टिकणार असं दिसत आहे. तेव्हा प्रथम तू गुरांना

अरोरा बोरिअलिस

टेकडीवरून, दरीतून किंवा जिथे ती चरायला गेली असतील तिथून गोळा कर आणि वाचवायचा प्रयत्न कर.' (वेंदिदाद फरगर्द २, स्पीगेल ४६ ते ६२)

वैदिक वाङ्मयाप्रमाणेच अवेस्तातील अशाप्रकारच्या उल्लेखांचाही टिळकांनी आपल्या सिद्धान्तासाठी आधार घेतला. त्याचे संदर्भ त्यांनी 'आर्क्टिक होम इन द वेदाज्' या पुस्तकात जागोजागी दिले आहेत.

टिळकांच्या प्रतिपादनाप्रमाणे दहा हजार वर्षांपूर्वी पृथ्वीची स्थिती आजच्यापेक्षा वेगळी होती. त्या काळी हिमालय अस्तित्वात आला नव्हता, आल्प्स् पर्वत बराच खुजा होता, आशिया नि आफ्रिका खंड म्हणजे केवळ चित्रविचित्र बेटांचा समूह होता आणि तपमान एकंदरीत थंड होतं. याच काळात उत्तरध्रुवावर मात्र तपमान अतिशय उबदार आणि समशीतोष्ण होतं. वनस्पती किंवा प्राणीजीवनालाही ते पूरक होतं. त्यामुळे तिथे शेकडो (किंवा हजार) वर्षांची मानवी वसती होती. ही वसती प्रामुख्यानं आर्यांची होती.

इतिहासाचार्य वि. का राजवाडे यांच्या म्हणण्याप्रमाणे टिळकांच्या या ध्रुवसिद्धान्तामुळे इतिहासात फारच मोठी क्रांती झालेली आहे ती अशी[१]:-

१. मानवसमाजाचा ऐतिहासिक काळ प्रलयाच्या मागे गेला. त्यामुळे रोम, ग्रीस, इजिप्त, बॅबिलोन, असुरिया, सुमेर, इलम वगैरे देशांचे इतिहास अर्वाचीन भासू लागले.

२. पूर्वप्रलयीन काली काही मानवसमाज सुसंस्कृत होते असं म्हणणं भाग पडलं. त्यामुळे मनुष्याची मूळ वन्यावस्था होती हा युरोपियन इतिहासकारांचा पूर्वग्रह खोटा ठरला.

३. युरोपातील रशियन, डॉइश, डेन्स, नॉर्स वगैरे समाज मूळ कोठून आले असावेत याविषयी शंका होत्या त्या फिटण्याच्या मार्गाला लागल्या.

४. हिमप्रलयाच्या वेळी आर्यांप्रमाणेच वर उल्लेखिलेल्या अनार्य समाजापैकी काही लोकसुद्धा पश्चिमेकडे निसटून गेले होते असं सिद्ध झालं.

५. प्रलयाच्या आधीच्या काळात भूमीची रचना सध्याच्या रचनेहून निराळी असावी, कदाचित पुराणात वर्णिल्याप्रमाणे ती 'सप्तद्वीपात्मक' असावी असा निष्कर्ष काढावा लागला.

६. अमेरिकन इंडियन, फिजियन व ऑस्ट्रेलेशियन लोक या प्रलयामुळे तुटून एकीकडे पडले हे उघड झालं.

ध्रुवप्रदेशाचं वर्णन

उत्तरध्रुवाची विभागणी दोन भागात केली जाते. एक 'उत्तरध्रुवप्रान्त' (Polar Regions) आणि दुसरा 'परिध्रुवप्रान्त' (Circum-Polar Regions). यापैकी

उत्तरध्रुवाच्या टोकाजवळचा प्रदेश म्हणजे उत्तरध्रुवप्रान्त. आर्यांची वसती बहुधा याच भागात झाली असावी. हा प्रदेश सोडून कटिबंधातील आजूबाजूच्या प्रदेशाला 'परिध्रुवप्रान्त' असं म्हणतात. या भागात अनार्यांची वसती असावी. या दोन्ही प्रदेशांची वैशिष्ट्यं वेगवेगळी आहेत. वाचलेल्या वर्णनानुसार ती खालीलप्रमाणे सांगता येतील.

उत्तरध्रुवप्रदेशात:

१. सूर्य दक्षिणेला (वर्षातून एकदाच) उगवतो आणि उत्तरेला (एकदाच) मावळतो. (असा आभास होतो.)

२. ग्रह किंवा तारे यांचा उदय आणि अस्त बिलकुल होत नाही. ते क्षितिजा-भोवतीच (कुंभाराच्या चाकाप्रमाणे) मंडलाकृती फिरतात आणि २४ तासात एक फेरी पूर्ण करतात.

३. ऊर्ध्व अथवा उत्तरद्युगोलार्ध हे आपल्या डोक्यावरच असल्यासारखं दिसतं आणि ते संपूर्ण वर्षभरही दिसू शकतं. (म्हणजे काय ते नेमकं समजत नाही!)

४. अधर किंवा दक्षिणद्युगोलार्ध आपल्याला केव्हाही दिसत नाही.

५. सहा महिने रात्र आणि सहा महिने दिवस मिळून एक वर्ष पुरं होतं. म्हणजेच अखंड वर्षात केवळ एकच दिवस आणि एकच रात्र असते.

उत्तरध्रुव: मंडलाकृती नभांगणाचे दृश्य

परिध्रुवप्रदेशात:

१. वर्षाचे निरनिराळे प्रकार दिसून येतात.

२. दक्षिणायनात दीर्घ रात्री होतात आणि त्या बहुतकालपर्यन्त टिकतात. मात्र अक्षांशाप्रमाणे त्या चोवीस तास ते सहा महिनेपर्यन्त वेगवेगळ्या असू शकतात.

३. उत्तरायणात रात्रीप्रमाणेच दिवसही मोठे होत जातात.

४. दीर्घ रात्रींनंतर जी उषा उदय पावते तिचा प्रकाश बरेच दिवस एकसारखा दिसत राहतो. मात्र तो उत्तर ध्रुव प्रदेशातल्यासारखा दीर्घ व तेजस्वी नसतो.

टिळकांच्या ध्रुवसिद्धान्ताला त्यांच्याच हयातीत कडाडून विरोध करणारे ना. भ. ऊर्फ नाना पावगी यांच्या ग्रंथात वरील वर्णन दिलं आहे. ते म्हणतात, 'भूस्तरशास्त्र-विषयक ग्रंथांचे परिशीलन केल्यावर माझी खात्री झाली की हिमयुगापूर्वी उत्तरध्रुवप्रदेश अगदी समशीतोष्ण असे व त्याचकारणाने तो नि:संशय निवासक्षम होता. तसेच तैत्तिरीय ब्राह्मणात 'देवांचा जो एक दिवस तो मनुष्यांचा केवळ संवत्सरच होय' असा उल्लेख आलेला आहे. ('एकं वा एतद्देवा नामह: यत्संवत्सर:' तै. बा. ३-९-२२-१) त्यावरून फार प्राचीन काळी उत्तरध्रुव प्रदेशात आमची वस्ती असल्याविषयीच्या पुराव्याला दुजोराही मिळाला.'[२]

पावगींनीच नमूद केल्याप्रमाणे उत्तरध्रुवावरील ३६५ दिवसांचा हिशेब कॅप्टन बेडफोर्ड पिम (१८२६-१८८६) याने तारीखवार असा दिला आहे,

उत्तरध्रुव: नभांगणाचे दूर अंतरावरून दिसणारे दृश्य

२९ जानेवारी - उषेचा पहिला किरण प्रकाशतो (First Glimmer of light of a Long Dawn)

१६ मार्च - सूर्य उगवतो (Sun Rises)

२५ सप्टेंबर - सूर्य मावळतो व संधिप्रकाशाला सुरुवात (Twilight starts after Sun sets)

१३ नोव्हेंबर - रात्र आरंभ (Darkness reigns)

पहाट - सलग ४७ दिवस

सूर्य - सलग १९४ दिवस

संधिप्रकाश - सलग ४८ दिवस

रात्र - सलग ७६ दिवस

एकूण - ३६५ दिवस

शतपथ ब्राह्मण आणि ऐतरेय ब्राह्मणात दिलेल्या वर्णनांप्रमाणे भारतात वसंत, ग्रीष्म, वर्षा, शरद, हेमंत आणि शिशिर असे सहा ऋतू असतात; तर उत्तरध्रुवावर मात्र त्याकाळी पाचच ऋतू होते असं दिसतं. त्यामुळे अशा ठिकाणी वर्षा आणि शरद किंवा हेमंत आणि शिशिर हे ऋतू एकत्र करूनच त्यांचा विचार केला जावा असा अभिप्राय या 'ब्राह्मण ग्रंथां'मध्ये दिलेला आहे.

राजेन्द्र खेर यांनी 'देवांच्या राज्यात' या पुस्तकात ध्रुवसिद्धान्ताचं समर्थन करताना एक महत्त्वाचा मुद्दा मांडला आहे. ते म्हणतात, 'गीतेतल्या ८व्या अध्यायात २४,२५ आणि २६ क्रमांकाच्या श्लोकांमधे शुक्लगती आणि कृष्णगतीविषयी विवेचन केलं आहे आणि त्याचा सुर-असुर वृत्तींशी संबंध जोडलाय. परंतु त्या श्लोकांचा शब्दश: अर्थ घेतला तर देवांच्या धृवीय प्रदेशातील वास्तव्याचे पुरावे मिळतात. 'शुक्लगती म्हणजे शुद्धगती. त्या काळात प्राणोत्क्रमण झालं तर तो मला येऊन मिळतो,' असं भगवान सांगतात. विशेष म्हणजे, आधुनिक काळात नासातर्फे शुद्धपक्षात जी जी रॉकेटस् अंतराळात सोडण्यात आली त्यांची उड्डाणं यशस्वी ठरली आणि कृष्णपक्षातली अयशस्वी! म्हणजे शुद्धपक्षात युनिव्हर्सल गेटस् ओपन होत असतील का?' असा प्रश्न खेरांनी उपस्थित केला आहे.

ध्रुवसिद्धान्तावरील आक्षेप आणि खंडन

टिळकांचा ध्रुवसिद्धान्त सर्वांनाच मान्य झाला असं नाही. वर उल्लेखिलेल्या नाना पावगींनी तो खोडायचा प्रयत्न केलेला आहे. 'सप्तसिंधूंचा प्रान्त आणि आर्यांच्या उत्तरध्रुवावरील विस्तीर्ण वसाहती' या १९२१ साली प्रसिद्ध झालेल्या ग्रंथात त्यांनी

आर्यावर्त (म्हणजे सप्तसिंधूंचा प्रान्त) हेच आर्यांचं मूळ स्थान असल्याचं प्रतिपादन केलं आहे. 'आर्यांच्या काही टोळ्या फिरत फिरत उत्तरध्रुवावर गेल्या. तिथे त्यांनी वसाहती स्थापन केल्या आणि हिमप्रपातानंतर ते पुन्हा आर्यावर्तात परतले' अशी त्यांची मांडणी आहे. त्यासाठी त्यांनी मनुस्मृतीमधल्या काही श्लोकांचे दाखले दिले आहेत. उदाहरणार्थ हे दोन श्लोक पहा:-

१. सरस्वतीदुषद्वत्यार्देवनद्योर्यदन्तरम्
तं देवनिर्मितं देशं ब्रह्मावर्त प्रचक्षते ॥१७॥

(अर्थ: सरस्वती आणि द्रुषद्वती नद्यांच्या दरम्यानचा प्रदेश देवनिर्मित असून त्यालाच 'ब्रह्मावर्त' म्हणतात.)

२. आसमुद्रात्तु वै पूर्वादासमुदात्तु पश्चिमात्
तयोरेवान्तरंगिर्योरार्यावर्त विदुर्बुधा: ॥२२॥

(अर्थ: हिमाचल आणि विंध्य पर्वतांच्या मधोमध असलेला व पूर्व आणि पश्चिम समुद्रांनी मर्यादित झालेला जो प्रदेश त्यालाच 'आर्यावर्त' म्हणतात.)

असे काही श्लोक देऊन आर्यांची जन्मभूमी आर्यावर्तच असल्याचा निष्कर्ष पावगी काढतात. पण माझ्या मते हा निष्कर्ष योग्य नाही. उत्तरध्रुवावरून आर्यांना गलबतात घालून आणणारा वैवस्वत मनू हाच मनुस्मृती रचणारा मनु असावा असं गृहित धरून त्यांनी हा निष्कर्ष काढला आहे. पण आर्य परंपरेप्रमाणे अनेक मनू होऊन गेले त्यामुळे हे दोन्ही मनू एकच होते काय याविषयी शंका आहे. शिवाय मनुस्मृतीच्या किती आवृत्त्या निघाल्या आणि त्यात प्रक्षिप्त श्लोक किती आहेत हा दुसरा प्रश्न आहे. उदा. आज जी मनुस्मृती वाचली (किंवा जाळली!) जाते ती कुणा भृगुकुलातल्या ऋषीने सांगितलेली केवळ दोन हजार वर्षांपूर्वीची आवृत्ती आहे.[३] मूळ मनुस्मृतीशी तिचा फारसा संबंध नसावा.

आणखी एक विचार म्हणजे आर्यावर्तात समाविष्ट असणारे प्रदेश म्हणून कुरुक्षेत्र, पांचाल वगैरेंचा उल्लेख याच श्लोकांमध्ये केलेला आहे. पण वेदांचे अभ्यासक डॉ. ह. रा. दिवेकर आणि डॉ. पी. एल्. भार्गव यांनी वेदांवरूनच स्वतंत्रपणे लावलेल्या काल-क्रमानुसार हे देश किंवा प्रदेश मूळ वैवस्वत मनूच्या वेळी अस्तित्वात नव्हते. ते शेकडो वर्षांनंतर उदयाला आले.[४] त्यामुळे आर्य उत्तरध्रुवावरून आले नसून आर्यावर्तातच होते हे सिद्ध करण्यासाठी मनुस्मृतीचा आधार देणं गैरलागू ठरतं.

पावगी यांचा दुसरा मुद्दा सोमसत्राविषयीचा आहे. आर्यांना सोमसत्रासाठी सोम आणि इंद्र या दोन्ही देवतांची नितांत आवश्यकता वाटत असे. सोम हे पेय फार स्वादिष्ट, मधुर, तिखट परंतु रुचिकारक आणि उन्मादक असल्याचं वर्णन ऋग्वेदात आढळतं.

त्या अनुषंगाने टिळक त्यांच्या ग्रंथात म्हणतात, की 'सोमसत्र हे आर्यांच्या धर्मातलं एक प्राचीनतम वैशिष्ट्य असून उत्तरध्रुवाकडील दीर्घ रात्रींतून पार पडून अंधकाराचा नायनाट व्हावा आणि सूर्यदर्शनाचा लाभ मिळावा यासाठी इंद्राला संतुष्ट करावं लागे. त्यासाठी सोमहवन करणं आमच्या उत्तरध्रुवावरील पूर्वजांना भाग पडे.' ('आर्क्टिक होम इन द वेदाज्', पृष्ठ २१३, २१४, २१६ व २३१ पहा.)

पावगींच्या मते हा जो सोमविधी करावा लागे त्यासाठी सोम कुठून येई या महत्त्वाच्या गोष्टींचा विचार टिळकांनी केलेला नाही. सोमाची मूळ उत्पत्ती सप्तसिंधूंच्या प्रान्तातीलच दिसते आणि तिथूनच तो उत्तरध्रुव प्रदेशात यज्ञयागार्थ नेल्याचं सिद्ध होतं. त्यावरून सप्तसिंधूंची माहिती उत्तरध्रुवावरील आर्यांना हिमप्रलयापूर्वीच होती याविषयी शंका रहात नाही, असं पावगी म्हणतात.

पावगींच्या याही मुद्याचं खंडन करता येईल. सोमाची मूळ उत्पत्ती सप्तसिंधू प्रांतातील कशी होती हे त्यांच्या प्रतिपादनातून स्पष्ट होत नाही. कदाचित उत्तरध्रुवावर सोम पिकत असेल आणि तिथूनच तो पुढे सप्तसिंधू प्रांतात नेला गेला असेल अशीही शक्यता आहे. आणखी एक शक्यता म्हणजे 'सोमसत्र' हा प्रकार सप्तसिंधूच्या प्रांतात आल्यावरच सुरू झाला असावा आणि उत्तरध्रुवावरील सोमसत्रविषयक ऋचा नंतरच्या काळात रचल्या गेल्या असाव्यात. मुळात पावगींचा सप्तसिंधू प्रदेशाचा भूगोलही चुकलेला आहे. सप्तसिंधू म्हणून त्यांनी गंगा, यमुना, सरस्वती, शुतुद्री (सतलज), परुष्णी (रावी), अश्किनि (चिनाब) आणि सिंधू या नद्यांची नावं दिली आहेत. पण गंगा-यमुना यांचा समावेश सप्तसिंधुत होत नाही. सतलज, रावी, चिनाब, झेलम, बिआस, सिंधू आणि सरस्वती या सप्तसिंधू मानल्या जातात.

सप्तसिंधूच्या बाबतीत 'अवेस्ता'ची साक्षही तपासणं आवश्यक आहे. पारशी लोकांचा देव 'अहुर मझ्द' याने पारश्यांसाठी जे सोळा सुंदर प्रदेश निर्माण केल्याचं त्यात म्हटलं आहे, त्या यादीत उत्तरध्रुवाचा क्रम पहिला, बाल्हिकचा चौथा, जुन्या शरयू नदीचा सहावा, सरस्वती नदीचा दहावा तर सप्तसिंधूचा पंधरावा दिलेला आहे. (वेंदिदाद: फरगर्द १) यावरून आर्यांचा उत्तरध्रुवाकडून दक्षिणेकडे कसा प्रवास होत गेला याची कल्पना येते आणि सप्तसिंधू हे आर्यांचं पहिलं नव्हे तर बरंच नंतरचं वसतीस्थान असल्याचं दिसून येतं. वराहमिहिर याने 'पंचसिद्धान्तिका'मध्ये मेरू पर्वत उत्तरध्रुवावर असल्याचा निर्देश केला आहे ही बाबही इथे लक्षात घेतली पाहिजे. एकंदरीत पावगींच्या प्रतिपादनात योग्य निष्कर्षांपेक्षा स्वदेशाभिमानाचाच अभिनिवेश जास्त जाणवतो.

टिळकांचा ध्रुवसिद्धान्त खोडण्याचा प्रयत्न आणखीही काहीजणांनी केला आहे. त्यांपैकी दोन-तीन प्रातिनिधिक उदाहरणं पाहू. वेदांचे जर्मन अभ्यासक डॉ. डेव्हिड फ्राऊली ऊर्फ 'वामदेवशास्त्री' आणि भारतीय संशोधक डॉ. नवरत्न राजाराम या दोघांनी

‘द मिथ ऑफ आर्यन इन्व्हेजन ऑफ इंडिया’ अशा आशयाची शीर्षकं असलेली दोन स्वतंत्र पुस्तकं लिहून ध्रुवसिद्धान्ताला विरोध केला आहे.[५] त्यांच्या म्हणण्याचा एकत्रित सारांश असा:-

१. आर्य हे आक्रमक नव्हते. त्यामुळे बाहेरून येऊन हल्ला करून आपलं साम्राज्य वाढवणं ही गोष्ट त्यांच्या संस्कृतीत बसत नव्हती.

२. आर्यांकडे प्राचीन काळापासून चालत आलेलं प्रचंड संस्कृत वाङ्मय दिसून येतं. पण पुरातत्त्वीय इतिहास दिसत नाही. या उलट हराप्पा उत्खननातून द्रविडांचा पुरातत्त्वीय इतिहास आढळतो; पण वाङ्मय आढळत नाही. हा एक मोठाच विरोधाभास होय. (Frawley's Paradox)

३. इ.स.पूर्व १९००च्या दरम्यान सरस्वती नदी आटल्यामुळे किंवा अन्य कारणांमुळे आर्य भारतातून पश्चिम आशियातील इराण, मेसापोटेमिया वगैरे ठिकाणी पसरले आणि तिथे त्यांनी राज्यं स्थापन केली असं मानायला जागा आहे.

या मुद्यांचं खंडन खालीलप्रमाणे करणं शक्य आहे:-

१. ‘आर्य आक्रमक नव्हते’ हे वामदेवशास्त्रींचं विधान वस्तुस्थितीजन्य नाही. कारण ‘आर्य आक्रमकच होते’ असं अन्य काही संशोधकांचं म्हणणं आहे. उदाहरणार्थ, महादेवशास्त्री दिवेकर यांनी असं दाखवून दिलं आहे की, पुरातन काळात वेद आणि यज्ञसंस्था यांच्या सहाय्याने आर्यांनी नवनवीन प्रदेशांवर आक्रमण केलं. यज्ञपुरस्सर वसाहती करत जाण्याचा आर्यांचा स्वभाव होता. राक्षस यज्ञांचा विध्वंस करत तो याचकरिता. कारण एकदा यज्ञ झाला की त्या यज्ञभूमीत आर्यांची कायमची वसाहत

ध्रुवसिद्धान्ताचे विरोधक:

डॉ. राजाराम

डॉ. फ्राउली

होई आणि राक्षसांना त्या प्रदेशातून गच्छंती मिळे. हे यज्ञ म्हणजे केवळ धार्मिक कर्मकांड नव्हतं. यज्ञप्रसंगी विद्वानांचा नि वीरांचा सन्मान होई, तत्त्वज्ञानविषयक चर्चा होत, पूर्वी झालेल्या रणसंग्रामांच्या हकीगती सांगितल्या जात आणि अनार्यांवरील भविष्यकालीन आक्रमणाची योजना पक्की केली जाई.[६]

'आर्क्टिक होम इन द वेदाज्' मध्ये 'आर्यांनी प्रतिकूल परिस्थितीशी झगडत अनार्यांवर आक्रमणं करून त्यांना जिंकून घेतलं' असं टिळकांनी म्हटलं आहे. डॉ. ह. रा. दिवेकर यांनीही 'आर्यांचे पुरोहित चांगल्या जमिनीच्या शोधात पुढे जात असत आणि तशी जमीन आढळली, की आपल्या समूहाला बोलावून घेत असत' असं 'आमचा महाभारत-पूर्व इतिहास' या ग्रंथात सांगितलंय.

आर्य आक्रमक नव्हते असं मानलं तरीही ध्रुवसिद्धान्त खोटा ठरवण्यासाठी ते कारण पुरेसं नाही. कारण स्थलांतर ही अशी गोष्ट आहे की ती अनेक कारणांसाठी घडू शकते. त्यासाठी वृत्तीत आक्रमकताच असायला हवी असं नाही. नैसर्गिक संकट कोसळल्यामुळे, मानवी दहशतीपोटी, भौतिक किंवा आत्मिक उन्नतीसाठी आणि केवळ जिज्ञासेपोटीही स्थलांतरं घडू शकतात. त्यामुळे वामदेवशास्त्री यांचं विवेचन पटण्यासारखं नाही.

२. आर्यांचं वाङ्मय आणि द्रविडांचा पुरातत्त्वीय इतिहास यांची वामदेवशास्त्री यांनी घातलेली विषम सांगड मुळातच गैरलागू आहे. आर्य आणि द्रविड वेगळे नव्हते. काल्डवेल, बार्नेट यांच्यासारख्या इंग्रज संशोधकांनी आणि जॉन विल्सनसारख्या ख्रिस्ती धर्मोपदेशकांनी केवळ स्वार्थासाठी तशी कृत्रिम विभागणी करून भ्रामक इतिहास निर्माण केला हे आता बहुतेक संशोधकांना मान्य झालं आहे.[७]

पूर्वीच सांगितल्याप्रमाणे आर्य या शब्दाचा अर्थ 'सभ्य' 'सज्जन' 'संत' 'उच्चकुलीन' असा आहे. द्रविड या शब्दाचा अर्थ मनुस्मृतिमध्ये पुढीलप्रमाणे दिला आहे,

'हे मुळात काश्यप असून वैदिक विधी न केल्यामुळे कालांतराने वर्णबाह्य झालेले लोक होत.' ('पंचद्रविड' या नावाने जे ओळखले जातात त्यात गुजराथ, महाराष्ट्र, कर्नाटक, आंध्र आणि तामिळनाडू या प्रदेशांमधील लोक येतात. केरळी लोकांचा मात्र त्यात समावेश नाही.)

आर्य हे सुद्धा काश्यपच असल्यामुळे आर्य आणि द्रविड मुळात एकच होते हे उघड आहे. त्यांच्यात वांशिक किंवा भाषिक अर्थाने कुठलाही फरक नव्हता. उत्तर आणि दक्षिण भारतीय भाषांमध्ये आज जो काही फरक पडला असेल तो संस्कृत भाषेचा अपभ्रंश आणि स्थानिक भाषांची उसनवारी यामुळे पडला आहे. आर्यांमुळे एका विशिष्ट भूभागाला 'आर्यावर्त' असं नाव पडलं असलं तरी त्याचा अर्थ 'आर्यावर्ताच्या बाहेर राहणारे ते अनार्य' असा अर्थ इतिहासात बिलकुलच आढळत नाही. रामायणात दक्षिणेकडील किष्किंधा किंवा श्रीलंका या राज्यांचा उल्लेख आला असून त्यांना अनार्य

म्हटलेलं नाही. महाभारतातसुद्धा दक्षिणेकडील विदर्भ आणि पांड्य यांचा उल्लेख आला असून त्यांना आर्यच म्हटलं गेलं आहे.[८]

काल्डवेल: आर्य-द्रविड या कृत्रिम विभागणीचा जनक

आर्य आणि द्रविड ही कृत्रिम विभागणी इंग्रजांनी 'फोडा आणि झोडा' या नीतीप्रमाणे हेतूपुरस्सर केली. काल्डवेल या ख्रिस्ती मिशनऱ्याने दहा भाषिक निकषांच्या आधारावर आर्य आणि द्रविड भाषा वेगळ्या असल्याचा दावा केला होता. परंतु भाषातज्ज्ञांनी हा दावा आता खोटा ठरवलेला आहे. काशिनाथ शर्मा यांनी द्रविड भाषेचे हे दहाही निकष हिंदी भाषेलाही कसे लागू होतात हे दाखवून दिलं आहे. डॉ. वराडपांडे यांच्या मते १० पैकी ८ निकष मराठी भाषेला तर ६ निकष संस्कृत भाषेला सुद्धा लागू पडतात. याचा अर्थ हिंदी ही १०० टक्के, तर मराठी ८० आणि संस्कृत ६० टक्के द्राविडी भाषा आहे असा होऊ शकतो.[९]

सिंधू संस्कृती आर्यांची होती असंही डॉ. वराडपांडे आता मानतात. त्यांच्या म्हणण्या-नुसार सिंधू नदीच्या खोऱ्यात वैदिक देवतांच्या प्रतिमा सापडल्या आहेत. ऋग्वेदात शिंगे असलेल्या त्रिमुखी देवाचा उल्लेख आहे आणि तशी प्रतिमा मोहेंजोदडोमध्ये सापडली आहे. वैदिक वृषभाच्याही कित्येक मूर्ती सापडल्या आहेत. ऋग्वेदातील जलदेवता (River Goddess) आणि अश्वत्थ वृक्ष हे सुद्धा इथे सापडले आहेत. याशिवाय या उत्खननात अनेक यज्ञशाळाही सापडल्या आहेत. पाकिस्तानी पुराणवस्तू संशोधक डॉ. दाणी यांच्या मते सिंधू संस्कृती ऐन भरात असताना यमुना ते ओक्सस (Oxus) या संपूर्ण परिसरात वारंवार यज्ञयाग केले जात असल्याच्या खुणा आढळल्या आहेत. घोड्याच्या चित्रांसारख्या अन्य खुणाही मिळालेल्या आहेत.

दस्तुरखुद्द डॉ. राजाराम यांनीच उत्खननात मिळालेले काही तुकडे संगणकावर जोडून ते घोड्याचं चित्र असल्याचं सिद्ध केलं होतं.[१०]

सारांश, आर्य, द्रविड आणि हरप्पा संस्कृतीतले लोक एकच होते असं गृहित धरलं की डॉ. फ्राऊली यांचा तथाकथित 'विरोधाभास' ताबडतोब निरर्थक ठरतो. दुसरं म्हणजे हराप्पा संस्कृतीतल्या लोकांचं वाङ्मयही सापडलेलं आहे. फक्त त्या वाङ्मयाच्या लिपीची सर्वमान्य उकल अजून झालेली नाही. माझ्या मते हरप्पा ही आर्य आणि पणि यांची संयुक्त संस्कृती असावी.

३. भारतातून पश्चिम आशियात जाऊन आर्यांनी राज्यं स्थापन केली याचे उल्लेख

संस्कृत वाङ्मयातही आढळतात. उदाहरणार्थ, दाशराज्ञ युद्धात पराभूत होऊन हाकलले गेल्यामुळे तुर्वसुवंशीयांनी 'यवन' म्हणजे ग्रीक राज्य स्थापन केलं असं वाचायला मिळतं. सप्तसिंधूच्या परिसरात रहात असताना आर्यांच्या दोन टोळ्यांमध्ये धर्मकलह निर्माण होऊन त्यातली एक टोळी पुन्हा पश्चिमेला वळली आणि इराणमध्ये जाऊन तिने 'पारसिक' राज्य स्थापन केलं असं टिळक म्हणतात. पण हे सगळं खरोखरच घडलं असं गृहित धरलं तरी 'आर्य भारतात बाहेरून आले' या निष्कर्षाला अजिबात धक्का पोहोचत नाही. ते बाहेरून आले आणि त्यातल्या काही टोळ्या पुन्हा बाहेर गेल्या ही शक्यताच अधिक असू शकते. भारतात येणं आणि भारतातून काही टोळ्यांनी बाहेर जाणं यात शेकडो किंवा हजारो वर्षांचा कालावधी लोटल्यामुळे आणि घटनांची नीट संगती न लावता आल्यामुळे डॉ. राजाराम यांच्यासारख्या संशोधकांच्या मनात संदिग्धता निर्माण झाली असावी.

डॉ. वराडपांडे यांचे आक्षेप

प्रसिद्ध संशोधक डॉ. एन. आर. वराडपांडे यांच्या मते उत्तरध्रुव हे आर्यांचं मूळ स्थान नसून भारत हेच मूळ स्थान आहे. टिळकांनी वेदांमधील ऋचांचे जे अर्थ लावले आहेत त्यापेक्षा वेगळे अर्थ लावायचा वराडपांडे यांनी प्रयत्न केला आहे.[११]

उदा. ७-७६-३ या ऋचेचा अर्थ टिळकांनी असा लावलाय:-

'सूर्योदय होण्यास खूप दिवस लागले होते. या दिवसांमध्ये हे उषे तू त्याची (सूर्याची) एखाद्या प्रेमिकेप्रमाणे सेवा (किंवा प्रतीक्षा?) करत राहिलीस, त्याला सोडून गेली नाहीस.'

याच ऋचेचा वराडपांडे यांनी लावलेला अर्थ असा:-

'उषा दर दिवशी सूर्याच्या आधी उगवते आणि पतिव्रतेप्रमाणे त्याची सेवा करण्यासाठी सज्ज होते. असे अनेक दिवस गेले आहेत.'

हा अर्थ निघण्यासाठी वराडपांडे यांनी बरीच व्याकरणीय कसरत केली आहे. मात्र ती पटण्यासारखी नाही. मूळ ऋचा व ग्रिफिथने केलेलं इंग्रजी भाषांतर असं:-

'तानिदहानि बहुलान्यासन या पराचीनमुदिता सूर्यस्य।
यत: परि जार इवाचरन्त्युषो दद्रक्षे न पुनर्यतीव॥'

(Great is, in truth, the number of the Mornings which were aforetime at the Sun's uprising. Since thou, O Dawn, hast been beheld repairing as to thy love, as one no more to leave him.)[१२]

ग्रिफिथच्या या इंग्रजी भाषांतरावर नुसती नजर टाकली तरी अधिक भाष्य करण्याची आवश्यकता उरणार नाही.

ऋग्वेदातील आणखी एका ऋचेचा अर्थ टिळक 'उषा (पहाट) दीर्घ काळानंतर व दीर्घ काळासाठी उगवली' असा लावतात. (१-११३-१३) या ऋचेतील 'शाश्वत' या शब्दाचा अर्थ त्यांनी 'दीर्घकाळ' असा लावला आहे व तो योग्यच आहे. कारण आपण शाश्वत हा शब्द 'कायम' किंवा 'दीर्घ टिकणारं' या अर्थीच वापरत असतो. मात्र वराडपांडे 'शाश्वत'चा अर्थ 'नेहमी' किंवा 'न चुकता' असा लावतात. त्यामुळे 'उषा न चुकता दररोज उगवली' असा अर्थ त्यांनी लावला आहे व त्यासाठी ते 'लोक शिवाला शाश्वत पूजतात' या मेघदूतातील कालिदासाच्या एका ओळीचा दाखला देतात. पण हा अर्थ ओढून ताणून लावल्यासारखा वाटतो. कारण 'लोक शिवाला कायम पूजतात' असाच या ओळीचा अर्थ होण्याची शक्यता जास्त आहे.

मूळ श्लोक व ग्रिफिथने केलेलं त्याचं भाषांतर खालीलप्रमाणे:-

'शश्वत पुरोषा वयुवास देव्यथो अद्येदं वयावो मघोनी ।

अथो वयुछादुत्तराननु दयूनजराम्व्रा चरति सवधाभिः॥'

(From days eternal hath Dawn shone, the Goddess, and shows this light to-day, endowed with riches. So will she shine on days to come immortal she moves on in her own strength, undecaying.)

इथे ग्रिफिथने 'शाश्वत' साठी eternal हा शब्द वापरला आहे व त्याचा अर्थ इथे 'कित्येक दिवसांनी' असाच होतो हे उघड आहे. 'कित्येक दिवसांनी आज पहाट झाली' असा सरळ अर्थ दिसत असताना वराडपांडे त्याचा चमत्कारिक अर्थ लावू पाहतात.

याच थाटात वराडपांडे यांनी टिळकांचे अन्य मुद्देही खोडण्याचा प्रयत्न केला आहे. मात्र त्यात शब्दच्छल किंवा व्याकरणाची ओढाताण असल्यामुळे ते स्वीकारार्ह वाटत नाहीत.

आणखी एक गोष्ट म्हणजे वराडपांडे यांनी ऋग्वेदातील वृत्र, दास, दस्यू, पणि इत्यादींना ऐतिहासिक व्यक्ती किंवा जमाती न मानता प्राकृतिक मानण्याची घोडचूक केली आहे. ही माणसं नसून अवकाशातील दुष्ट शक्ती होत्या व इंद्र नावाची काल्पनिक देवता त्यांचा नाश करी असं त्यांनी मानलं आहे. दासांची 'पुरे' म्हणजे मेघ असाही शोध त्यांनी लावला आहे. मात्र हरप्पा व मोहेनजोदडो वगैरे उत्खननांमध्ये गेल्या काही वर्षांत शेकडो पुरे सापडली असून ती इतिहासाचाच एक भाग असल्याचं सिद्ध होत आहे आणि वराडपांडे यांचं मतप्रदर्शन चुकीचं ठरत आहे.

भीष्माने उत्तरायण येईपर्यंत मरण लांबवलं या घटनेमागे भीष्माची अंधश्रद्धा असली तरी ती उत्तर ध्रुवापासून चालत आलेली परंपरा होती असा निष्कर्ष सहज निघतो.

टिळकांनी हाच निष्कर्ष नोंदवला आहे.

उत्तरध्रुवावर दक्षिणायनात पूर्ण अंधार असल्यामुळे कुणी मृत्यू पावलं की मोठी गैरसोय होत असे. (अग्नीचा शोध तेव्हा लागलेला नव्हता.) त्यामुळे उत्तरायण चालू असताना मरण येणं हे 'पुण्यवान' असल्याचं लक्षण मानलं जाऊ लागलं. वराडपांडे यांनी याचा उल्लेख केला असला तरी खंडन मात्र केलेलं नाही ही गोष्ट इथे लक्षात घेण्यासारखी आहे.

वर नमूद केल्याप्रमाणे पारश्यांच्या झेंद-अवेस्तामध्ये दिलेल्या १६ सुंदर प्रदेशात उत्तर ध्रुवाचा क्रम पाहिला तर सप्तसिंधूचा १५वा आहे याचीही दखल वराडपांडे यांनी घेतलेली नाही. घेतली असती तर ती त्यांना उपयोगी ठरण्यापेक्षा अडचणीचीच अधिक ठरली असती. कारण आर्यांचा उत्तरेकडून दक्षिणेकडे कसाकसा प्रवास होत गेला हे सोळा स्थळांच्या या यादीवरून नजर फिरवल्यास सहज समजून येतं.

एकंदरीत वराडपांडे यांचे टिळकांच्या ध्रुवीय सिद्धान्तावरील आक्षेप समाधानकारक नाहीत असाच निष्कर्ष इथे काढावा लागतो.

देव, आर्य आणि अनार्य

उत्तरध्रुवावर सपाट प्रदेश होता, तशाच डोंगरदऱ्याही होत्या. नद्यानाले, झाडंझुडपं नि घनदाट अरण्यं यांनी हा सर्व प्रदेश व्यापलेला होता. वर उल्लेख केल्याप्रमाणे उत्तर ध्रुवाच्या सर्वोच्च बिंदूपाशी मेरू पर्वत असावा आणि त्यावरच देव नावाची अतिप्रगत जमात रहात असावी. महाभारतातल्या उल्लेखाप्रमाणे हे ठिकाण अतिशय दुर्गम असून उंच कडे आणि खोल दऱ्या यांनी युक्त होतं आणि तिथे फक्त जाणकार ऋषिमुनीच जाऊ शकत.

मेरू पर्वतानजिकच्या विशाल प्रदेशात आर्यांच्या वसाहती असाव्यात. देव ही प्रगत जमात आर्यांना आदर्श वाटत असल्यामुळे भौतिक आणि आत्मिक उन्नतीसाठी ते देवांच्या कच्छपी लागत आणि अनेक गोष्टी त्यांच्याकडून शिकून घेत असत. त्यामुळे देव आणि आर्य यांचं परस्पर सहकार्य उत्तम असावं यात नवल नव्हतं.

देव आणि आर्य यांच्या आजूबाजूला दन्यू, दस्यू, रक्षस्, यातू, ओह वगैरे अनार्यांची गावठाणं असावीत. हे लोक देवांचे शत्रू होते. राजवाड्यांच्या म्हणण्याप्रमाणे देव हे वर्णानं गोरे असून त्यांच्या मानाने हे दन्यू, रक्षस् वगैरे आचारहीन लोक घामट, मलिन आणि काळे होते. शिवाय ते अप्रगतही होते.[१३] ऋक्संहितेत असुरांचाही उल्लेख आहे. हे असुर म्हणजे 'निनेवे' या ठिकाणी पुढे (म्हणजे इ.स.पूर्व १५००च्या सुमारास) ज्यांनी राज्य स्थापन केलं तेच होत. यांचा पूर्वेतिहास अद्याप सापडलेला नाही. परंतु; हे लोक युद्धप्रिय, कज्जेदलाल व रात्रीचे छापे घालणारे होते असं जे ऋग्वेदात म्हटलं आहे

ते त्यांच्या पुढील इतिहासावरून सिद्ध होतं. इर्य अथवा ऐर्याण लोक (म्हणजेच नंतरचे इराणी) मुळात आर्यांपैकीच होते. त्यांचं आणि देवांचं वितुष्ट निर्माण झाल्यावर 'देव म्हणजे दुष्ट नि असुर म्हणजे सुष्ट' असं मानण्यापर्यंत त्यांची पुढे मजल गेली. प्रलयपूर्वकाली आर्यांच्या शेजाराला असणारे आणि आर्यसंस्कृतीची जबरदस्त छाप बसलेले असे हे दन्यू, दस्यू, रक्षस्, यातू, अहि, असुर वगैरे लोक असावेत. देवांची भाषा यांनी बरीच उचललेली दिसते. परंतु जातीने, आचाराने आणि धर्माने हे लोक देवांहून निराळे होते.

अर्थात, आर्यकुलात यांची गणना करणं संयुक्तिक नाही. हे अनार्य देवांचे शत्रू असल्यामुळे त्यांचे कुठल्या ना कुठल्या कारणावरून आर्यांशीही खटके नि चकमकी उडत आणि कालांतराने पुन्हा समेट होई. ऋग्वेदात अनेक ठिकाणी उल्लेखिलेले 'पंचजन:' हे ध्रुवीय प्रदेशात वास्तव्य करणारे पाच मानव वंशीय असण्याची शक्यता राजेन्द्र खेर यांनी वर्तवली आहे. मात्र ही शक्यता ग्राह्य धरता येत नाही. मनुस्मृतीत नमूद केल्याप्रमाणे चार वर्णांचे लोक आणि अवर्ण मिळून पंचजन होतात.

राहणीमान

ज्या काळात आर्य उत्तरध्रुवावर रहात होते त्या काळात त्यांच्या आत्मिक उन्नतीला प्रारंभ झाला असला तरी भौतिक उन्नती मात्र अजून लांब असावी असं दिसून येतं.

या काळात तांबं नव्हतं. लोखंडाचा शोध लागलेला नव्हता. चांदीसोन्याचा तर प्रश्नच उद्‌भवत नव्हता. मग काय होतं? तर केवळ दगडधोंड्यांचा वापर होत होता. म्हणजे आज ज्याला आपण 'नवाश्मयुग' म्हणतो ते त्याकाळी चालू होतं. पुरातत्त्व-शास्त्राचा आधार घेऊन असा अंदाज करता येईल की मातीची भांडी, शिल्पकला, शिवणकामासाठी लागणारी सुई या गोष्टी आर्यांना माहीत होत्या. त्या प्रदेशात हत्ती, घोडे, उंट नव्हते. वाघ-सिंहही असण्याची शक्यता नाही. मात्र गायबैल, शेळ्यामेंढ्या, कुत्री वगैरे पाळीव प्राणी निश्चितच होते. शेतीची कला त्यावेळी विकसित झाली नव्हती. फळं, कंदमुळं, आपोआप उगवलेली कडधान्यं आणि शाकभाज्या हा त्यांचा आहार होता. दूध आणि त्यापासून उत्पन्न होणारे पदार्थ तर होतेच; पण मांसाहारही होत होता आणि त्यात गायीच्या मांसाचाही समावेश होता. मद्यपानाच्या बाबतीतही आर्य अनभिज्ञ नव्हते.

पानांनी शाकारलेल्या नि दगड, मातीचा वापर केलेल्या पर्णकुट्यांमध्येच आर्य रहात असत. अग्नी जतन करण्याचा शोध अजून लागलेला नसावा, किंवा देवांनी तो लावला असला तरी त्याचं रहस्य अजून आर्यांना सांगितलेलं नसावं. कारण 'अग्निहोत्र' हा प्रकार फार पुढे म्हणजे आर्य भारतात आल्यावर सुरू झाला. पण कारणपरत्वे उसन्या

आणलेल्या अग्नीचा वापर उत्तरध्रुवावर होत असावा.

वेदांमध्ये कापसाचा उल्लेख मिळत नाही. त्याऐवजी 'अवेर् वरेषु' म्हणजे 'मेंढ्यांच्या केसांतून' असा उल्लेख येतो.[१४] या शब्दप्रयोगाने असं दिसून येतं की, सोमरस गाळण्यासाठी कापसाची वस्त्रं नव्हे तर लोकर वापरली जात होती. वैदिकांना माहीत असलेलं दुसऱ्या प्रकारचं कापड म्हणजे क्षौमवस्त्र. हे 'अतसि' किंवा अळशीच्या झाडापासून बनवलेलं असे. आर्यांची वस्त्रं याप्रकारची असावीत असा निष्कर्ष यातून काढावा लागतो.

आर्यांच्या परंपरेत 'उत्तरायण' आणि 'दक्षिणायन' यांचा उल्लेख आहे. दक्षिणायन सुरू असताना ध्रुवीय प्रदेशात सहा महिन्यांची रात्र असते. त्यापैकी अडीच महिने तर तिथे पूर्ण अंधकारच असतो. या काळात एखाद्याचा मृत्यू झाला तर त्याच्यावर अंत्यसंस्कार करता येत नसत. कारण सूर्यकिरणं शरीरावर पडल्याशिवाय ते शरीर शुद्ध होत नाही अशी आर्यांची समजूत होती. नद्यांचे प्रवाह या काळात थांबायचे. वनस्पतींची वाढ खुंटायची. अशावेळी मृत शरीराची विल्हेवाट लावण्याचा प्रश्न उभा रहात असे. अवेस्तात वर्णन केल्याप्रमाणे हिवाळा संपेपर्यंत ते शव एका पेटीत योग्य रीतीनं ठेवून देण्याची प्रथा होती. मग उत्तरायण सुरू झालं, नद्या वाहू लागल्या, झाडं वाढू लागली, पक्षी उडू लागले की, मृतदेहाची विल्हेवाट लावली जायची.[१५] पुढील सहा महिने सूर्य सतत फिरत असे त्यामुळे अडचण येत नसे. या काळात मरणं म्हणजे 'पुण्यवान' असल्याचं लक्षण समजलं जात असे. म्हणूनच भीष्मांनी आपला मृत्यू उत्तरायणापर्यंत रोखून धरला होता. अर्थात वर म्हटल्याप्रमाणे भीष्मांची ही कृती म्हणजे धार्मिक अंधानुकरणच म्हणावं लागेल. कारण भारतात सूर्य दररोज उगवतो. त्यामुळे ध्रुव-प्रदेशातल्या आपत्तीचा प्रश्न इथे उद्भवत नसतो. पण भीष्मांसारखे लोक आजही इथे आहेत आणि कालबाह्य झालेल्या गोष्टींचं 'झापडबंद' अनुकरण ते आजही करत असतात. असो!

'अरुण' म्हणजे सूर्य आणि 'उषा' म्हणजे पहाट. या दोन्ही गोष्टी आर्यांना साहजिकच जीवनदायी वाटत असत. पाऊस आवश्यक असल्यामुळे 'वरुण' ही देवताही त्यांना प्रार्थनीय होती. 'इंद्र' हे देवांच्या मुख्याचं पदनाम होतं. त्यामुळे तोही आर्यांना वंदनीय होता. 'अग्नी' ही सर्वात महत्त्वाची देवता स्थलांतरानंतरच्या काळात उदयाला आली असावी. आणखीही काही देवदेवता होत्या. मात्र या सगळ्यांविषयीच्या वेदातील ऋचा फार नंतर; म्हणजे आर्य पुढे भारतात सरस्वतीच्या काठी स्थायिक झाले त्यावेळी रचल्या गेल्या.

टिळकांच्या मते स्थलांतरानंतर आर्यांनी केलेलं आपल्या पूर्वायुष्याचं ते स्मरण होतं.

■

संदर्भ टीपा

१. पृष्ठ ३१३, खंड ६, 'ऐतिहासिक प्रस्तावना', वि. का. राजवाडे

२. पृष्ठ ६, 'सप्तसिंधुचा प्रान्त आणि उत्तरध्रुवाकडील आर्यांच्या विस्तीर्ण वसाहती,' ना. भ. पावगी, १९२१

३. प्रस्तावना, 'मनुस्मृती', सं. अ. ज. प्रभु, विदर्भ मराठवाडा बुक कंपनी, पुणे, २००३

४.
    a. 'आमचा महाभारतपूर्व राजकीय व सांस्कृतिक इतिहास,' डॉ. ह. रा. दिवेकर, पुणे विद्यापीठ
    b. 'India in the Vedic Age' by Dr. P.L.Bhargava, D.K. Printworld.

५.
    i. 'The myth of Aryan Invasion of India' by Dr. David Frawly.
    ii. 'Aryan Invasion of India: The myth and the truth' by Dr. Navratna Rajaram

६. 'आर्य संस्कृतीचा उत्कर्षापकर्ष', महादेवशास्त्री दिवेकर

७. 'The Aryan Problem', 1993, Articles by Dr. Varadpande, Shriram Sathe, Dr. Devendra Swaroop, Dr. Mahalingam, Dr. S.P. Annamali, K.V. Ramkrushnarao, Rangrajan, Dr. R. Nagswami & Dr. L.S. Wakankar.

८. Page 14-19, Article by Dr. N.R. Varadpande, 'The Aryan Problem', 1993.

९. डॉ. वराडपांडे, वरीलप्रमाणे

१०. 'Aryan Invasion of India: The myth and the truth' by Dr. Navratna Rajaram

११. Page 123-124, Dr. N.R. Varadpande, 'The Aryan Problem', 1993.

१२. 'The Rigveda', translated by R.T.H. Griffith, at http://www.sacred-texts.com

१३. खंड ६, 'ऐतिहासिक प्रस्तावना,' वि. का. राजवाडे
१४. 'आर्य कोण होते?' श्रीराम साठे, (अनुवाद : शां. भा. देव), १९९१
१५. 'Avesta', English Translation by Joseph H. Peterson, Digital edition, 1995.

४. उत्तर ध्रुव ते कश्यप समुद्रः एक महास्थलांतर

उत्तर ध्रुवावर वास्तव्य करून असणाऱ्या मानवसमूहाने हिमप्रलयामुळे केलेलं स्थलांतर ही केवळ दंतकथा नसून ते एक ऐतिहासिक सत्य होतं हे वेगवेगळ्या धर्मपरंपरांमध्ये सांगितलेल्या मनूच्या कथेवरून लक्षात येतं.

यजुर्वेदाच्या 'शतपथ ब्राह्मण' ग्रंथात आणि 'मत्स्यपुराणा'त[१] जलप्रलय, मनू आणि मासा यांची कथा सांगितलेली आहे, तर बायबल, कुराण आणि हिब्रू वाङ्मयात मनूला 'नोहा' म्हटलं आहे. संस्कृतमधे मनूचं प्रथमपुरुषी एकवचन 'मनु:' असं होतं आणि पंचमी व षष्ठीचं एकवचनी रूप 'मनो:' (म्हणजे मनूचा किंवा मनूपासून झालेला) हे असतं. 'मनोहा' म्हणजे मनाला जिंकणारा' किंवा 'मन मारणारा' तर 'मनुहा' म्हणजे 'मनुला त्रास देणारा' (हिमप्रलय?) असे अनेक अर्थ होतात. त्यामुळे 'नोहा' या शब्दाची व्युत्पत्ती 'मनू'मध्येच शोधली पाहिजे यात शंका नाही. अरबी भाषेत मनूला 'नुह' म्हटलं आहे आणि हे 'मनुह' या संस्कृत संबोधनाचं लघुरूप असल्याचं डॉ. भार्गव यांनी 'इंडिया इन द वेदिक एज्' या ग्रंथात दाखवून दिलंय.

मनूची पार्श्वभूमी

आपल्या वेदपुराणांमध्ये खालील तीन 'मनू' फार प्रसिद्ध आहेत.[२]

१. स्वायंभुव मनू: विष्णुपुराणात नमूद केल्याप्रमाणे हा पृथ्वीवरील पहिला पुरुष मानला जातो. याच्यापासून सर्व मानवजात निर्माण झाली म्हणून याला 'आदिमनु' असंही म्हटलं जातं. आदिमनु या शब्दावरूनच हिब्रू आणि अरबी भाषेत 'ॲडम'

किंवा 'आदम' हा शब्द आला. या आदिमनूच्या जोडीदारीणीचं नाव 'शतरूपा' असं होतं. ते प्राकृतात 'शाउवा' असं बनून पुढे हिब्रू आणि अरबी भाषेत 'आउवा' असं झालं. नंतर इंग्रजीत या शब्दाचं रूपांतर (Eve) असं केलं गेलं. थोडक्यात स्वायंभुव मनू म्हणजेच आदिमनु किंवा ॲडम. ज्याला 'ब्रह्मा' म्हणतात तो हाच असावा.

२. **वैवस्वत मनू:** आदितीचा मुलगा विवस्वान याचा हा ज्येष्ठ पुत्र. स्वायंभुव मनूचा हा खापरपणतू लागतो असं वंशावळीवरून दिसतं. (आदिमनू-दक्ष-आदिती-विवस्वान-वैवस्वत मनू) यानेच पुरातून वाचवून आर्य आणि अनार्यांना सुरक्षित स्थळी स्थापन केलं. भारतीय आर्य याला आपला पहिला राजा मानतात.

३. **मनू संवरणी:** हा वैश्य वर्णाचा एक 'ग्रामणि' म्हणजे ग्रामप्रमुख होता. याचा काळ वैवस्वत मनूच्या नंतरचा आहे. वैवस्वत मनूचा पाचवा वंशज 'नहुष' आणि त्याचा मुलगा 'ययाति' यांच्यासह याने ऋग्वेदातील काही ऋचा रचल्या. हा आणि याचा पुत्र 'नाभनेदिष्ट' हे विद्वान असल्यामुळे पुढे ब्राह्मण बनले.

या तीन मनूंचा काळ आणि कर्तृत्व अशा रीतीने वेगवेगळं असूनसुद्धा पुराणकारांनी त्यात फार गोंधळ घातला आहे. एकाचं कर्तृत्व त्यांनी दुसऱ्याला चिकटवलं आणि दुसऱ्याचा मुलगा तिसऱ्याच्या मांडीवर दिला आहे.

उदाहणरार्थ, वर उल्लेखिलेला नाभनेदिष्ट याला पुराणकारांनी वैवस्वत मनूचा पुत्र मानलंय. सुदैवाने डॉ. भार्गव यांच्यासारख्या व्यासंगी संशोधकांनी चिकित्सक नजरेनं वेदपुराणं तपासली असल्यामुळे ही संदिग्धता दूर झाली आहे.

संस्कृतमध्ये 'मनूचे पुत्र' किंवा 'मनूचे अनुयायी' या अर्थाने जसा 'मानव' हा शब्द येतो, तसेच इंग्रजीतले 'मॅन' किंवा 'ह्यूमन' सारखे शब्द 'मनु' पासूनच आले आहेत हे उघड आहे. प्रलयातून पार पडण्यासाठी मनू नावाच्या माणसानं एक प्रचंड मोठी नाव बांधून काढली. बऱ्याचशा माणसांना आणि पशुपक्ष्यांना त्यात घालून सुरक्षित जमिनीच्या शोधात तो निघाला आणि तशी जमीन मिळाल्यावर त्याने तिथे नवी वस्ती वसवली, असं कमी अधिक फरकाने या सगळ्या कथांमध्ये म्हटलेलं आहे. यातून असा निष्कर्ष काढता येईल, की मनू याने आर्यांप्रमाणेच अनार्यांनाही प्रलयातून वाचवून आपल्याबरोबर आणलं होतं आणि त्याबद्दल कृतज्ञता म्हणून सर्वांनीच त्याला आपला पहिला पूर्वज मानलं.

टिळकांच्या प्रतिपादनानुसार उत्तर ध्रुवावर शेकडो किंवा हजारो वर्षं राहिल्यावर आर्यांपुढे अवचित एक संकट येऊन पुढे उभं ठाकलं. हे संकट हिमप्रलयाचं होतं. परिणामी त्यांना पश्चिम आशियात स्थलांतर करणं भाग पडलं. हा काळ साधारणपणे दहा हजार वर्षांपूर्वीचा होता.

अहुर मझ्दचा इशारा

पारश्यांच्या 'झेंद अवेस्ता'मध्ये अहुर मझ्द आणि आर्यांचा नेता यिम यांचा संवाद दिला आहे. त्यांची भेट 'एर्यन वईजो' म्हणजेच इराण्यांचा स्वर्ग असलेल्या धृवीय प्रदेशात झाली होती. अहुर मझ्दा हा यिम याला इशारा देतो की, 'काही दिवसातच पृथ्वीवर भयंकर उलथापालथ होणार आहे. वादळी वारे सुटणार आहेत. प्रचंड पाऊस पडणार असून जमीन खचणार आहे आणि त्यानंतर भयानक थंडी पडणार आहे. त्यामुळे पाण्याचं रूपांतर बर्फात होईल आणि ही सर्व भूमी बर्फाने आच्छादून जाईल. सजीव सृष्टीला राहण्यालायक ही भूमी राहणार नसून जगण्यासाठी स्थलांतर करणं भाग पडणार आहे. तेव्हा योग्य वेळीच तू खबरदारी घेतलीस तर काही माणसं तरी वाचतील.' (वेंदिदाद, फरगर्द २) याच प्रकारचा संवाद मत्स्यपुराणात 'भगवान मत्स्य' आणि मनू यांच्यात दिलेला आढळतो. माझ्या तर्कानुसार मझ्द हे 'मत्स्य' या शब्दाचंच अपभ्रंशित रूप आहे.

मात्र अहुर मझ्द म्हणजे 'असुर महादेव' आणि यिम म्हणजे यम किंवा 'मनू' असं मानलं जातं. (वास्तविक 'यम' हे मनूच्या भावाचं नाव होतं. परंतु 'वेंदिदाद'कर्त्यांनी ते मनूला चिकटवण्याची गफलत केली आहे.) ज्या अर्थी महादेवाला 'असुर' म्हटलं आहे त्याअर्थी तो अनार्यांपैकी एखाद्या टोळीचा प्रमुख होता आणि पर्यावरणशास्त्राचा त्याचा उत्तम अभ्यास असावा असा अंदाज करणं चुकीचं ठरणार नाही. आजचं 'शिव-शंकर' हे दैवत याच असुर महादेवाचं रूप असणार हे उघड आहे. त्याचं जंगलातलं किंवा स्मशानातलं वास्तव्य, कंबरेला गुंडाळलेलं कातडं आणि गळ्यातले सर्प हे सगळं तो एखाद्या वन्य टोळीचा नेता असावा असं सुचवतं.

असुर महादेवाने मनूला असाही सल्ला दिला, की 'सर्व जातींचे प्राणी आणि वनस्पती यांची बीजं जतन करून ठेवण्याकरता त्याने एक मोठी नाव बांधावी, बरेच दिवस पुरेल एवढं पाणी आणि अन्नसामग्री यांचा साठा करून ठेवावा आणि योग्य भूमी मिळेपर्यंत नावेतून उतरू नये.'[३]

'मनू'ची नाव

असुर महादेवाच्या भाकितामुळे जनसामान्यात केवढा हलकल्लोळ उडाला असेल याची आपण कल्पना करू शकतो. उद्या विशिष्ट कालावधीत मुंबई समुद्रात बुडून जाणार असल्याचा दावा जर शास्त्रज्ञांनी केला तर मुंबईकरांच्या वेगवेगळ्या प्रतिक्रिया बघायला मिळतील. कुणी घाबरून शहर सोडून जाईल, कुणी या भाकितावर विश्वास ठेवणार नाही, तर कुणी 'काय व्हायचं ते होऊ दे' असं म्हणून घरातच स्वस्थ बसून राहील. सामान्य जनता जेव्हा एखाद्या प्रश्नावर असे वेगवेगळे पवित्रे घेते तेव्हा सरकारपुढे

गंभीर समस्या उभ्या राहतात. कारण सगळ्यांची समजूत घालत बसणं शक्य नसतं आणि काही प्रमाणात सक्तीही करावी लागते. मनूलाही अशा समस्यांना तोंड द्यावं लागलं असेल असं आपण गृहित धरू.

असुर महादेवाच्या सल्ल्याप्रमाणे मनूने ताबडतोब नाव बांधायला घेतली. तो 'नवपाषाण' युगाचा काळ होता हे लक्षात घेता प्रचंड नाव बांधण्यासाठी त्याच्याजवळ मोजकीच सामग्री उपलब्ध असावी. धातूंचा शोध अजून लागलेला नव्हता. मात्र त्या भूमीत मोठमोठ्या वृक्षांची कमतरता नव्हती. त्यामुळे लाकूड हवं तेवढं मिळू शकत होतं. ते कापण्यासाठी दगडांपासून केलेली हत्यारं होती. कापसाचा शोध अद्याप लागलेला नव्हता. त्यामुळे दोरखंड तयार करण्याची कला माहीत नव्हती. पण मोठ्या वृक्षांच्या पारंब्या आणि बळकट वेली यांचा वापर दोरखंडाप्रमाणे करता येण्यासारखा होता. मुख्य म्हणजे भूगर्भात असणाऱ्या काळ्या चिकट डांबराचं अस्तित्व तेव्हा मानवाला माहीत होतं. शिवाय झाडांच्या खोडांवर जमा होणारा डिंकही होताच.

माणसं, पशुपक्षी, वनस्पतींचे नमुने आणि अन्नपाण्याचा साठा एवढा ऐवज लक्षात घेता अनेक मजले असणारी मोठी नाव बांधणं आवश्यक होतं. शिवाय प्रलयाला तोंड देऊन टिकण्याएवढी ती मजबूतही असायला हवी होती. आजच्या संशोधकांनी पुराण-कथांचा अभ्यास करून मनूच्या या नावेची मापं निश्चित केलेली आहेत. त्यावर विश्वास ठेवायचा झाला तर ४५० फूट लांब, ७५ फूट रुंद आणि ४५ फूट उंच अशा अवाढव्य स्वरूपातली नाव बांधायचं काम मनूच्या मार्गदर्शनाखाली सुरू झालं.[४] त्यासाठी प्रामुख्याने सुरु आणि देवदार वृक्षांच्या लाकडाचा वापर करण्यात आला. या नावेला तळमजला धरून तीन मजले होते आणि प्रत्येक मजल्याच्या आत वेगवेगळ्या आकाराची दालनं होती. या दालनांमधून आतबाहेर करायला दोन्ही बाजूंना दारं ठेवलेली होती. तिसऱ्या मजल्यावर छप्पर घातलं होतं. सर्व दालनांच्या भिंती आतून आणि बाहेरून डांबरासारख्या घट्ट काळ्या द्रवाने लिंपल्या होत्या. नावेचा नांगर मात्र दगडी होता. पाश्चात्य परंपरेत ही नाव Noha's ark म्हणून प्रसिद्ध आहे.

नावेचं बांधकाम चालू असतानाच मजल्यांची आणि दालनांची विभागणी सारासार विचार करून ठरवण्यात आली होती ती अशी:-

तळमजला - अन्नपाणी व साधनसामग्री

पहिला मजला - माणसं, पाळीव प्राणी व पाळीव पक्षी

दुसरा मजला - जंगली प्राणी व जंगली पक्षी

प्रत्येक पाळीव पशुपक्षाच्या सात जोड्या, तर जंगली पशुपक्षांची एक जोडी घ्यायचं ठरवण्यात आलं. पाळीव प्राण्यांमध्ये शेळ्यामेंढ्या, गायीगुरं आणि कुत्री तर पाळीव पक्ष्यांमध्ये कोंबड्या नि कबुतरं यांचा समावेश होता. जंगली पशूंमध्ये अस्वलं, लांडगे

आणि हरणांसारखे प्राणी आणि जंगली पक्ष्यांमध्ये ससाण्यापासून कावळ्यापर्यंतचे काही पक्षी असावेत असं वाटतं. वाघसिंह, हत्तीउंट, शहामृग वगैरे पशुपक्षी उत्तरध्रुवावर नसावेत यात शंका नाही.

सुरक्षित भूमीकडे प्रस्थान

अखेर सगळी तयारी झाल्यावर आणि परिस्थिती पूर्ण बिघडायच्या आधीच मनूने आपली नाव पाण्यात लोटली असावी. कदाचित ही एकच नाव नसून अशा अनेक नावांचा ताफाही असू शकेल. त्यातल्या काही बुडून गेल्या असतील, काही बेपत्ता झाल्या असतील तर काही अन्य कुठल्या प्रदेशात पोहोचल्या असतील. पुराणकथांवरून समजतं ते एवढंच की 'मनूची नाव' म्हणून जी ओळखली जाते ती उत्तर ध्रुवावरून निघाली आणि तिने दक्षिण दिशा धरली. अनेक संकटांना तोंड देत काही महिन्यांनी ती सध्याच्या तुर्कस्थानातल्या 'अरारत' पर्वतापाशी पोहोचली.[५] मनूने हा प्रवास कसा पार पाडला असावा हेही पुराणकथांवरून समजून घेता येतं.

भारतीय पौराणिक कथेत असं वाचायला मिळतं की, मनूने एक लहान मासा पाळला होता. वाढत वाढत त्याचा एक दिवस महाकाय 'देवमासा' बनला. प्रलयाच्या वेळी त्या माश्याच्या शिंगाला मनूने आपल्या नौकेची दोरी बांधली आणि मग तो देवमासा ती नाव सुरक्षित स्थळी घेऊन गेला.[६] यातली भाकडकथा बाजूला ठेवली तर असं दिसतं की सुरक्षित भूमीकडे जाण्याचा मार्ग मनूने Beached Whales या जातीच्या देवमाशांच्या हालचालींवरून ठरवला. हे देवमासे आकाराने महाकाय असून साधारणपणे १०० फूट

बीच्ड व्हेल्स: पुराणातील मत्स्यावतार

लांब असतात आणि पोहत असताना ते सहजपणे दिसू शकतात. या देवमाशांचं वास्तव्य शार्क माशांप्रमाणे समुद्रात खोलवर नसून किनाऱ्याजवळच्या उथळ पाण्यात असतं. प्रलयाच्या वेळी उत्तरध्रुवावर पाणीच पाणी झाल्यावर किनाराच न राहिल्यामुळे हे देवमासे नव्या किनाऱ्याच्या शोधात निघाले आणि त्यांना नजरेच्या टप्प्यात ठेवत मागोमाग मनूने मार्गक्रमण केलं. त्याचे प्रयत्न वाया गेले नाहीत. देवमाशांनी त्याला सुरक्षित भूमी गाठून दिली आणि 'मत्स्यावतार' हा आर्यांच्या धार्मिक परंपरेतला पहिला अवतार ठरला.

यहुदी धर्मग्रंथात नमूद केलंय की प्रवासाच्या संपूर्ण कालावधीत मनूला अजिबात झोप मिळाली नाही इतका तो सर्वांची काळजी घेण्यात आणि प्रवासाची दिशा आखण्यात व्यग्र होता. यावरून मनू हा खरोखरच आदर्श नेता होता याविषयी शंका रहात नाही.

कुराणात लिहिल्याप्रमाणे मनू सहा महिने बोटीवर राहिला. सातव्या महिन्यात पाणी ओसरलं तेव्हा खात्री करण्यासाठी त्याने डोमकावळा सोडला तो तसाच परत आला. मग कबुतर सोडलं ते मात्र ऑलिव्ह वृक्षाचं पान चोचीत धरून परतलं. तरीही मनू आणखी सात दिवस थांबला. मग पुन्हा त्याने कबुतर सोडलं. यावेळी मात्र ते परत आलं नाही. तेव्हा पाणी ओसरल्याची त्याची खात्री झाली. त्यानंतर तो जमिनीवर उतरला. पाणी पूर्ण ओसरल्यावर आपण एका पर्वताच्या उतारावर उतरलो असल्याचं त्याच्या लक्षात आलं. हा पर्वत म्हणजेच आजचा 'अरारत' (Ararat) पर्वत.

या पर्वतावर रुतलेल्या अवस्थेत मनूची ही नाव मिळाल्याचा दावा अलीकडेच संशोधकांनी केला आहे. मात्र तिचा कालावधी दहा हजार नव्हे; तर चार हजार वर्षांपूर्वीचा असल्याचं चाचण्यांमधून दिसून आलं आहे. पण हिमयुग तर आठ ते दहा हजार वर्षांपूर्वी होऊन गेलं असा टिळकादी संशोधकांचा दावा आहे. त्यामुळे मनूच्या नावेसारखीच दिसत असली तरी ती मनूची नाव नसावी हे उघड आहे.

अरारत पर्वत तुर्कस्थानात असून त्याच्या पूर्वेकडे १६ कि.मी. अंतरावर इराणची हद्द तर उत्तरेकडे ३२ कि.मी. अंतरावर आर्मेनियाची हद्द आहे. या पर्वताला पूर्वी 'उरर्तु' (Urartu) म्हणत असत. हा 'वृत्र' या संस्कृत शब्दाचा अपभ्रंश होय.[७] इंद्र आणि वृत्र यांच्यात पाण्याच्या प्रश्नावरून झालेल्या लढायांची वर्णनं वैदिक वाङ्मयात सुप्रसिद्धच आहेत. प्रलयाविषयीच्या पुराणकथा, मनूची नाव, अरारत पर्वत आणि इंद्र व वृत्र यांच्या लढाया हे सगळं एका सूत्रात बांधलं की पुढील गोष्टी स्पष्ट होऊ लागतात.

नावेचा मार्ग

उत्तरध्रुवावरून फक्त दक्षिणेकडेच रेघ मारता येते. तशी रेघ मारून पुणे, टोकियो, न्यूयॉर्क, पर्थ कोठेही जाता येईल. मात्र मनूची नाव अरारत पर्वतापाशी पोहोचली. अक्षांश रेखांशाच्या हिशेबात हा पर्वत ४०वा अक्षांश (Latitude) आणि ४४वा

रेखांश (Longitude) यांच्या दरम्यान येतो. यावरून मनूच्या नावेचा मार्ग ठरवता येणं शक्य आहे. उत्तरध्रुवावरून निघाल्यावर ही नाव रेखांश क्रमांक ४० आणि ५० यांच्या मधून जाणाऱ्या मार्गावरून रशियाच्या हद्दीपर्यन्त येऊन पोहोचली. इथून अरारत पर्वताकडे जाणारा थेट जलमार्ग आजतरी दिसत नाही. जवळचा मार्ग म्हणायचा तर तो खालीलप्रमाणे असावा:-

बॅरेन्टस् सी (Barents Sea)

↓

मेझेन बे (Mezen Bay)

↓

मेझेनी नदी (Mezen River)

↓

कझान (Kazan)

↓

व्होल्गोग्रार्ड (Volgograd)

↓

अरारत पर्वत (Mount Ararat)

हा मार्ग 'मेझेनी' आणि 'व्होल्गा' या नद्यांनी जोडलेला आहे. या मार्गावर काही ठिकाणी कालवे आणि ओहोळही आहेत. त्यावेळी ते अस्तित्वात नसतील तर असं मानावं लागेल की रशियन भूभागावर प्रलयामुळे सर्वत्र पाणीच पाणी भरलं होतं. त्यातून वाट काढत मनूची नाव सरळ अरारत पर्वतावर येऊन धडकली.

कश्यप समुद्र

प्रलयातून बचावून मनू जरी वृत्र पर्वताच्या उतारावर उतरला असला तरी तिथे त्याने वसती केली नाही. याचं कारण असं दिसतं, की या पर्वतावर आधीच काही लोकांची वसती असावी किंवा मनूबरोबर आलेल्या अनार्यांनी हा उंच प्रदेश वसतीसाठी पसंत केला असावा. म्हणून आर्यांसह मनू खाली सखल प्रदेशात उतरला आणि कश्यप समुद्राच्या (Caspian sea) परिसरात त्याने आर्यांची वसती वसवली.

वृत्र पर्वताला लागून उजव्या हाताला 'आर्मेनिया' आणि नंतर 'अझरबैजान' हे देश आहेत. त्यांच्या खालच्या बाजूला 'इराण' आहे. अझरबैजान आणि इराण हे कश्यप समुद्राच्या डाव्या किनाऱ्यावर वसले आहेत. या तीन देशातच आर्यांची वसती झाली. आर्मेनियातल्या काही जमाती आजही स्वत:ला मनूच्या एका मुलाचे वंशज समजतात.

RUSSIAN FEDERATION
मनूच्या नावेचा मार्ग
ARCTIC OCEAN
Norwegian Sea
NORWAY
SWEDEN
FINLAND
Baltic Sea
POLAND
Peterhof
Hermitage Museum
Lake Ladoga
Solovetski Is.
Murmansk
Barents Sea
Zemlya Frantsa-Iosifa
Novaya Zemlya
Ostrov Kolguyev
Kara Sea
Ostrov Belyy
Severnaya Zemlya
Ostrov Komsomolets
Ozero Taymyr
Laptev Sea
New Siberian Islands
Ostrov Kotel'nyy
Ostrov Novaya Sibir'
East Siberian Sea
Wrangel Island
Chukchi Sea
US
Bering Strait
Bering Sea
Karaginsky Zaliv
Khrebet Kolymskiy
Kamchatka
Klyuchevskaya Sopka 4750m
Petropavlovsk-Kamchatskiy
Magadan
Valley of Geysers
Clouds of steam
Sea of Okkotsk
Kuril Islands
Sakhalin
Yuzhno-Sakhalinsk
Pskov
Novgorod
St Petersburg
Severodvinsk
Archangel
Tretyakov Gallery
The Golden Ring
Red Square
The Kremlin
Russian Research Institute
MOSCOW (MOSKVA)
Cherepovets
Vologda
Yaroslavl'
Lenin Mausoleum
Nizhniy Novgorod
Ukhta
Pillars of weathering (Komi Republic)
Noril'sk
Verkhoyanskiy Khrebet
Yakutsk
Belgorod
Voronezh
Tambov
Glazov
Rostov-na-Donu
Ul'yanovsk
Saratov
Kazan
Perm'
Serov
Ural Mts.
Siberian Plain
Siberian Plateau
SIBERIA
Black Sea
Sochi
Mamayev Kurgan
Volgograd
Samara
Ufa
Stavropol'
El'brus 5642 m
Orenburg
Astrakhan'
Groznyy
Makhachkala
AZERBAIJAN
Caspian Sea
IRAN
TURKMENISTAN
UZBEKISTAN
KAZAKHSTAN
Aral Sea
Orsk
Magnitogorsk
Chelyabinsk
Yekaterinburg
Tyumen'
Surgut
Nizhnevartovsk
Omsk
Tomsk
Novosibirsk
Krasnoyarsk
Kansk
Kemerovo
Barnaul
Novokuznetsk
Angarsk
Irkutsk
Ulan-Ude
Bratsk
Ust'-Ilimsk
Lake Baikal
Chita
Yablonovyy Khrebet
Komsomol'skna-Amure
Blagoveshchensk
Khabarovsk
Ussuriysk
Nakhodka
Vladivostok
CHINA
MONGOLIA
Gora Belukha 4506 m
NORTH KOREA
SOUTH KOREA
JAPAN
Sea of Japan (East Sea)
LEGEND
Country Boundary
Major Road
River
Major City
Country Capital
Airport
Point of interest
Lake
Mt. Peak
0 250 500 1000 Km
0 250 500 Miles

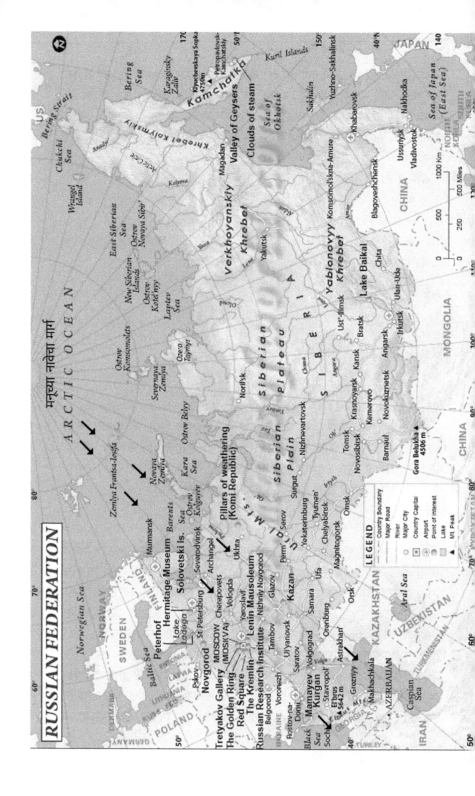

नोहाच्या मुलांची नावं 'शेम' आणि 'हॅम' अशी असल्याचं वाचायला मिळतं. 'शेम' हा शब्द मुळात 'सोम' असा असावा आणि 'हॅम' हे 'यम'चं रूप असावं असं वाटतं. अर्थात सोम हा मनूचा मुलगा नसून इलेचा सासरा म्हणजे मनूचा व्याही होता आणि 'यम' हे मनूच्या भावाचं नाव होतं. (नोहाच्या तिसऱ्या मुलाचं नाव 'जाफेथ' असं दिलं आहे. ते मात्र कशाशीच जुळत नाही.) काहीही असो; या सगळ्यात काहीतरी एक सूत्र आहे हे मात्र निश्चित.

या प्रदेशातील कित्येक शहरांची नावंही संस्कृतप्रचुर असल्याचं आढळून येतं. उदाहरणार्थ, आर्मेनियाचं पुरातन नाव 'हयस्थान' असं होतं. 'हय' हा संस्कृत शब्द असून त्याचा अर्थ घोडा असा आहे. आर्मेनियन राजधानीचं येरेवन हे नाव 'वरुणा'वरून आलंय. त्याचप्रमाणे अझरबैजानमधल्या या शहरांची नावं पहा,

Astara = अस्तरा किंवा अस्त्र
Lankaran = लंकारण किंवा लंकारण्य किंवा लंकरण
Dashkasan = दशकासन
Tangarud = तनगरुड किंवा तंगरुड

या नावांवर फारसी संस्कारही झाले असण्याची शक्यता आहे. तरीही फारसं बिघडत नाही. कारण फारसी भाषाही संस्कृतोद्भवच समजली जाते. नागपूर विद्यापीठाचे भूतपूर्व कुलगुरू डॉ. केदार यांनी 'The Ancient Home of the Indo Aryans' या नावाचा एक १०० पानी प्रबंध लिहून त्यात मेसापोटेमिया, आर्मेनिया आणि सुमेर या प्रदेशातील अनेक ठिकाणांना, नद्यांना व पर्वतांना ऋग्वेदातील नावं असल्याचं दाखवून दिलं आहे. कश्यप समुद्राच्या उजव्या म्हणजे पूर्व किनाऱ्यावर तुर्कमेनीस्तान आणि त्याच्या वरच्या बाजूस म्हणजे उत्तरेस कझाकीस्तान, उझबेकीस्तान वगैरे देश आहेत. या तिन्ही देशांमध्ये आर्यांची वस्ती झाली नसावी.

पश्चिम आशियात भूमध्य समुद्र (Mediterranean Sea), काळा समुद्र (Black Sea) आणि कश्यप समुद्र (Caspian Sea) असे तीन मोठे जलाशय जवळजवळच आहेत. शिवाय या मोठ्या जलाशयांजवळ अझोव्ह (Azov) समुद्र आणि अरल (Aral) समुद्र हे लहान जलाशयही आहेत. कश्यप समुद्र हा जगातला सर्वात मोठा 'बंदिस्त जलाशय' असून कुरा, तेरेक, उरल, व्होल्गा आणि अमुदर्या या नद्या या जलाशयाला मिळतात. यापैकी केवळ कुरा ही एकमेव नदी अझरबैजान देशातून वाहते. या नदीला ग्रीक लोक Cyrus म्हणतात. कालांतराने पर्शियात गाजलेल्या एका आर्य चक्रवर्तीचं नावंही Cyrus हेच होतं. हा 'कुरूस' किंवा 'कौर्यस' या संस्कृत शब्दांचा

अपभ्रंश आहे. त्याचा अर्थ 'कुरा नदीच्या खोऱ्यात राहणारा' किंवा 'कुरेचा पुत्र.' आर्यांचं वास्तव्य कश्यप समुद्रापाशी अन्य कुठे झालं नसून अझरबैजान या देशामध्येच झाल्याचा हा पुरावाच होय.

वैदिक परंपरेप्रमाणे 'कश्यप' हा ब्रह्माचा नातू आणि मरीचीचा पुत्र होता. देव, मानव आणि दानव या सर्वांचाच तो पूर्वज मानला जातो. ग्रीक आणि इराणी लोक कश्यपचा उच्चार 'कॅस्पी' असा करत. त्यावरून 'कॅस्पीयन सी' हे नाव पडलं. ग्रीक आणि इराणी हे सुद्धा आर्यच. स्वत:ला 'काश्यप' म्हणवणारे हे आर्य तिथे रहात होते म्हणून हे नाव पडलं की, आर्यांनी त्यांना नंतर हे नाव दिलं असावं याचा उलगडा होत नाही. 'कश्यप' या संस्कृत शब्दाचा एक अर्थ 'कासव' असा आहे.[८] या जलाशयातील कासवं आणि अन्य कवचधारी जलचरही जगप्रसिद्ध आहेत. कदाचित त्यावरून आर्यांनी या जलाशयाला 'कश्यप समुद्र' असं संबोधायला सुरुवात केली असू शकेल.

काहीही असो; पण कश्यप समुद्राच्या काठी आर्य बराच काळ स्थायिक झाले असावेत. कारण नंतर ते स्वत:ला 'काश्यप' म्हणवून घेऊ लागले. पुढे भारतात आल्यावर आर्यांमध्ये गोत्र सांगण्याची पद्धत रूढ झाली तेव्हा मागाहून त्या प्रदेशातून आलेल्या आणि गोत्र नसलेल्या ब्राह्मणांना 'गोत्रस्य त्वपरिज्ञाने काश्यपं गोत्रमुच्यते' या नियमानुसार 'काश्यप' हेच गोत्र दिलं जाई.[९] किंबहुना आजही हा प्रघात चालू आहे. धर्मविषयक कर्मकांड करत असताना यजमानाला गोत्र माहीत नसेल तर भटजीलोक ते 'काश्यप' धरून पुढले विधी करतात. हा नियम किंवा प्रघात म्हणजे आर्य भारतात कश्यप समुद्राच्या परिसरातूनच आले याचा एक पुरावा म्हणता येईल.

इंद्र आणि वृत्र

इतिहासाचार्य राजवाड्यांच्या मते 'वृत्र' हे एका प्राचीन देशाचं किंवा तिथल्या राजाचं नाव असून वर उल्लेखलेला 'उरर्तु' म्हणजेच वृत्र होय.[१०] ऋग्वेदात वृत्राला 'असुर' म्हटलं आहे. तो दनूचा पुत्र म्हणजे 'दानव'ही आहे. याचा अर्थ असुर किंवा दानव लोकांनी वसवलेला असा हा वृत्र देश होता. (पाश्चात्त्य नकाशांमध्येही 'उरर्तु साम्राज्य' या अर्थाचं वर्णन आढळतं.) कालांतराने असिरियन साम्राज्य या नावाने हा प्रदेश अधिक वाढवण्यात आला. यालाच 'खाल्डियन' साम्राज्य या नावानेही ओळखलं जातं. 'खाल्डी' हा या लोकांचा देव होता त्यावरून हा शब्द आला.

'दनू' म्हणजे रशियातील 'डॅन्यूब' नदी. उरर्तु देशात येण्यापूर्वी या लोकांची दनूच्या खोऱ्यात वसती होती असा याचा अर्थ. म्हणून ते 'दन्यु.' वृत्र पर्वताच्या दक्षिणेला लागून असुरांचा 'असुर्य' (म्हणजे सध्याचा इराक) देश होता. तेव्हा असुरदेशाच्या शेजारचे आणि त्याच वृत्तीचे म्हणून त्यांना 'असुर' म्हटलं जाई. असुर्य देशाला लागूनच

पश्चिमेकडे युफ्रेटिस आणि तैग्रीस नद्यांच्या दुआबात 'देव' ही जमात स्थायिक झाली होती. म्हणून या प्रदेशाचं नाव 'सुरांचा देश' या अर्थी 'सुर्य' असं पडलं. (म्हणजेच सध्याचा सीरिया.)११

वेदांतल्या उल्लेखांप्रमाणे वृत्र हा देवांचं पाणी बंद करत असे. म्हणून देवांचा राजा इंद्र हा वृत्राचे किल्ले किंवा गड फोडी आणि पाणी मोकळं करी. कारण देवांच्या सुपीक पण

वृत्र (Ararat) पर्वताच्या पायथ्याशी पूर्वेला आर्मेनिया, अझरबैजान व कश्यप समुद्र. खाली दक्षिणेस सुर्य (Syria) व असुर्य (Iraq) देश. बाजूला इराण.

सखल देशापेक्षा वृत्राचा देश उंचावर होता. त्यामुळे देवांच्या नद्यांना नि कालव्यांना वृत्राच्या देशातून पाणी मिळे. या पाण्यावरून घनघोर युद्धं होत. वृत्र हा 'पर्वत' किंवा 'पर्वतीय प्रदेश' असल्याची वर्णनं ऋग्वेदात बरीच आहेत.१२ (मंडल १: ५७-६, मंडल ४: १७-३, मंडल ४:१९-४ आणि ५, मंडल ८: ७-२२ आणि २३) त्याचप्रमाणे तो आकाशात नव्हे, तर जमिनीवर एखाद्या अजगरासारखा पसरलेला असल्याचे उल्लेखही

आर्य भारत / ९७

आहेत. (मंडल१: १२१-११, मंडल २: १२-११, मंडल ३: ३२-६, ३२-११, मंडल ४ : १७-७ इत्यादी) 'पर्वताच्या गुहांमध्ये साठवून ठेवलेलं पाणी इंद्राने मरुतांच्या मदतीने मोकळं केलं आणि गायी उधळल्याप्रमाणे पाण्याचे लोंढे डोंगरउतारावरून खाली वाहू लागले' असंही स्पष्टपणे म्हटलेलं आहे. (मंडल १: ५४-१०, ६१-१०, ६१-१२, मंडल ८: ७-२३)

यावरून असं दिसतं की आजच्या अरारत पर्वतावर त्या काळी असुरांची वस्ती होती आणि या पर्वतावरून येणाऱ्या नद्या किंवा कालवे खालच्या भागात असलेल्या देवांच्या 'सुर्य' प्रदेशाला आणि आर्यांच्या वसतीस्थानाला पाणी पुरवत असत. असुर राजाने धरणं बांधून आणि बंधारे घालून हे पाणी वरच्या वर अडवलं. परिणामी देव आणि आर्य यांना पाणी मिळेनासं झालं. सामोपचाराने काम होत नाही असं पाहिल्यावर देवांनी मरुतांच्या (आणि कदाचित आर्यांच्याही!) मदतीने रात्रीच्या काळोखात हे बंधारे फोडले आणि पाणी मोकळं केलं. त्यासाठी त्यांनी 'वज्र' नामक कुदळीसारखी शस्त्रं वापरून खणण्याचं काम केलं. हे कर्म उरकताना जे असुर आडवे आले त्यांना त्यांनी ठार मारलं. पाण्याचे लोंढे देव आणि आर्य यांच्या प्रदेशात तर वाहिलेच; पण समुद्रातही शिरले.

ही घटना एकदाच घडली की अनेकदा हे सांगता येणार नाही. पण आर्यांच्या दृष्टीने ती अत्यंत महत्त्वाची घटना होती असं दिसतं. अन्यथा ऋग्वेदातली एवढी जागा वृत्र-विषयक ऋचांनी अडवलीच नसती. पण पूर्वीच म्हटल्याप्रमाणे ऋचा रचणारे ऋषी हे या घटनेचे समकालीन नव्हते. ते हजार पाचशे वर्षांनंतर जन्माला आलेले होते. त्यामुळे

अर्मेनियाची राजधानी येरेवन इथून आज दिसणारा वृत्र ऊर्फ अरारत पर्वत

या ऐकीव घटनेचा संदर्भ त्यांनी (आणि आजच्या काही अभ्यासकांनीही) सरस्वती नदीशी आणि इंद्रजन्मासारख्या गोष्टींशी जोडला. वास्तविक सरस्वती नदीच्या काठावर जिथे आर्यांची वस्ती होती तिथून समुद्र शेकडो मैल लांब आहे ही गोष्ट त्यांच्या लक्षात यायला हवी होती. याउलट 'अरारत' म्हणजेच 'वृत्र' पर्वताला लागूनच खाली उर्मिया (Lake Urmia), वन (Lake Van) आणि सेवन (Lake Sevan) नावाचे तीन महाजलाशय असून डाव्या-उजव्या बाजूला 'कश्यप' आणि 'काळा' असे दोन मोठे समुद्र आहेत. त्यामुळे इंद्र-वृत्र युद्धाची घटना अरारत पर्वतापाशीच घडली होती असं परिस्थितीजन्य पुराव्यावरून म्हणता येतं.

याबाबतीत विख्यात पुरातत्त्वज्ञ डॉ. ए. डी. पुसाळकर यांचीही साक्ष महत्त्वाची आहे. ते म्हणतात, 'हरप्पा येथील लोकांच्या पुरांचा इंद्रानं नाश केला यावरून त्याला 'पुरंदर' असं नाव पडलं. ही 'पुरं' दगड, विटा, माती व धातूंची असत. कदाचित ती लाकडाची सुद्धा असावीत. एकप्रकारे ही पुरं म्हणजे कडेकोट बंदोबस्त केलेले डोंगरी किल्लेच असावेत. माझं व्यक्तिश: असं मत झालं आहे, की ही पुरं सिंधू नदीच्या तीरांवरील नसून त्यांचं वास्तव स्थान अद्याप उजेडात आलेलं नाही.'[१३]

डॉ. पुसाळकर यांचा हा निष्कर्ष माझ्या वरील विवेचनाला पाठबळ देणाराच आहे. कारण सिंधू नदीच्या तीरावर ही पुरं नसतील तर केवळ अरारत पर्वतापाशीच ती असू शकतात असं वर मांडलेल्या तर्कानुसार म्हणता येतं.

ह्युगो विंकलर या जर्मन पुरातत्त्वज्ञाने तुर्कस्थानातील बोघाजकोई इथे १९०७ मध्ये उत्खनन केलं. त्यात त्याला २५,००० हून अधिक इष्टीकालेख व एक मोठा शीलालेख (इ.स.पूर्व १७५०-१२५०च्या दरम्यानचा) आढळला. या शीलालेखात मिटानी आणि हिटाईट यांच्यात झालेल्या तहाच्या अटी आहेत. त्यात त्यांनी त्यांच्या ज्या देवतांना आवाहन केलं आहे त्यांची नावे अशी :-

- इंदर (इंद्र)
- मित्रसिल (मित्र)
- नासतिअत्र (नासत्य)
- उरुवनस्सील (वरुण)

राजांची नावंही इंडो-आर्यन आहेत. उदा. 'दसरत्त' हा मिटानी राजाचा पिता होता. 'इंदरव' हा एक उच्च अधिकारी होता. कारचेमिसचा राजा 'सुमितरस' (सुमित्र) होता इत्यादी.

यावरून आर्यांची आणि त्यांच्या देवांची वस्ती प्राचीन काळी कधीतरी या भागात असावी या निष्कर्षाला पुष्टी मिळते.[१४]

पश्चिम आशियातील आर्यांचे शेजारी

प्रलयानंतरच्या काळात देव, आर्य आणि अनार्यांनी पश्चिम आशियात ज्या ठिकाणी वसती केली ती ठिकाणं आणि त्या ठिकाणांची नंतर बदलत गेलेली नावं अशी,[१५]

दानवः वृत्र = उरर्तु = अरारत

आर्यः कश्यप समुद्र = कॅस्पी = कॅस्पीयन सी

देवः सुर्य = सिरिया

असुरः असुर्य = निनेवे = इराक

ऋभूः लेबू = लिबिया

वरीलपैकी 'इराक' या नावाची व्युत्पत्ती 'इरावती'मध्ये असावी. कारण सायणाचार्यांच्या मते इरावती ही असुरांची राजधानी होती.[१६]

पश्चिम किंवा मध्य आशियातून पुढे युरोपात पांगलेले आर्यांचे त्यावेळचे शेजारी खालीलप्रमाणे होते:-[१७]

दन्युः दनु (डॅन्यूब) नदीच्या खोऱ्यात राहणारे म्हणजेच 'दानव' आताचे Danes.

दस्युः दस्युभूमीत (Deutsch Land) राहणारे म्हणजेच आजचे जर्मन लोक Deutsch.

रक्षस्ः रक्षक म्हणून काम करणारे म्हणजेच आजचे रशियन किंवा Russie

यातुः Jutes म्हणजे डेन्मार्क व जर्मनीच्या काही भागात राहणारे लोक

ओहः Angles म्हणजे Angle Land (England) मध्ये राहणारे सध्याचे इंग्रज

ऋभूः यांनाच रेबू किंवा लेबू असंही म्हटलं आहे. हे इंद्राचे मित्र आणि तत्कालीन इजिप्तचे शत्रू होते.

भारतीय आर्यांच्याप्रमाणे हे पाश्चात्त्य समाज शुद्ध राहिले नाहीत कारण त्यांच्यात चातुर्वर्ण्याची बेमालूम पद्धत नव्हती. ते आर्य तर नव्हतेच; शिवाय आचारहीनही होते. पण राजवाडे म्हणतात त्याप्रमाणे, युरोपियन इतिहासकारांची एक नेहमीच खोड म्हणजे पुरातन किंवा जे जे उत्तम काही आढळेल त्याचा आपल्याशी बादरायण संबंध लावण्याचा ते प्रयत्न करतात. ग्रीस देशाच्या इतिहासापलीकडे जोपर्यंत त्यांची माहिती गेली नव्हती तोपर्यंत 'ट्रॉय' शहराशी आपला संबंध जोडून 'हेलन' या स्त्रीचे आपण वंशज आहोत अशी फुशारकी ते मारत असत. त्यानंतर काही काळाने यहुदी लोकांची संस्कृती प्राचीन असल्याचं समजल्यावर ते यहुद्यांना आपले पूर्वज मानायला लागले. पण पुढे संस्कृत भाषेशी नि आर्यांच्या महान संस्कृतीशी परिचय झाल्यापासून आपली गणना ते आर्यकुळात करू लागले. दर दहावीस वर्षांनी त्यांचे ऐतिहासिक सिद्धान्त असे सोयिस्करपणे बदलत असतात!

आपण 'आर्य' आहोत किंवा होतो हा युरोपियन समाजाचा ग्रह प्रामुख्याने भाषा-

साम्यावर आधारलेला आहे. एच्. जी. वेल्स आपल्या 'The Outline of History of Mankind' या गाजलेल्या ग्रंथात हे सगळे समाज आर्यभाषाच बोलत होते असं म्हणतो. उदाहरण म्हणून आई आणि वडील या शब्दांसाठी निरनिराळ्या भाषांमध्ये प्रचलित असलेले शब्द त्याने असे दिले आहेत:-

संस्कृत : पितृ-मातृ
लॅटिन : Pater-Mater
ग्रीक : Pater-Meter
इंग्रजी : Father - Mother
जर्मन : Vater - Mutter
फ्रेंच : Pe're - Me're
आर्मेनियन : Hair - Mair

शेकडो शब्दांच्या अशा साधर्म्यावरून युरोपियन इतिहासकारांनी या सर्व समाजाला 'आर्य' ठरवून टाकलं आहे. परंतु; राजवाड्यांच्या प्रतिपादनानुसार भाषेवरून जातीनिर्णय करणं फार भ्रामक असतं. रानटी लोक जर युद्धात जिंकले तर हरलेल्या सुसंस्कृत लोकांची भाषा ते उचलताना दिसतात. याउलट घडलं तरीही तसंच घडू शकतं. उदाहरणार्थ, ब्रिटिशांनी भारत बळकावल्यावर भारतीय लोकांनी इंग्रजी भाषा आत्मसात केली. त्याचप्रमाणे ब्रिटिशांनीही 'गुरु', 'योगा' यांसारखे भारतीय शब्द त्यांच्या भाषेत घेतले. एवढंच नव्हे; तर संस्कृतसारख्या प्राचीन भारतीय भाषेचा अभ्यास करून तिच्या श्रीमंतीने ते प्रभावितही होऊ लागले.

ऋक्संहितेवरून असं दिसतं की दन्यू, दस्यु, रक्षस्, यतु, ओह वगैरे लोक देवांचे नि पर्यायाने आर्यांचे प्रलयपूर्व कालापासून शत्रू होते. उत्तर ध्रुवावर नांदत असता आर्यांशी वारंवार घसट पडल्यामुळे त्यांचे शब्द आणि भाषा या रानटी लोकांनी उचलली असावी. उलटी का होईना; पण स्वस्तिकासारखी शुभ चिन्हंही उचलली असावीत. तर्कतीर्थ लक्ष्मणशास्त्री जोशी यांच्या प्रतिपादनाप्रमाणे 'दस्यु'चा शब्दश: अर्थ 'आर्यांना दूरचे असलेले, फटकून राहणारे, आपले नसलेले लोक' असा आहे.[१८] त्यामुळे हिटलरने जर्मन लोक 'आर्य' असल्याचा जो दावा केला होता तो खरा नाही. आर्य अंशत: कुठे शिल्लक असतीलच तर ते फक्त भारतातच उरले आहेत.

ऋग्वेदातील सुमेर

वेदांमधील ऋचांमधून उरुक्षिती, उरुक्षय, उरू, उरुगाय आणि उरुक्रम असे शब्द आले आहेत. उरू आणि क्षय हे शब्द प्रयोगवाचक असून हे प्रदेश कुठेतरी फार लांब

असल्याचे उल्लेख आहेत. ते यातुधानांच्या (म्हणजे दासांच्या?) ताब्यात असून येथील प्रजा जाळून टाकून तेथील धन आर्यांना देण्याविषयी प्रार्थना केलेली आहे.

हे प्रदेश शिंगे धारण करणाऱ्यांच्या म्हणजे दासांच्या ताब्यात होते. (ऋचा ७-९९-४ पहा) उरूशी संबंध असणारे देव विष्णू आणि त्वष्टा हे असून विष्णूने उरू हे आपलं घर केल्याबद्दल त्याची स्तुती केली आहे.

वेदातील उरुक्षय आणि सुमेरमधील उर आणि किश यात बरंच नामसादृश्य आहे. 'उरू'चं उर आणि 'क्षी' चं किश होणं तज्ज्ञांच्या मते अगदी संभवनीय आहे. 'उरू' या शब्दाचा अर्थ विस्तीर्ण असा असून 'क्षी'चा अर्थ निवास असा आहे. म्हणजे उरुक्षय किंवा उरुक्षिती याचा अर्थ 'आर्यांचं किंवा देवांचं निवासस्थान असलेला विस्तीर्ण प्रदेश' असा होईल.^{११}

'उर' (Ur) हे पुरातन सुमेरियन शहर असून त्याचा आखाडीयन उच्चार संस्कृतप्रमाणे 'उरू' (Uru) असाच आहे. हा प्रदेश सध्या 'तेल अल-मुकय्यार' (Tell el-Muqayyar) या नावाने ओळखला जात असून तो सध्याच्या इराकमध्ये दक्षिणेस

सुमेर: देवांचे प्रलयानंतरचे वसतीस्थान. वेदांमधील 'उर' आणि 'क्षी' (किश) नकाशात स्पष्टपणे दिसत आहेत

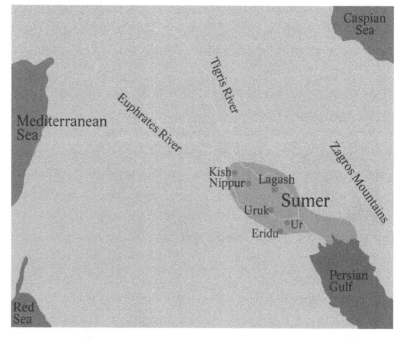

१०२ / आर्य भारत

युफ्रेटिस नदीच्या मुखाजवळ आहे. प्राचीन काळी उर हे पर्शियन आखातातील एक महत्त्वाचं बंदर होतं व त्यामधून भारतासह अनेक देशांशी व्यापार होत असे असं सिद्ध झालेलं आहे.

'किश' (Kish) हेही पुरातन सुमेरियन शहर असून ते आजच्या इराकमध्ये बगदादच्या दक्षिणेस ८० कि.मी. वर वसलेलं होतं. आज ते 'तेल अल-हमीर' (Tell al-uhaymir) या नावाने ओळखलं जातं.

सुमेर हा प्रदेश माशाच्या आकाराप्रमाणे लांबट असून त्याच्या उत्तर टोकास 'किश' तर दक्षिण टोकास 'उर' हे प्रदेश होते. पुरानंतर काही भूस्तरीय घडामोडी होऊन 'उर' हे आज पर्शियन आखाताच्या मुखापासून लांब गेल्याचं दिसत असलं तरी पूर्वी ते एक विख्यात बंदर होतं असं इतिहास सांगतो.

ऋग्वेदाच्या ऋचांमधून 'उरू' हा फार लांबचा प्रदेश असून तेथे पाण्यावरून जावं लागतं म्हणून मित्रावरुणाची स्तुती केलेली आहे. ऋचा ८-९८-९ मध्ये 'उरुयुगा'चा उल्लेख आहे. उरुयुग म्हणजे उरू मिळवण्याची घटना घडली ते युग. ही घटना फार प्राचीन काळी घडली असावी कारण त्यात इंद्राचा खालीलप्रमाणे उल्लेख आहे.

'युजन्ति हरी इषिरस्य गाथयोरौ रथ उरुयुगे।
इंद्रवाहा वचोयुजा ॥'

(अर्थ: उरुयुगामध्ये उरूत जाणाऱ्या इंद्राला रथातून वाहून नेणारे घोडे स्तोते—कवी—स्तोत्राने जोडत होते.)

माशाच्या आकाराचे 'सुमेर' आणि त्याचे 'मेसापोटेमिया'मधील स्थान. इथे देवांचा 'सुर्य'प्रदेश (आजचा सिरिया) बाजूला राहिलेला दिसतो. याचे संभाव्य कारण नंतर झालेल्या भौगोलिक आणि राजकीय घडामोडी हे आहे.

'उरुक्षय' हे जोडनाव असणाऱ्या दोन ऋचा आहेत. (१०-११८-८ आणि १०-११८-९) यातील ९ क्रमांकाच्या ऋचेत आर्य हे 'उरुक्षयनिवासी' असल्याचा उल्लेख आहे. 'उरुक्षिती या जोडनावाचा उल्लेख ९-८४-१ या ऋचेत आढळतो.

विष्णूला 'उरुगाय:', उरुक्रम: म्हणजे 'उरूत गेलेला' किंवा 'उरूत राहिलेला' अशी विशेषणे लावतात. त्याने उरूला घर बनवलं, त्याने तीन लोक जिंकले अशी वर्णनं आहेत. त्यावरून आर्यांनी लांबचे तीन प्रदेश जिंकून घेतले असावेत असं दिसतं.

ऋचा क्रमांक १-१५४-१ मधील दुसरी ओळ अशी:-

'यो अस्कभायदुत्तरं सधस्थम विचक्रमाणस्त्रेधोरुगाय: ।'

याचा अर्थ तज्ज्ञांनी, 'ज्याने उत्तरेकडील आपल्या बरोबर राहण्याचे स्थान आधार देऊन पक्के केले, दूरवर जाणारा तीन वेळा तरून गेला' असा दिला आहे. या ऋचेवरून विष्णूने आर्यांना उरूमध्ये तीन स्थानं मिळवून दिली असं दिसतं. तिसरं स्थान कोणतं याची कल्पना नाही. त्वष्टा हा आर्यपूर्वांचा देव. विष्णू हे त्याचं वैदिक रूप असावं. त्यामुळे विष्णूनेच उरुक्षिती मिळवून दिली असं म्हटलं असण्याची शक्यता आहे. ऋचांच्या काळी उरुक्षितीबद्दल सुस्पष्ट कल्पना नसल्यामुळे तो एक स्वर्गीय प्रदेश असावा अशी कल्पना होणं स्वाभाविक आहे. ऋचा ७-९९-४ वरील सायणाचं भाष्य 'उरुं विस्तीर्ण लोकं स्वर्गाखयं' म्हणजे 'हा विस्तीर्ण स्वर्ग नावाचा लोक' असं आहे. देवांचं निवासस्थान म्हणून आर्यांच्या दृष्टीने ते बरोबरही आहे.[२०]

वेदांमध्ये 'उर्वशी'चा ही उल्लेख आहे. उर्वशी म्हणजे उरू देशात राहणारी. ऋग्वेदात तिच्यासंबंधी अनेक ऋचा आहेत. (उदा. ४-२-१८, ५-४१-१९, ७-३३-११, १०-९५-१, १०-९५-७ वगैरे.) काही ऋचात उर्वशीची 'देवता' म्हणून स्तुती आहे तर काहीत 'ती रूपवती होती व तिला पाहून मित्रवरुण यांचे रेत स्खलन झाले' असे उल्लेख आहेत. तिने पुरुरव्याला काही अटी घातल्या होत्या. त्यातल्या पहिल्या अटीप्रमाणे तिच्याशी तीन वेळा मैथुन केल्यावर ती त्याला सोडून जाईल असं ठरलं होतं. ('मैथुन' ऐवजी 'वेताने ताडन' असा अलंकारिक शब्दप्रयोग ऋचेत वापरला आहे.) तज्ज्ञांच्या मते उर्वशी ही विशिष्ट प्रकारच्या सुंदर स्त्रियांची जमात असावी. त्यांनाच 'अप्सरा' म्हणत असावेत.[२१] त्या अविवाहित राहून कराराने भारतात येत. म्हणूनच भारतीय संस्कृतीचा त्या एक भाग बनल्या आहेत. त्या मुले होऊ देत नसत व झाली तरी टाकून देत असत. सायणाने त्यांना 'अप्सरा: देवानां वेश्या:' असं म्हटलं आहे ते बरोबर दिसतं.

नागपूर विद्यापीठाचे भूतपूर्व कुलगुरू डॉ. केदार यांनी त्यांच्या प्रबंधात असा निष्कर्ष काढला आहे की, 'इ.स.पूर्व ७१०२मध्ये हा सर्व परिसर (मेसापोटेमिया, सुमेर, आर्मेनिया वगैरे) आर्यांनी व्यापला असावा!'

सारांश, भारतात व सुमेरमध्ये जो पुरावा सापडला आहे त्यावरून उरू आणि क्षी

(म्हणजेच उर आणि किश) इथे देवांची वस्ती असावी या निष्कर्षाला ऋग्वेदातील उल्लेखांचा निश्चितच आधार मिळतो.

नवी जीवनशैली

कश्यप समुद्राच्या काठी आर्यांची वसती बराच काळ झाली असावी. नवीन जागी जाऊन स्थायिक होणाऱ्यांना अन्नधान्याचा नि साधनांचा तुटवडा जाणवतोच. त्यात आर्य हे मोठ्या आपत्तीतून बचावून आलेले. त्यामुळे त्यांची परिस्थिती हलाखीची असल्यास नवल नाही. ती सुधारण्यासाठी मनूला काहीतरी व्यवस्था करणं भाग होतं. म्हणून त्याने नवे नेम-नियम तयार केले. मुलुख परका आणि आर्यांचं बळ कमी म्हणून समूह करून राहण्याची व्यवस्था त्याने आखली. त्यातूनच पुढे 'ग्रामव्यवस्था' अस्तित्वात आली. कडेने कुंपण घालून आत गोलाकार झोपड्या आणि मधोमध पाळीव प्राणी ठेवण्यात आले. गायीगुरं मर्यादित होती म्हणून गोवंश हत्येला प्रतिबंध करण्यात आला. शाकाहाराला प्रोत्साहन दिलं गेलं. त्यासाठी झोपडीच्या पुढल्या भागात स्त्रियांनी भाजीपाला नि कडधान्यं लावायला सुरुवात केली. यातूनच नंतर शेती करण्याची पद्धत सुरू झाली असावी. बचावून आलेल्या आर्यांची संख्या जास्त नव्हती. ही संख्या वाढवायची तर त्याही दृष्टीने काही व्यवस्था करणं भाग होतं. ती व्यवस्थाही मनूने केली असं उपलब्ध पुराव्यावरून दिसतं.

कश्यप समुद्राच्या आसपास जेवढी जमीन आर्यांना उपलब्ध होऊ शकणार होती तेवढी त्यांनी ताब्यात घेतली आणि त्यात वेगवेगळी गावं वसवली. या गावांमध्ये एक एक टोळी स्थायिक झाली. अशा टोळीला 'युथ' असं म्हणत. या टोळीच्या किंवा युथाच्या प्रमुखाला 'प्रजापति' असं नाव होतं. उरलेली माणसं म्हणजे 'प्रजा.' यात पुरुष, स्त्रिया आणि मुलं असत. पुरुष आणि स्त्रियांचा व्यवहार सरमिसळ चाले. म्हणजे ज्याला जी स्त्री योग्य वाटेल ती त्याने घ्यावी आणि जिला जो पुरुष आवडेल तिने त्या पुरुषाशी संग करावा असा तो व्यवहार होता. यातून जे मूल होई ते केवळ त्या विशिष्ट स्त्रीचं नसून युथातल्या सर्वच स्त्रियांचं समजलं जाई. बापाचं नाव म्हणून प्रजापतीचं नाव देण्याची पद्धत अवलंबली गेली. ज्यांना स्त्रिया मिळत नसत किंवा स्त्री संबंधात ज्यांना स्वारस्य नसे असे पुरुष 'ब्रह्मचारी' बनत आणि भौतिक किंवा आत्मिक संशोधनात गर्क रहात.[२२]

अग्नी निर्माण करण्याचं रहस्यही आर्यांनी यावेळी आत्मसात केलं असावं. (अग्नी जतन करण्याची कला मात्र त्यांना भारतात आल्यावरच साध्य झाली.) पाकसिद्धी आणि वन्यपशूंपासून संरक्षणासाठी अग्नी उपयोगी पडू लागला. पूर्वी मृत माणसाला पुरण्याची आर्यांच्यात पद्धत होती. पण कश्यप समुद्राच्या परिसरात प्रारंभीच्या काळात

मर्यादित भूभाग ताब्यात असल्यामुळे प्रेतं जाळायला सुरुवात झाली असावी.

दुसरी महत्त्वाची गोष्ट चालू झाली ती म्हणजे 'यज्ञसंस्थे'ची सुरुवात. झोपड्यांच्या मधोमध असणाऱ्या मोकळ्या जागेत अग्नी पेटवून तिथे चर्चा करत किंवा मद्याचे प्याले रिचवत गप्पा मारत बसणं हा आर्यांचा मुख्य छंद होता.

त्याबरोबर वादविवाद, नाचगाणी, नाटकं हे तर होतंच; पण कडक थंडीमुळे शृंगारही अग्नीच्या साक्षीनंच केला जायचा. म्हणूनच 'यज्ञ' ही पुढे आर्यांच्या आध्यात्मिक जीवनातली एक आवश्यक बाब बनून गेली.[२३]

पुरातत्त्वीय दाखल्यानुसार पश्चिम आशियात त्याकाळी गहू आणि बार्ली यांची लागवड चालू झाली होती. आर्यांनाही या धान्यांचा परिचय झाला आणि त्याची शेती त्यांनी सुरू केली.

याच दरम्यान आर्यांना चाकाचा शोध लागला असावा. सुरुवातीची चाकं झाडाच्या फांद्यांना कुऱ्हाडीने गोलाकार आकार देऊन बनवत आणि त्यात आरे नसत असं वेल्स 'आऊटलाईन'मध्ये म्हणतो ते खरंच असावं. मात्र या ओबडधोबड चाकांमुळे बैल जोडता येईल असं वाहन (वॅगन) तयार झालं आणि माणसं नि माल वाहतुकीची मोठीच सोय झाली. घोडा या प्राण्याची ओळख आर्यांना मंगोल लोकांमुळे झाली असली तरी घोड्यांचा मोठ्या प्रमाणावर वापर त्यांनी भारतात आल्यावर करायला सुरुवात केली असावी.

वर्णव्यवस्थेचा प्रारंभ

ग्रामव्यवस्था सुरळीत व्हावी म्हणून उपलब्ध मनुष्यबळाचं नियोजन मनूने श्रम-विभागणी तत्त्वावर केलं. आसपासच्या रानटी टोळ्यांकडून गायींची वगैरे होणारी संभाव्य लुटालूट टाळण्यासाठी धट्टेकट्टे पुरुष निवडून त्यांच्यावर संरक्षणाची जबाबदारी टाकली. शेतीतून निर्माण होणारं धान्य, भाजीपाला आणि पाळीव पशू आसपासच्या प्रदेशात विकून त्याबद्दल दुसऱ्या उपयुक्त वस्तू आणि शस्त्रास्त्रं मिळवण्याची जबाबदारी अन्य काही जणांवर घातली. ज्यांच्याकडे बहुश्रुतता, विचारशक्ती आणि संशोधन करण्याची विशेष बुद्धी होती त्यांना त्याने आर्यांची आत्मिक आणि भौतिक उन्नती लवकरात लवकर कशी करता येईल या कामी नेमून दिलं. अध्यापनाचं कामही हेच बहुश्रुत लोक करत असत.

ही व्यवस्था अर्थातच गुणकर्माधिष्ठित होती. ज्याला जे जमेल, आवडेल, पेलेल ते काम त्याने पत्करावं अशी मुभा प्रत्येक युथातल्या पुरुषांना होती. या श्रमविभागणीतूनच पुढे वर्णव्यवस्था निर्माण झाली. वर सांगितलेल्या जबाबदाऱ्यांनुसार अनुक्रमे क्षत्रिय, वैश्य आणि ब्राह्मण असे तीन वर्ण तयार झाले. (चवथ्या 'शूद्र' वर्णाचा समावेश आर्यांचं भारतात आगमन झाल्यावर शेकडो वर्षांनी 'सगर' राजाच्या कारकिर्दीत झाला

असावा असं पौराणिक नोंदीवरून दिसतं.)[२४]

स्त्रियांमध्ये त्या काळात अशी कुठलीही वर्णव्यवस्था नव्हती. शेती, पाकसिद्धी आणि प्रजोत्पादन या त्यांच्या जबाबदाऱ्या होत्या. वयाने सर्वात वडील असलेल्या स्त्रीला प्रजापतीखालोखाल मान असायचा. संपूर्ण युथाला एक कुटुंब म्हणून एकत्र बांधून ठेवण्याचं कार्य अशी स्त्री करत असे. दररोज सकाळी आणि संध्याकाळी लहानांनी मोठ्यांना नमस्कार करणं हा याचाच एक भाग होता. सर्वांचं भोजन झाल्याशिवाय अशी स्त्री अन्न घेत नसे. प्रत्येक आर्य कुटुंबात ही व्यवस्था हेतूपरत्वेच केलेली होती असं भूपेंद्रनाथ बसू म्हणतात.[२५]

याप्रमाणे मनूने धर्म, अर्थ आणि काम या सर्वांची व्यवस्था लावून आर्यांना कश्यप समुद्राच्या परिसरात सुस्थापित करण्याचा प्रयत्न केला.

भारताकडे

कश्यप समुद्राच्या परिसरात आर्य किती काळ राहिले हे निश्चित सांगणं कठीण आहे. मनू हाच भारताच्या भूमीवरला पहिला आर्य राजा मानला तर हा काळ वीस पंचवीस वर्षांपेक्षा जास्त धरता येत नाही. मनूचा पुत्र पहिला राजा मानला तर हा काळ अजून पाच-पंचवीस वर्षांनी पुढे जाऊ शकतो. म्हणजे एकंदरीत चाळीस ते पन्नास वर्षं होतात. हा काळ आर्यांनी स्वत:ला 'काश्यप' म्हणवून घेण्यासाठी पुरेसा आहे का हा खरा प्रश्न आहे. कुठल्याही स्थळाशी ऋणानुबंध निर्माण होण्यासाठी तिथे वास्तव्य करणाऱ्यांच्या सातआठ पिढ्या तरी नांदाव्या लागतात. एवढ्या पिढ्या म्हणजे साधारणपणे दीडदोनशे वर्षं व्हायला हवीत. आर्य 'कॅस्पियन सी' परिसरातून सर्वत्र पसरले असं जागतिक इतिहास सुचवत असेल तर ते निदान एवढा काळ तरी तिथे वसती करून असावेत असं मानणं भागच आहे. पण बहुतेक अभ्यासकांनी मनू हाच भारतभूवरील पहिला राजा मानलाय. पुराणातल्या भाकडकथांवर अवाजवी विश्वास ठेवल्यामुळे आणि स्वतंत्र विचारबुद्धी न लावल्यामुळे असं झालं असावं. असो.

जसजशी लोकसंख्या वाढायला लागली तसतशी आर्यांना जमीन कमी पडायला लागली. तेव्हा ते आजूबाजूच्या प्रदेशांमध्ये हातपाय पसरू लागले. त्यासाठी काही लोक 'पहाणी करण्यासाठी' म्हणून आधी ते पुढे पाठवत. या पुढे पाठवलेल्या लोकांना 'पुरोहित' अशी संज्ञा पडली.[२६] हे पुरोहित चांगली सोयिस्कर सुपीक अशी जमीन बघून तिथे मुक्काम ठोकत आणि यज्ञयाग चालू करत. एकदा देवतांना आवाहन करून यज्ञयाग केला म्हणजे त्या भूमीला एकप्रकारचं 'स्थल माहात्म्य' प्राप्त होत असे. ते झालं की, टोळीला वर्दी दिली जाई. अशातऱ्हेने नव्याने बळकावलेली भूमी आर्यांच्या मालकीची होत असे.[२७] पूर्वी नमूद केल्याप्रमाणे आर्यांच्या या डावपेचांची कल्पना आल्यामुळेच

असुर किंवा राक्षस वगैरे लोक यज्ञात व्यत्यय आणायचा प्रयत्न करत असत.

या पद्धतीने आर्यांनी पश्चिम आणि मध्य आशियातील भूभाग व्यापायला सुरुवात केली तेव्हा दानव, असुर, राक्षस वगैरे लोकांनी आक्रमक धोरण स्वीकारलं आणि आर्यांवर एकजुटींनी हल्ले करायला सुरुवात केली. त्यात त्यांनी कदाचित मंगोल लोकांचीही मदत घेतली असावी. मंगोल लोक घोड्यावरून येत. आर्यांनी घोडा हा प्राणीच त्यापूर्वी पाहिलेला नव्हता. बाकीच्या टोळ्यांप्रमाणे ते पायीच लढत. मुख्य फरक इथेच पडला असावा. परिणामी शत्रूच्या वेगवान हल्ल्यांमुळे हतबल होऊन आर्य भारताकडे सरकू लागले. त्याचवेळी देवांच्या 'सुर्य' देशाने 'वृत्र' देशाचा पराभव केला होता. मात्र शेजारच्या 'असुर्य' देशाचं आव्हान त्यांना संपवता आलेलं नव्हतं. वृत्र आणि असुर्य या दोन देशांशी त्यांच्या लढाया सतत चालू असत. कालांतराने सुर्य देशही असुरांनी बळकावला असावा. कारण पुढे त्या भागात असुरांचं साम्राज्य (Assyrian Empire) निर्माण झाल्याचं इतिहासात वाचायला मिळतं.

राजवाड्यांच्या मते मध्य आशियातील 'उनाड' लोकांच्या रेट्यामुळे आर्यांना कश्यप समुद्राच्या प्रदेशातून पळावं लागलं. हे उनाड लोक म्हणजे त्यांच्या मते पर्शु, हूण, शक यांचे पूर्वज होत. हे लोक मंगोलियापासून उरल पर्वतापर्यन्तच्या टापूत असत. त्यांच्या त्रासाने आर्यांच्या काही टोळ्या भूमध्य समुद्राच्या परिसरात आणि काही ग्रीस वगैरे ठिकाणी गेल्या.[२८]

उरलेल्या टोळ्या कश्यप समुद्रापासून खाली सरकत सरकत आजच्या इराणमधून पूर्वेकडे अफगाणिस्तानात काबूलपर्यंत शिरल्या. तिथून खैबर खिंड ओलांडून पेशावरमार्गे त्यांनी भारतात प्रवेश केला आणि सिंधू नदीच्या खोऱ्यात त्या स्थायिक झाल्या.

■

संदर्भ टीपा

१. पहा २ : १ ते १९ 'मत्स्यपुराण' हिंदी अनुवाद : पं. श्रीराम शर्मा.

२. Page 28, 'India in the Vedic Age' by Dr. P.L. Bhargava, 2001

३. पहा २ : ९, १० 'मत्स्यपुराण' हिंदी अनुवाद : पं. श्रीराम शर्मा.

४. Genesis 6:14, "The Ark was 300 cubits long, 50 cubits wide and 30 cubits high." (1 Biblical Cubit = 46 cms.)

५. Genesis : 8:4 "And the ark rested in the seventh month, on the seventeenth day of the month, upon the mountains of Ararat."

६. 'भुजंगरज्वा मत्स्यस्य श्रृंगे नावम योजयत् ।
उपर्य्युपस्थितस्तथा: प्राणिपत्यजनार्दतम् ।। १९ ।। 'मत्स्यपुराण' २

७. 'भारतीय इतिहासाची मूलतत्त्वे', राजवाडे लेखसंग्रह भाग २, वि. का. राजवाडे.

८. Monier Williams Sanskirt-English Dicionery, 1899.

९. सर्ग तिसरा, 'आमचा महाभारतपूर्व राजकीय व सांस्कृतिक इतिहास', डॉ. ह. रा. दिवेकर

१०. राजवाडे वरीलप्रमाणे

११. राजवाडे वरीलप्रमाणे

१२. 'Tectonic Upheavals in the Indus region and some Rgvedic hymns', Article by P. V. Pathak, Annals of the Bhandarkar Oriental Research Institute, 1995.

१३. पृष्ठ ११४, 'हरप्पापूर्व, हरप्पा व हरप्पोत्तर संस्कृती', डॉ. ए. डी. पुसाळकर, 'संस्कृती सुगंध.'

१४. पृष्ठ ११७, 'आर्यांच्या शोधात', मधुकर ढवळीकर, राजहंस प्रकाशन, २००९.

१५. राजवाडे, वरीलप्रमाणे

१६. 'लोकायत', नरहर कुरुंदकर, मागोवा, देशमुख आणि कंपनी, पुणे.

१७. राजवाडे, वरीलप्रमाणे

१८. प्रस्तावना, लक्ष्मणशास्त्री जोशी, 'पुरोहितवर्गवर्चस्व व भारताचा सामाजिक इतिहास', डॉ. सुमंत मुरंजन, प्राज्ञपाठशाला, वाई, १९९०

१९. पृष्ठ २८७, 'सिंधुसंस्कृती, ऋग्वेद व हिंदुसंस्कृती', प्र. रा. देशमुख, प्राज्ञपाठशाला, वाई, १९६६.

२०. देशमुख, वरीलप्रमाणे

२१. देशमुख, वरीलप्रमाणे

२२. प्रकरण २, 'भारतीय विवाहसंस्थेचा इतिहास', वि. का. राजवाडे, लोकवङ्मयगृह, १९८६.

२३. प्रकरण ४, 'विवाहसंस्थेचा इतिहास', वरीलप्रमाणे.

२४. सर्ग ३, परिच्छेद १८, 'आमचा महाभारतपूर्व राजकीय व सांस्कृतिक इतिहास', डॉ. ह. रा. दिवेकर.

२५. Page 284, 'The Outline of History of Mankind' by H. G. Wales.

२६. सर्ग १, परिच्छेद १, दिवेकर, वरीलप्रमाणे.

२७. 'आर्य संस्कृतीचा उत्कर्षापकर्ष', महादेवशास्त्री दिवेकर.

२८. 'भारतीय इतिहासाची मूलतत्त्वे', राजवाडे लेखसंग्रह भाग २, वि. का. राजवाडे.

५. भारत प्रवेश

भारताचं प्राचीन नाव 'मेलुहा' असं होतं. मेलुहा म्हणजे तांबं (Copper). हा शब्द 'म्लेंच्छ' या शब्दाचा अपभ्रंश आहे. (म्लेंच्छ शब्दाचा एक अर्थ तांबं असाही होतो.) भारतातून मोठ्या प्रमाणावर तांबं सुमेरमध्ये निर्यात होत असल्यामुळे भारताला हे नाव पडलं.[१] ही कुठल्या काळातली गोष्ट आहे हे सांगता येणार नाही. कारण आर्यांनी भारतात प्रवेश केला तेव्हा त्यांना तांबं माहीत नव्हतं. कदाचित भारतात आधीच स्थायिक असणाऱ्या नि व्यापार करणाऱ्या 'पणि' लोकांना तांबं माहीत असू शकेल. किंवा पुढे पृथु राजाच्या कारकीर्दीत धातू जमिनीतून काढायला सुरुवात झाली तेव्हा ते आर्यांना मिळालं असेल. कारण ऋग्वेदात तांब्याचा उल्लेख अनेकदा येतो पण लोखंडाचा येत नाही.

उत्तर ध्रुवावरून स्थलांतर केलेले आणि कश्यप समुद्राजवळ काही काळ स्थायिक झालेले आर्य पुढे मेलुहा ऊर्फ भारत नामक देशात शिरले. अर्थात भारतातलं त्यांचं हे आगमन टप्प्याटप्प्यानेच झालं असावं यात शंका नाही. असा अंदाज करता येतो की, नेहमीच्या पद्धतीप्रमाणे पाहणी करण्यासाठी त्यांचे पुरोहित पुढे आले. 'पुरोहित' या शब्दाचा शब्दशः अर्थ 'पुढे पाठवलेले' किंवा 'पुढारी' असा आहे.[२] पारियात्रा पर्वताच्या (आजचा 'हिंदुकुश') रांगा ओलांडून हे पुरोहित खैबर खिंड उतरले आणि 'स्वात' नदीच्या खोऱ्यात शिरले.[३] हिंदुकुश पर्वतातून उगम पावलेली स्वात नदी खैबर पख्तुनिस्तान प्रांतातून पाकिस्तानात वाहते. हिला ऋग्वेदात 'सुवास्तु' नदी म्हटलं आहे. ही जागा त्यांना बरी वाटली तेव्हा नदीच्या काठावर त्यांनी यज्ञयाग केले आणि मागच्या

टोळीला सांगावा धाडला. टोळी येऊन पोहचेपर्यंतचा काळ त्यांनी फुकट घालवला नाही. आपल्यापैकी काही पुरोहितांना तिथेच ठेवून अधिक चांगल्या स्थळाच्या शोधात ते पुढे सरकले.

नव्या जागेच्या शोधात हिंडणारे हे पुरोहित सिंधू नदीपाशी आले आणि तिथे त्यांना हवी तशी सुपीक नि विस्तीर्ण जमीन, भरपूर पाणी आणि उबदार हवा अशा अनुकूल गोष्टी दिसल्या. तेव्हा मागच्या टोळ्यांना पुढे बोलावण्यात आलं आणि या टोळ्यांची तिथे वसती झाली. कालांतराने नव्याने आलेल्या काही टोळ्या सिंधू नदीला मिळणाऱ्या अन्य पाच नद्यांच्या (सतलज, रावी, चिनाब, झेलम आणि बिआस या नावाने हल्ली ओळखल्या जाणाऱ्या) 'पंचनद' प्रदेशात (म्हणजेच आजचा पाकिस्तानातला आणि भारतातला पंजाब प्रांत) आल्या आणि काही पुढे सरस्वती नदीच्या काठी येऊन स्थायिक झाल्या. या संपूर्ण प्रदेशात सिंधू आणि सरस्वतीसह एकूण सात नद्या वाहात असल्याने आर्यांनी त्याला 'सप्तसिंधू' असं नाव दिलं.

स्थानिक लोकांचा विरोध

सप्तसिंधूच्या प्रदेशात ज्या स्थानिक लोकांकडून आर्यांना कडाडून विरोध झाल्याचे उल्लेख ऋग्वेदात आहेत ते लोक म्हणजे काळ्या रंगाचे नि बसक्या नाकाचे 'दास' होत.[४] (या दासांचा दस्यूंशी संबंध नसावा. दस्यू म्हणजे 'डॉइश' म्हणजेच जर्मनस्. हे गोरे, नाकेले आणि उंच होते हे पूर्वी सांगितलंच आहे.) दास हे लिंगपूजक होते. त्यांच्यातल्या काही जमाती पुढारलेल्या होत्या आणि स्वसंरक्षणासाठी त्यांनी मजबूत किल्लेही बांधलेले होते. दासांशिवाय 'पणि' नावाची श्रीमंत आणि सुसंस्कृत जमातही या प्रदेशात आधीच स्थायिक झाली होती. हे लोक व्यापार करत असत. 'मोहेनजोदडो आणि हडप्पा संस्कृती' म्हणतात ती याच लोकांची असावी असा काही संशोधकांचा कयास आहे. मात्र हा कयास पूर्णपणे बरोबर नसावा. कारण पूर्वीच दाखवून दिल्याप्रमाणे पणिंच्या लिंग आणि मूर्तिपूजेच्या खुणांबरोबरच आर्यांच्या होमहवनाचे पुरावेही तिथे मिळालेले आहेत. कदाचित आर्य आणि पणि यांची ती एक संयुक्त वसाहत असावी.

सरस्वती नदीच्या काठी पणि पूर्वीपासून स्थायिक होते या निष्कर्षाला ऋग्वेदातील खालील ऋचेचा आधार मिळतो.

'इयमददाद रभसं रणच्युतं दिवोदासं वध्र्यश्वाय दाशुषे ।
या शश्वन्तमाचखादावसं पणिं ता ते दात्राणि तविषा सरस्वति ॥' (६-६१-१)

आर्यांनी सरस्वतीच्या काठी राहणाऱ्या पणिंना कायमचं खणून काढल्याचा निर्देश या ऋचेतून मिळतो. ऋचेत दिवोदासाचा उल्लेख असला तरी यापूर्वीच म्हटल्याप्रमाणे

सप्तसिंधू: शुतुद्री (सतलज), परुष्णी (रावी), असिक्नी (चिनाब), वितस्ता (झेलम), विपास (बियास), सिंधु आणि सरस्वती. (काही अभ्यासक यात सिंधुऐवजी 'कुभा'चा समावेश करतात.)
HARAPPA
MODERN PAKISTAN
MODERN INDIA
Kubha
Suvastu
Swat
Kurrum
Sushoma
Vitasta
Gomati
Sindhu
Asikni
Parusni
Vipas
Sutudri
Harappa
Cemetary H
Sarasvati
Yamuna
Ganga

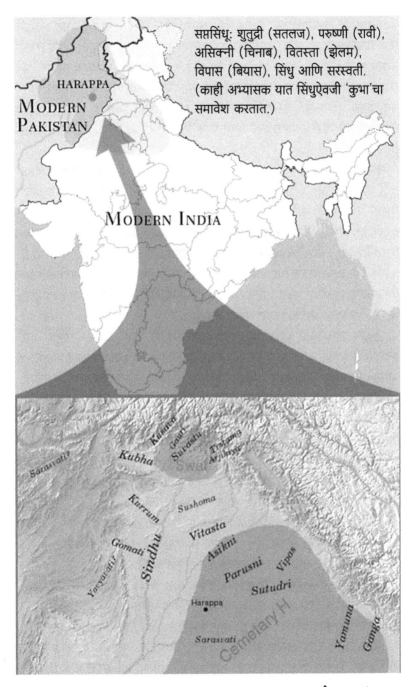

ही कामगिरी दिवोदासाच्या पूर्वजांची असण्याचीच शक्यता जास्त आहे. कारण दिवोदासाच्या काळापर्यंत आर्यांच्या ३७ पिढ्या उलटून गेल्या होत्या आणि त्यांची वसती गंगा-यमुनेच्या दुआबातसुद्धा स्थिर होऊ लागली होती. दिवोदास नावाचे दोन राजे होऊन गेले की एकच राजा होऊन गेला याविषयीही संशोधकात संदिग्धता दिसून येते. मुख्य मुद्दा असा, की सप्तसिंधूच्या परिसरात आर्यांनी स्थायिक होण्यापूर्वी पणि लोकांची फार मोठी वसाहत तिथे असावी या निष्कर्षाला ऋग्वेदातील ऋचेचा आधार मिळतो.

दास आणि पणि यांच्याशिवाय 'व्रात्य' 'नाग' 'गरुड' 'यक्ष' 'अज' 'शीघ्र' 'याक' वगैरे जमातींचे लोकही भारताच्या वेगवेगळ्या प्रदेशात आधीच वसाहत करून होते.[५] माझ्या मते यापैकी नाग आणि यक्ष हे गंगा-यमुना नद्यांपासून पूर्वेकडे आणि खाली दक्षिणेकडे वसती करून असावेत. कारण यांचा उल्लेख नंतरच्या वैदिक वाङ्मयात बराच मिळतो. 'याक' ही जमात हिमालयाच्या उतारावरील प्रदेशात स्थायिक असावी. कारण ज्या प्राण्यांवरून त्या जमातीला हे नाव पडलं आहे ते याक प्राणी फक्त त्याच परिसरात आढळतात. अन्य जमातींच्या वसतीस्थानाविषयी अंदाज करणं अवघड आहे. बहुधा ते घनदाट अरण्यात वास करून असावेत.

वरील जमातींच्या व्यतिरिक्त पश्चिम आशियातील 'वृत्र' आणि 'असुर्य' वगैरे प्रदेशांमधील काही असुर टोळ्याही आर्यांच्या आगेमागे सप्तसिंधू प्रांतात येऊन पोहोचल्या असण्याचा संभव आहे. कारण अधूनमधून असुर राजांचा उल्लेख इतिहासात आढळतो. (द्रविड नामक कुठलीही वेगळी जमात भारतात यापूर्वी रहात नव्हती हे या आधीच स्पष्ट केलं आहे.)

आपल्या शत्रूंच्या निर्दालनाचं आर्यांनी एक शास्त्रच निर्माण केलं होतं.[६] या शास्त्रातील घटक असे:-

'दस्युहत्या' - स्थानिक विरोधकांची कत्तल करण्याकरिता करायची लढाई.
'पुरभिद्य:' - त्यांची शहरे फोडण्याकरिता करायचं युद्ध.
'गोसाता' - त्यांची गायीगुरं पळवण्याचं तंत्र.
'अर्कसाता' किंवा 'वाजसाता' - त्यांचं धान्य लुटण्याचं कटकारस्थान.
'धनसाता' - धनापहरण करण्याकरिता करायची चढाई.
'क्षेत्रस्य साता' - शेतीवाडी काबीज करण्यासाठी करायचा हल्ला.
'सर्वसाता' - सर्वस्वहरण करण्याकरिता करायचा एल्गार.

यावरून पंचनद प्रदेशात नवा इतिहास कसा घडत होता याची कल्पना येईल.

कालांतराने दास आणि आर्य एकमेकात मिसळले. पुढच्या काळात पणिंचं पौरोहित्यही आर्य पुरोहितांनी केल्याचे निर्देश आहेत. आर्यांना जातिसंस्था माहीत नव्हती.

ती त्यांनी या स्थानिक लोकांकडून उचलली.[७] त्याचप्रमाणे मूर्तिपूजा आणि लिंगपूजा यांचाही शिरकाव हळुहळू आर्यांमध्ये झाला. पण ही फार पुढची गोष्ट आहे. सुरुवातीच्या काळात या सर्व अनार्यांनी सप्तसिंधूच्या परिसरात आर्यांना बराच काळ अडवून धरलं होतं. तिथून पूर्वेकडे जायला आर्यांच्या तब्बल पंचवीस पिढ्या खर्च व्हाव्या लागल्या.

भारतप्रवेशाची कालनिश्चिती

आर्यांचा इतिहास वेद-पुराणांचा अभ्यास करून आणि त्यातल्या ऋचांचा अन्वयार्थ लावून मिळवावा लागतो. त्यातून मिळणाऱ्या माहितीची विश्वासार्हता तपासण्याचे जे मार्ग आहेत त्यापैकी एक महत्त्वाचा मार्ग म्हणजे ज्या ऋषीने त्या ऋचा रचल्या त्या ऋषीचा काळ ठरवणं आणि ऋचांमध्ये वर्णन केलेली घटना किती जुनी असावी याचा अंदाज करणं. सुदैवाने डॉ. भार्गव यांनी परिश्रमपूर्वक प्रत्येक कुळात जन्मलेल्या ५० पिढ्यातील ऋषींची वंशावळ मांडायचा प्रयत्न केलेला आहे.[८] त्यामुळे अभ्यासकांची उत्तम सोय झाली आहे यात शंका नाही. (वंशावळ पुढे दिली आहे.)

एकदा ऋषींची वंशावळ लावून घेतल्यावर आर्यांच्या भारतप्रवेशाची कालनिश्चिती करणं अशक्य नाही. 'इंद्राचा जन्म' या पुस्तकात रवीन्द्र गोडबोले यांनी असा सिद्धान्त मांडला आहे की, 'इ.स.पूर्व ७६४० या वर्षी पृथ्वीची एका मोठ्या धूमकेतूशी टक्कर झाली आणि या धूमकेतूचे काही तुकडे सप्तसिंधू प्रांतात पडले. (हे वैज्ञानिकदृष्ट्या सिद्ध झालेलं आहे.) त्यापैकी एक मोठा तुकडा सतलज आणि बियास नद्यांच्या संगमापाशी कोसळला. त्यामुळे विजांच्या कडकडाटाने आसमंत भरून गेला, धरणीकंप होऊ लागले, पर्वत हादरले आणि सुनामीसारख्या लाटा उत्पन्न होऊन त्यांच्या दाबामुळे नद्यांचे प्रवाह बदलले. या आघातापाठोपाठ अविरत पर्जन्यवृष्टी सुरू झाली. त्यामुळे सर्वत्र पूर आले आणि धूळ व वाफ यांमुळे प्रदीर्घ रात्र पसरली. या उत्पाताचीच कहाणी आर्यांनी 'इंद्राचा जन्म आणि वृत्र वगैरे शत्रूंशी झालेला त्याचा संघर्ष' या स्वरूपात ऋग्वेदात मांडली आहे.'[९]

हा सिद्धान्त मांडताना 'इंद्र-वृत्र संघर्ष ही वस्तुस्थिती नसून ती केवळ प्रतीकात्मक कथा आहे' हे गोडबोले यांनी गृहित धरलेलं दिसतं. आपल्या सिद्धान्ताच्या पुष्ट्यर्थ त्यांनी ऋग्वेदातील मुख्यत: तिसऱ्या आणि पहिल्या मंडलांचा आधार घेतला आहे. पण त्या तथाकथित आधारामुळेच त्यांच्या या सिद्धान्ताला धक्का पोहचू शकतो. कारण तिसरं मंडल हे विश्वामित्रानं स्वत: रचलं असून त्यात तसा उल्लेखही आहे. या मंडलात त्याने दिलेली माहिती 'ऐकीव' होती की तो स्वत: त्या घटनेचा साक्षीदार किंवा समकालीन होता हे तपासून पाहिलं पाहिजे. मुळात विश्वामित्र हा 'कान्यकुब्ज' (सध्याचं कनोज) या गंगा नदीच्या काठी असलेल्या देशाचा राजा होता. सप्तसिंधू प्रांताशी त्याचा कुठलाच

वैदिक ऋषींची वंशावळ

पिढी	अत्रिकुल	कश्यपकुल	भृगुकुल	अंगिरस	वसिष्ठ	अगस्त्य	कौशिक
१	अत्रि, सोम	मरिची	भृगु-अथर्व				
२	बुध, गविष्ठीर, अर्कनानस	कश्यप	दधिची				
३	श्यावश्व	अवत्शर, देवल	च्यवन, कवि				
४	अंधिगु	निध्रुव, रेभ, असित	उशनस शुक्र				
५	मनु सर्वणि		शंड, मर्क				
६	नाभनेदिष्ट		आप्नवन				
७	भलंदन						
८	वत्सप्रि						
१८	प्रभाकर		उशिज				
१९			उचथ्य, बृहस्पति, संवर्त				
२१			दीर्घतमस, भरद्वाज, कण्व				
२३			शंयू				
२४	संवर्ण		प्रगाथा				
२५			सोभरि				
२६			हरित				

वैदिक ऋषींची वंशावळ

पिढी	अत्रिकुल	कश्यपकुल	भृगुकुल	अंगिरस	वसिष्ठ	अगस्त्य	कौशिक
२७				शुनहोत्र, नर गर्ग, ऋजिष्वन			
२८				संकृति शिनी			
३६	गोपवन विशजान		ऊर्व ऋचिक	ब्रह्मिष्ठ पायु	वसिष्ठ	अगस्त्य	
३७	भौम		जमदग्नि	शरदवंत कुक्षीवंत अयास्य पर्वत, नरद अमह्यु	शक्ती इंद्र प्रमति कुंडिन्	दृधच्च्युत	विश्वामित्र
३८	इषू		गृत्समद मित्रायु				
३९			राम, कूर्म	उरूक्षय प्रस्कण्व मेधातिथी प्रियमेधा सव्य कुत्स	पाराशर वसु	इध्मवाह सांभवाह सोमवाह यज्ञवाह सारवाह दर्भवाह	मधुच्छंदस प्रजापति कत्, ऋषभ रेणु, पूरण गालव अष्टक देवरात
४०				वामदेव	उपमन्यू		अघमर्षण जेत् उत्कील लौही
४९				राहुगण			
५०				गोतम राहुगण			

संबंध आलेला नव्हता.

दुसरं म्हणजे सप्तसिंधू प्रांतात आर्यांनी पाय रोवल्यानंतर हजारएक वर्षांनी तो जन्माला आला हे वंशावळीवरून स्पष्ट होत आहे. हजार वर्षांपूर्वी सप्तसिंधू प्रांतात झालेलं धूमकेतूपतन काय; आणि त्यापूर्वी होऊन गेलेला इंद्र आणि वृत्र यांचा संघर्ष काय, विश्वामित्राकरिता ही सर्व माहिती केवळ 'ऐकीव'च होती. त्याची सांगड घालून त्याने ऋचा रचल्या एवढाच त्याचा अर्थ.

राहता राहिलं मंडल १. ऋग्वेदातलं पहिलं आणि शेवटची दोन मंडलं ही बरीच नंतर रचली गेली हे सर्वश्रुत आहे. कारण व्यास महर्षी जेव्हा वेदांचं संकलन करत होते तेव्हा कालक्रमानुसार संकलन करणं अवघड होतं. म्हणून एका ऋषीने किंवा एका कुटुंबाने रचलेल्या ऋचांचा समूह जसजसा त्यांना मिळत गेला तसतशी त्यांनी मंडले रचली. सर्वात प्रथम पंधरा कुटुंबांनी रचलेल्या १९१ ऋचांचा समूह त्यांच्या हाती आला. त्याला त्यांनी 'पहिलं मंडल' असं नाव दिलं. नंतर गृत्समद कुटुंबीय रचित बराच मोठा ऋचासमूह प्राप्त झाला. त्याचं दुसरं मंडल केलं. पुढे विश्वामित्र, वामदेव, अत्रि, भरद्वाज आणि वसिष्ठ यांच्या कुटुंबियांच्या ऋचा मिळाल्या. त्यांची अनुक्रमे ३,४,५,६ आणि ७ ही मंडलं तयार झाली. त्यानंतर आणखी ५५ ऋचा सापडल्या. यापैकी ४४ ऋचा कण्व कुटुंबाच्या आणि ११ वालखिल्याच्या होत्या. त्यांचं आठवं मंडल केलं. यज्ञातील सोमाचं महत्त्व लक्षात घेता 'सोम पवमाना'ला उद्देशून रचलेल्या सर्व ऋचा नवव्या मंडलात ग्रथित केल्या. खरं तर इथेच संकलनाचं काम संपलं होतं. पण तेवढ्यात अज्ञात ऋषींनी रचलेल्या आणखी २२८ ऋचा सापडल्या. तेव्हा पहिल्या मंडलातील संख्येशी जुळण्यासाठी त्यातल्या १९१ ऋचा निवडून दहावं मंडल बनवलं आणि उरलेल्या ३७ ऋचा आठव्या मंडलात समाविष्ट केल्या.[१०]

या कार्यपद्धतीमुळे झालं काय, की विश्वामित्राचा मुलगा मधुच्छंदस याने रचलेल्या ऋचा आधी प्राप्त झाल्यामुळे पहिल्या मंडलात आल्या, तर त्याच्याहून ज्येष्ठ असलेल्या विश्वामित्राच्या ऋचा तिसऱ्या मंडलात दिल्या गेल्या. अत्रि हा सर्वात प्राचीन ऋषी असून भारद्वाज आणि कण्व हे त्याच्यापासून २१व्या, वसिष्ठ ३६व्या, विश्वामित्र ३७व्या, गृत्समद ३८व्या आणि वामदेव ४०व्या पिढीत होऊन गेले. त्यामुळे आर्यांच्या सप्तसिंधु प्रांतातील हालचालींची विश्वसनीय माहिती हवी असल्यास या मंडलांचा क्रम ५,६,८, ७,३,२ आणि ४ असा बदलून लावावा लागतो. याचा अर्थ असा की ५व्या मंडलातील ऋचा सर्वात विश्वसनीय आणि ४थ्या मंडलातील ऋचा तुलनेने कमी

डॉ. भार्गव

विश्वसनीय. यानंतर उरलेल्या मंडलांचा क्रम १,९ आणि १० असा शेवटी लावता येईल.

अर्थात यातही काही अडचणी आहेतच. उदाहरणार्थ, कण्वांच्या ऋचांचं आठवं मंडल केलं असलं तरी त्यांच्या काही ऋचा पहिल्या मंडलातही आहेत. अशा एकत्रित ऋचांची विश्वसनीयता त्या त्या ऋचा रचणाऱ्या ऋषीच्या कालक्रमानुसार ठरवावी लागेल. तात्पर्य, गोडबोले यांनी दिलेल्या पहिल्या मंडलातील ऋचा कुणी रचल्या यावर त्या माहितीच्या विश्वसनीयतेची पत अवलंबून आहे. तूर्त तरी पहिल्या मंडलातील त्यांनी दिलेल्या ऋचांवर जास्त अवलंबून राहता येत नाही.

या पुस्तकात अन्य काही मंडलांतील ऋचाही गोडबोले यांनी दिलेल्या आहेत, त्याही तपासून पाहू. दुसऱ्या आणि सहाव्या मंडलातील खालील ऋचा सिद्धान्ताला पूरक म्हणून त्यांनी उधृत केल्या आहेत.

'वातावरणाच्या वर अंतराळात उभा राहिला तो आणि वृत्रावर आपले प्राणघातक शस्त्र फेकले त्याने. स्वत:ला ढगात गुरफटून धावून गेला तो शत्रूवर. इंद्राने शरण आणले त्याला आपल्या धारदार शस्त्रांनी.' (२-३०-३)

'होय, त्या पुरातन स्वर्गानेही वाकविले स्वत:ला तुझ्या वज्रापुढे त्याच्या संतापाच्या भीतीने, हे इंद्रा, तेव्हा त्या महासर्पाने ठार मारले आपल्या अधिपत्याखालील प्रदेशात प्रत्येक सजीव प्राण्याला.' (६-१७-१९)

वरील वर्णन इंद्र आणि वृत्र यांच्या लढाईविषयीचं असलं तरी धूमकेतूपतनाशी त्याचा संबंध आहे असं दिसत नाही. कश्यप समुद्राजवळच्या 'वृत्र' देशाच्या देवांबरोबर झालेल्या झगड्याशीही त्याचा संबंध जोडता येईल. मात्र त्यांनी दिलेल्या चवथ्या मंडलातील खालील ऋचा अधिक महत्त्वाच्या आहे:-

'इंद्रा, तुझ्या दैवी शक्तीने अडविलेस तू पुराने ओसंडलेले पाणी
जे पसरले होते सर्व धरतीवर.' (४-३०-१२)

'हे थोर इंद्रा, शक्तिदेवा, तूच सुखरूप परत
आणलेस यदुला आणि तुर्वसुला,
जे भ्याले होते महापुराला.' (४-३०-१७)

रवींद्र गोडबोले

माझ्या मते या ऋचा काळ समजण्याच्या दृष्टीने उपयुक्त आहेत. कारण त्यात यदु आणि तुर्वसु यांचा उल्लेख आहे. पण यापूर्वी या ऋचांमधील माहितीची विश्वसनीयता तपासून पाहूया. सदर ऋचा ४थ्या मंडलातील असल्यामुळे त्या वामदेवाने रचल्या हे उघड आहे. वामदेव हा अत्रीपासून ४० पिढ्यांनी आणि

विश्वामित्रानंतर ३ पिढ्यांनी होऊन गेला. म्हणजे धूमकेतूपतनाचा प्रसंग उलटून गेल्यावर अंदाजे ८०० वर्षांनी वामदेव झाला. तेव्हा ही माहिती त्याच्या दृष्टीने फार प्राचीन काळची आणि निव्वळ ऐकीव असावी हे उघड आहे. पण तरीही अन्य दोन कसोट्यांच्या निकषांवर ही माहिती विश्वसनीयच मानावी लागते. एक म्हणजे वामदेव हा सप्तसिंधू प्रांतातच सरस्वती नदीच्या काठी राहणारा होता. आणि दुसरं, ययातीचा थेट वंशज सोमक याचा 'पुरोहित' म्हणून तो काम करत होता. घडलेली घटना त्याच परिसरात आणि सोमक राजाच्या पूर्वजांच्याच बाबतीत घडलेली होती. त्यामुळे दरबारी सूतांनी ती पिढ्यानूपिढ्या जपली असण्याची दाट शक्यता होती. शिवाय वामदेवाने या ऋचांमध्ये प्रतीकात्मक वगैरे काही न लिहिता आपल्या यजमानाचे पूर्वज यदु आणि तुर्वसु यांची थेट नावं घेतलेली आहेत आणि ते 'महापुरामुळे भ्याले होते' असं कमीपणा घेऊन प्रांजळपणे सांगितलेलं आहे. त्यामुळे कालनिश्चितीसाठी या ऋचांना आपण विश्वसनीय मानू शकतो.

वरील ऋचांमधल्या माहितीच्या पुष्ट्यर्थ आणखी काही पुरावा मिळतो का हे तपासत असताना ५व्या मंडलात खालील अर्थाच्या ऋचा सापडल्या:-

'आपला रथ सज्ज करून हे इंद्रा, अनुचे लोक तुझ्यासाठी नि तुझ्या वज्राचा प्रभाव पाहण्यासाठी थांबून राहिले होते आणि तुझे सामर्थ्य वाढून तू अहिचा नि:पात करावास म्हणून ब्राह्मण तुला आळवीत होते.'

('अनवस ते रथम् अश्वाय तक्षन्' ५-३१-४)

'वेगाने वाहणाऱ्या पाण्याच्या लोंढ्यामुळे पलीकडल्या तीरावर अडकलेल्या यदु आणि तुर्वसु यांच्यासाठी हे इंद्रा, तू आणि कुत्स धावून गेलात.' ('तवम् अपो यदवे तुर्वशायारमय:' ५-३१-८)

या ऋचांपैकी पहिल्या ऋचेत ज्याचा उल्लेख आहे तो 'अनु' हा यदु आणि तुर्वसु यांचा धाकटा भाऊ होता. नंतरच्या ऋचेत यदु आणि तुर्वसु यांचाही उल्लेख असून 'ते महापुरात अडकले होते' या ४थ्या मंडलातील तशाच उल्लेखाला बळकटी मिळते. वर लावलेल्या विश्वसनीयतेच्या क्रमानुसार ५वं मंडल सर्वात विश्वसनीय ठरत असल्यामुळे ही हकीगत खरोखरच घडली असं मानायला अडचण येत नाही. राहता राहिला 'कुत्स' याचा उल्लेख. ययातीची मुलं आणि कुत्स यांच्यामध्ये तीस एक पिढ्यांचं अंतर असताना त्यांचा एकत्रित उल्लेख कसा हा एक प्रश्न आहे. मागेच दाखवून दिल्याप्रमाणे ऋग्वेदातील २-१४-७ किंवा ६-१८-१३ वगैरे ऋचांमध्ये कुत्साचा उल्लेख आयु या राजाच्या जोडीने आलेला आहे. हा आयु म्हणजे ययातीचा आजोबा. तेव्हा कुत्स नावाच्या एकाहून अधिक व्यक्ती होऊन गेल्या असाव्यात किंवा पुढील ऋचाकारांनी चुकीच्या समजुतीनं ज्ञात कुत्साला पूर्वजांच्या जोडीने बसवलं असावं यापैकी एक अनुमान काढणं भाग आहे.

यदु आणि तुर्वसु हे दोघे सुप्रसिद्ध आर्य राजा ययाती याचे मुलगे होते. मनूचा मुलगा

सुद्युम्न हा सप्तसिंधू प्रांतातील पहिल्या राजापैकी एक. या सुद्युम्न राजाचे हे सहावे वंशज. (म्हणजे आर्यांच्या सप्तसिंधू प्रवेशाला दीडशे वर्षे होऊन गेल्यानंतरचा काळ.) यदु याने पंजाबच्या वायव्येला राज्य स्थापन केलं होतं; तर तुर्वसु याने सरस्वती नदीच्या नैऋत्येला राज्य स्थापलं. नकाशा पाहता ही दोन राज्यं सतलज आणि बियास नद्यांच्या संगमापाशी डावीकडे वरच्या आणि उजवीकडे खालच्या बाजूला दाटीवाटीने का होईना; पण बसवता येतात. तसं असेल तर धूमकेतूपतनाच्या आपत्तीचा आणि महापुराचा फटका त्यांना बसला असेल हेही संभवनीय आहे. मात्र या दोघांचा एकत्रित उल्लेख असल्यामुळे ही घटना त्यांच्या युवराजपदाच्या काळात घडली असण्याची शक्यताच अधिक दिसते. ते 'भ्याले होते' यावरून त्यांचं वयही लहान असावं. शिवाय त्यांचा धाकटा भाऊ अनु (किंवा त्याचे लोक) रथ सज्ज करून अलीकडल्या किनाऱ्यावर त्यांची वाट बघत थांबले होते असाही उल्लेख आहे. वडिलांनी पाठवलेल्या एखाद्या मोहिमेवर एकत्र गेलेले असताना ते महापुरात सापडले आणि त्यांच्या शोधासाठी माणसं पाठवली गेली हे यावरून उघड दिसतं. यावरून असाही निष्कर्ष काढता येतो, की या दोन राजपुत्रांचा बाप ययाती हा धूमकेतूपतनाच्या वेळी म्हणजेच इ.स.पूर्व ७६४० या वर्षी सप्तसिंधू प्रांतात राज्य करत होता. उलट्या दिशेने गणित करून पाहिल्यावर आर्यांचा सप्तसिंधू प्रांतातला प्रवेश इ. स. पूर्व ७८००च्या दरम्यान निश्चित करता येतो. इ.स.पूर्व ८००० या उत्तरध्रुवावरील हिमप्रपाताच्या काळाशी हा काळ बराच सुसंगत आहे. मधली २०० वर्षं आर्यांनी कश्यप समुद्रानजिक घालवली असावीत असाही अंदाज करता येतो. स्वत:ला 'काश्यप' म्हणवून घ्यायला हा काळ पुरेसा आहे.

खगोलशास्त्राचे अभ्यासक प्रा. के. डी. अभ्यंकर यांनी प्राचीन 'अश्विनी पंचांगा'चा अभ्यास करून असा निष्कर्ष काढला आहे, की 'हे पंचांग आर्यांनी इ.स.पूर्व ७००० वर्षांच्या दरम्यान भारतात तयार केलं.[११] ध्रुवीय प्रदेशात उन्हाळा आणि हिवाळा असे दोन ऋतू; तर विषुववृत्तीय प्रदेशात केवळ उन्हाळा हाच ऋतू दिसून येतो. युरोप-सारख्या थंड प्रदेशात उन्हाळा, हिवाळा, शरद आणि वसंत असे चार ऋतू आढळतात. मात्र या पंचांगात उन्हाळा, पावसाळा आणि हिवाळा असे तीन ऋतू दाखवले असून असे तीन ऋतू भारत आणि मेक्सिको वगळता अन्य कुठेही पहायला मिळत नाहीत. हे पंचांग करतानाची जी ग्रहस्थिती दिली आहे ती इ.स.पूर्व ७००० वर्षांच्या दरम्यानची आहे. यावरून आर्य इ.स.पूर्व ७०००च्या दरम्यान भारतात पोहोचले होते या विधानाला पुष्टी मिळते.

तात्पर्य, गोडबोले यांच्या सिद्धान्तामुळे इंद्र आणि वृत्र यांचा संघर्ष आणि त्यांचं भौगोलिक स्थान यावर फारसा प्रकाश पडत नसला तरी आर्यांच्या सप्तसिंधू प्रांतातल्या प्रवेशाचा काळ मात्र निश्चित करता येतो. त्यादृष्टीने हा सिद्धान्त मोलाचा आहे.

प्रा. के. डी. अभ्यंकर:
अश्विनी पंचांगाची कालनिश्चिती
इ.स.पूर्व ७,००० अशी नक्की केली

आर्यांचे पहिले राजे

सुद्युम्न, इक्ष्वाकु, प्रमसु आणि शर्याति हे आर्यांनी व्यापलेल्या वेगवेगळ्या प्रदेशातले पहिले राजे होते.[१२]

हे चौघे 'मनूचे पुत्र' असल्याचा उल्लेख वेदांमध्ये सापडतो. पण उत्तरध्रुव ते कश्यप समुद्र, आणि तिथे बराच काळ स्थायिक होऊन इराण-अफगाणिस्तान मार्गे सप्तसिंधूच्या प्रदेशात येईपर्यंतचा काळ लक्षात घेता हे संभवनीय वाटत नाही. कदाचित त्याकाळचा प्रत्येक आर्यराजा मनुप्रती आदर दाखवण्यासाठी स्वत:ला त्याचा 'पुत्र' म्हणवत असेल. प्रत्यक्षात हे चौघे मनूचे मुलगे नसण्याचीच शक्यता जास्त वाटते.

आर्यांच्या भारतप्रवेशाची वर केलेली कालनिश्चिती आणि मीमांसाही यापेक्षा वेगळं सांगत नाही.

इक्ष्वाकु हा सिंधू नदीच्या पश्चिम तीरावरील प्रदेशाचा राजा झाला. (सध्याचा पाकिस्तानातील 'डेरा इस्माईल खान' हा प्रांत.) कालांतराने उत्तर आणि पूर्वेकडील प्रदेशातही त्याने हातपाय पसरले.

इक्ष्वाकुच्या राज्याच्या पूर्वेकडील प्रदेशात प्रमसु याने राज्य स्थापन केलं. (पाकिस्तानातील 'डेरा गाझी खान'?)

सुद्युम्न याचं राज्य अतिपूर्वेकडे सरस्वती नदीपर्यंत पसरलेलं होतं.

शर्याति याचं राज्य सरस्वती नदीच्या पलीकडे स्थापन झालं.[१३]

अश्वमेध यज्ञ करणारा शर्याति हा पहिला राजा. त्यामुळे तो फार प्रसिद्ध झाला होता. (च्यवन ऋषी हा याचा जावई. त्यानेच या यज्ञाचं पौराहित्य केलं होतं.) मात्र वंश खुंटल्यामुळे त्याचं राज्य पुढे सुद्युम्नाकडे आलं. सुद्युम्नालाही संतती नव्हती म्हणून त्याने आपली बहीण 'इला' हिचा मुलगा 'पुरुरवा' याला दत्तक घेतलं.

अशातऱ्हेने अंतिमत: इक्ष्वाकु, प्रमसु आणि पुरुरवा या तीन राजांमध्ये सप्तसिंधूतील सर्व प्रदेश विभागला गेला आणि भारतातले पुढले सर्व बरेवाईट राजे या तिघांच्या वंशातच निर्माण झाले.

पारशी ऊर्फ इराणी

'झेंद अवेस्ता' या पारश्यांच्या ग्रंथावरून पारशी (नंतरचे इराणी) हे मुळात आर्यच होते हे लक्षात येतं. पण पुढे ते अनार्य झाले. त्यांचा इतिहास खालीलप्रमाणे आहे.

मनूपासूनचा सहावा वंशज 'ययाति' हा पराक्रमी होता. पूर्वेकडे यमुना नदीपर्यंत गेलेला हा पहिला आर्य राजा. यमुनेच्या किनारी याने यज्ञही केले. याला देवयानी आणि शर्मिष्ठा अशा दोन बायका होत्या. यापैकी देवयानी ही भृगु वंशातला ऋषी 'उशनस शुक्र' याची मुलगी. हा शुक्राचार्य फार विद्वान असून तो असुर राजा वृषपर्वा याचा पुरोहित होता. (शर्मिष्ठा ही वृषपर्व्याचीच मुलगी!) शुक्राचार्यांने 'संजीवनी' नामक उपचारपद्धती शोधून काढली होती. त्यामुळे युद्धात जखमी झालेले असुर वीर ताबडतोब बरे होऊन लढायला पुन्हा सिद्ध होत. पुढे शुक्र आणि त्याचे अनुयायी यांनी आर्यांविरुद्ध आणि देवजमातीविरुद्ध एकप्रकारचं धार्मिक बंडच उभं केलं आणि देवांऐवजी ते असुरांनाच जास्त मानू लागले.[१४] आणि हे साहजिकच होतं कारण त्यांचे अन्नदाते असुरच होते. पण हे बंड पुढे इतक्या थराला गेलं की हे लोक सप्तसिंधू प्रांत सोडून पुन्हा आलेल्या मार्गानेच परत गेले आणि झरतृष्टाच्या नेतृत्वाखाली त्यांनी एक वेगळा धर्म स्थापन केला. हा धर्म म्हणजे पारशी धर्म आणि ज्या प्रदेशात जाऊन ते स्थायिक झाले तो प्रदेश म्हणजे पर्शिया ऊर्फ इराण.

पारश्यांच्या 'अवेस्ता'मध्ये दिल्याप्रमाणे 'अहुर मझ्द' याने त्यांच्यासाठी एका-मागोमाग एक सोळा सुंदर प्रदेश निर्माण केले होते आणि 'सप्तसिंधू' त्यापैकी पंधरावा होता. पण बहुतेक ठिकाणी 'आंग्र मैन्यू' (Angra Mainyu) या सैतानाने संकट निर्माण केल्यामुळे ते प्रदेश त्यांना सोडावे लागले. या आंग्र मैन्यूनेच सप्तसिंधू प्रांतात 'प्रखर उष्णता' निर्माण केल्यामुळे तो प्रांत सोडावा लागला, असं 'अवेस्ता'मध्ये दिलं आहे. (वेंदिदादः फरगर्द १) 'देव नावाचे लोक खोटारडे आणि फसवणारे असून त्या देवांचा मुख्य म्हणजे आंग्र मैन्यू' असा खुलासा अवेस्तामध्ये सापडतो. 'आंग्र' म्हणजे दुष्ट आणि 'मैन्यू' म्हणजे मन किंवा पिशाच्च असा 'आंग्र मैन्यू' या शब्दाचा अवेस्ताप्रणित अर्थ. हा 'आंग्र' म्हणजे 'अंगिरस' असावा असा काही संशोधकांचा दावा आहे; पण तो पटण्यासारखा नाही. कारण अंगिरस हा शुक्राचार्यांच्याच वंशातला भृगु ब्राह्मण असून शुक्राचार्यांच्या कितीतरी नंतरच्या पिढीत होऊन गेला. 'देवांचा मुख्य' हा उल्लेख लक्षात घेतला तर आंग्र म्हणजे 'इंद्र' असावा असं वाटतं.

आणखी एक पर्याय असा, की ययातीच्या 'द्रुह्यु' या मुलापासूनचा १५वा वंशज 'गंधार' नावाचा एक पराक्रमी राजा होऊन गेला. (वंशावळ पहा.) त्याने सिंधू नदीच्या पश्चिमेकडील संपूर्ण प्रदेश (आजचा अफगणिस्तान) जिंकून घेतला होता आणि त्यावरून त्या प्रदेशाला 'गांधार' नाव पडलं. या गंधार राजाच्या वडिलांचं नाव 'अंगार'

असल्यामुळे त्याला 'आंगार' असंही म्हणत असत. असुरांची राज्यं याच भागात असल्यामुळे अंगाराच्या चढाईनंतर त्यांची धुळधाण उडणं साहजिकच होतं. या असुरांना त्यांच्या पुरोहितांसह पश्चिमेकडे — म्हणजे इराणच्या दिशेने — पळावं लागलं आणि 'अंगार' हा त्यांच्यासाठी विनाशकारी सैतान म्हणजे 'आंग्र मैन्यू' ठरला ही सुद्धा एक शक्यता आहे.

हेच बंडखोर आर्य पुरोहित पुढे कश्यप समुद्राच्या दिशेने परत गेले आणि त्यांनी 'पार्शिया' म्हणजे आजचा 'इराण' वसवला. हे स्थलांतर ययातीपासून गंधारपर्यंतच्या १५ पिढ्यांच्या कारकिर्दीत कधीतरी घडलं असं मानणं भाग आहे. कारण पारश्यांच्या 'अवेस्ता'मध्ये सप्तसिंधू आणि विशेषत: 'सरस्वती' नदीचे उल्लेख आढळतात; पण 'यमुना' किंवा त्यापलीकडल्या 'गंगा' नदीचे आढळत नाहीत. आर्यांच्या पराक्रमांमुळे सप्तसिंधूच्या पश्चिमेकडेच अडकून पडलेल्या असुर राजांना आणि त्यांच्या पुरोहितांना यमुना नदी माहीत असण्याचा संभव नव्हताच. या लोकांनी इ.स.पूर्व ६९९०च्या दरम्यान सप्तसिंधू प्रांत सोडून इराणच्या दिशेनं प्रयाण केलं असावं असा माझा अंदाज आहे.

इथे आणखी एक प्रश्न उपस्थित होतो तो म्हणजे बंडखोर आर्यांनी जर पर्शिया (इराण) वसवला असेल, तर ते ज्यांचे अनुयायी होते त्या असुरांचं पुढे काय झालं? याचं उत्तर म्हणून असा तर्क करता येईल, की आर्य आणि असुर यांनी मिळूनच हे कार्य केलं असावं. कदाचित 'दास' जमातीतले लोकही त्यांच्याबरोबर असावेत. कारण अवेस्तामध्ये 'दाह' असा त्यांचा उल्लेख सापडतो. तात्पर्य, पर्शिया वसवणारे आणि झरतुष्ट्र-प्रणित नवा धर्म स्वीकारणारे हे लोक म्हणजे शुद्ध आर्य नसून आर्य, असुर आणि दास यांचा तो एक संमिश्र जमाव होता.

इराणकडे गेलेल्या या अर्धवट आर्यांनीही पुढे बराच पराक्रम गाजवला आणि मेदियन साम्राज्याची (Median Empire) स्थापना केली. हे साम्राज्य स्थापणारा युवाक्षत्र (Uvakshatra) आणि त्यानंतरचे कुरूशा (Cyrus), दयावर्ष (Darius), क्षयर्ष (Xerxes), अर्थक्षत्र (Artaxerxes), स्थिदपर्ण (Thissaphernes), कुंभज (Cambyses) असे प्रसिद्ध राजे पुढच्या काळात त्यांच्यात होऊन गेले.[१५] भारतात परत येऊन काही काळ त्यांनी मगध राज्याला आपलं मांडलिक राज्यही बनवलं होतं. पण ही फार पुढची गोष्ट आहे.

जगातलं पहिलं 'लोकसत्ताक'

'द्रोह' हा शब्द ययातिपुत्र द्रुह्यु याच्यापासूनच आलेला असावा असं पुढील घटनेवरून वाटतं. द्रुह्यु आणि त्याचा मुलगा यांनी प्रजेशी द्रोह केला आणि राज्यकर्ते म्हणून ते नालायक ठरले तेव्हा 'अत्रि' या भारतात नव्यानेच आलेल्या पुरोहितवर्गाने त्याचा

फायदा उठवला. त्यांनी असा विचार केला, की सत्ता एका व्यक्तीच्या हाती केंद्रित झाली तर मोठीच समस्या निर्माण होते. ती व्यक्ती चांगली असेल तर ठीक; पण नसेल तर अराजक माजू शकेल. तेव्हा समाजातल्या चांगल्या व्यक्ती निवडून त्यांच्या हाती मर्यादित सत्ता सोपवली पाहिजे. ही कल्पना अभिनव होती पण तिला विरोधही तितकाच झाला. अत्रि पुरोहित बांधून ठेवले गेले, त्यांची घरंदारं जाळली गेली आणि त्यांना जिवंत जाळण्याचेही प्रयत्न झाले. पण शेवटी द्रुह्यु वंशजांना पळवून लावून लोकसत्ताक स्थापन करण्यात अत्रि पुरोहित यशस्वी झाले. ही घटना केवळ अत्रि-सूक्तकारांनीच नव्हे; तर इतर सूक्तकारांनीही नोंदवून ठेवली आहे.[१६] हा चमत्कार आर्यांनी सप्तसिंधू प्रदेशात प्रवेश केल्यापासून सात पिढ्या उलटल्यावर; म्हणजे दोनशे वर्षांनी (इ.स.पूर्व ७६००च्या आसपास) घडून आला.

अत्रि पुरोहितांच्या उदाहरणावरून प्रेरणा घेऊन भृगु पुरोहितांनीही सहस्त्रजिताच्या मुलाची सत्ता उधळून लावली आणि तिथे लोकसत्ताक स्थापन केलं. पुढील सूक्तकारांनी त्या स्वराज्याला 'बहुपाथ्य स्वराज्य' असं म्हटलेलं आहे. द्रुह्यु आणि सहस्त्रजित यांच्यानंतरच्या अनुक्रमे १३ आणि ७ पिढ्यातील वंशजांची नावं वंशावळीत सापडत नाहीत याचं कारण हेच आहे.[१७] (वंशावळ पहा.)

पुढे 'धुंधु' नावाच्या असुर राजाच्या आक्रमणामुळे सप्तसिंधु प्रांतात काही काळ गोंधळ माजला. त्याचा फायदा घेऊन सहस्त्रजिताचा 'हेहय' नावाचा वंशज पुढे सरला आणि त्याने भृगु पुरोहितांना हटवून पुन्हा आपलं राज्य ताब्यात घेतलं. याचे वंशज आपल्याला 'हैहय' म्हणवू लागले. त्यानंतरचा बराचसा इतिहास यांच्याच कटकटींनी व्यापलेला आहे.

बहुपाथ्य स्वराज्य संपलं असलं तरी द्रुह्यु वंशजांच्या राज्यात मात्र अत्रि पुरोहितांचं लोकसत्ताक प्रदीर्घकाळ यशस्वीपणे चालू राहिलं. त्यांच्यात 'प्रभाकर आत्रेय' म्हणून ज्युलियस सीझरप्रमाणे एक फार लोकप्रिय नेता होऊन गेला. (वरील वैदिक ऋषींच्या वंशावळीत अत्रिकुलातील १८ वा वंशज.) त्याच्या कारकीर्दीत एकदा बलाढ्य पौरव राजा रौद्राश्व याने प्रचंड घोडदळासह लोकसत्ताकावर स्वारी केली. पण प्रभाकराने त्याचा पराभव केला. त्यामुळे मान खाली घालून रौद्राश्वाला परतावं लागलं. स्वारीत त्याच्याबरोबर त्याच्या मुलीही होत्या त्या मात्र परत गेल्या नाहीत. विजयी प्रभाकराशी विवाह करून त्या लोकसत्ताकातच राहिल्या. (ही घटना वायू आणि ब्रह्मांड पुराणात दिलेली आहे.) या मुलींपासून जी संतती झाली ती 'स्वस्त्यात्रेय' या नावाने प्रसिद्ध झाली. लोकसत्ताक राज्यात सर्वत्र सुखसमृद्धी वाढली. त्यामुळे लोक 'स्वस्ति स्वस्ति' असं बोलू लागले. कालांतराने ऐक्ष्वाकु वंशीय मांधाता राजा जेव्हा सामर्थ्यवान झाला तेव्हा त्याच्या अनेक स्वाऱ्यांमुळे मात्र लोकसत्ताक खिळखिळं होऊन गेलं. ही संधी

साधून वर उल्लेखिलेल्या 'गंधार' या द्रुह्यु वंशीयाने अत्रि पुरोहितांना हटवून ते राज्य ताब्यात घेतलं आणि त्याबरोबरच तेरा-चौदा पिढ्या चाललेलं जगातलं पहिलं लोकसत्ताक संपुष्टात आलं.

कलियुगाचा आरंभकाळ

आर्यांनी इ.स.पूर्व ७८०० या वर्षी सप्तसिंधू प्रांतात प्रवेश केला असा निष्कर्ष धूमकेतू-पतनाचा काळ आणि उपलब्ध वंशावळ यांच्या आधारावर आपण यापूर्वीच काढला आहे. या गणितात पाचपन्नास वर्षांचा फरक पडला तरी फारसं बिघडणार नाही. पुढील कालक्रम लावणं ही अधिक महत्त्वाची बाब आहे. त्यासाठी प्रथम युधिष्ठिराचा राज्याभिषेक कधी झाला हे निश्चित केलं पाहिजे. इ.स.पूर्व ३१०१ या वर्षी तो झाला असं युधिष्ठिर शकावरून आज मानलं जातं. हा शक बरोबर आहे की नाही हे ठरवण्याचं आणखीही एक साधन उपलब्ध आहे. ते म्हणजे कलियुग सुरू झाल्याचा काळ. भारतीय युद्ध संपण्यापूर्वीच कलियुग सुरू झालं होतं आणि त्यानंतर युधिष्ठिराचा राज्याभिषेक झाला. म्हणून कलियुगाचा काळ कोणता हे तपासून पाहिलं पाहिजे.

कलियुगाच्या आरंभी सूर्य, चंद्र, बुध, शुक्र, मंगळ, गुरू व शनी हे सर्व ग्रह अश्विनी नक्षत्रात होते असं (परंपरेप्रमाणे) मानून भारतीय ज्योतिषशास्त्राने अशी ग्रहस्थिती केव्हा होती याचं गणित बसवलं व त्या आकडेमोडीनुसार इ.स.पूर्व ३१०१ साली गुरुवार, दिनांक १७ फेब्रुवारी या दिवशी कलियुगाचा प्रारंभ झाला असं निश्चित केलं.

युद्धाचा शेवट दुर्योधनाच्या पतनाने झाला. दुर्योधन मरून (किंवा घायाळ होऊन) जमिनीवर पडला होता तेव्हा भीमाने त्याच्या देहाला लाथ मारली. यामुळे त्या दोघांचाही गदायुद्धातला 'गुरू' असलेला बलराम अत्यंत संतापला. कारण हे शास्त्रात बसणारं नव्हतं. तेव्हा कृष्णाने त्याची समजूत घालताना 'प्राप्तं कलियुगं विद्धी' (९-५९-२१) असा खुलासा केला. 'नुकतंच कलियुग सुरू झालं आहे, तेव्हा हे असं होणारच हे तू समजून घे.' हा त्याचा भावार्थ. हे ऐकल्यावर बलराम शांत झाला असा उल्लेख महाभारतात आहे.[१८]

याला पाठबळ देणारा दुसरा अंतर्गत पुरावा भारताचार्य चिं.वि.वैद्य यांनी उजेडात आणला. बहुतेकांना हे माहीतच आहे की पांडवांच्या वनवासाचा व अज्ञातवासाचा एकत्रित काळ कधी पुरा होतो यावरून कौरव आणि पांडव यांच्यात वाद झाला होता. त्यावर भीष्मांनी असा निवाडा दिला, की 'सौर मानाने १३ वर्षं पूर्ण झाली नाहीत; पण चांद्रमानाने १३ वर्षं पुरी झाली आहेत.' हा प्रसंग वर्णन करून वैद्य सांगतात, की कौरव हे सौरवर्ष मानणारे होते आणि पांडव चांद्रवर्ष मानणारे होते असं गृहित धरल्याखेरीज कौरव-पांडव भांडणाचा खुलासा होत नाही. त्यानंतर वैद्य सांगतात, 'तैत्तिरीय संहितेतील

भारताचार्य चिं. वि. वैद्यः
कृष्णाचा काळ इ.स.पूर्व ३०७२
असल्याचे सिद्ध केले

आणि शतपथ ब्राह्मणातील उल्लेखावरून असं दिसतं, की त्या काळी १२ चांद्रमासाचं एक वर्ष मानणारे लोक होते आणि वेदांग ज्योतिषाच्या काळात दर अडीच वर्षांनी एक अधिक मास धरून चांद्रवर्ष व सौरवर्ष यांचा मेळ घालण्याची व्यवस्था होती.' या पुराव्यावरून वैद्य असा निष्कर्ष काढतात की, तैत्तिरीय संहिता आणि ब्राह्मणकाळात दर ५ चांद्रवर्षांनंतर २ अधिक चांद्रमास धरून हा मेळ घालण्यात येत असावा. हाच नियम सांगून पांडवांनी वनवासाचा काळ पुरा केल्याचा निर्णय भीष्मांनी दिला होता.[१९]

याचा अर्थ असा, की शतपथ ब्राह्मणाचा काळ हाच साधारणपणे भारतीय युद्धाचाही काळ ठरतो. साहजिकच प्रश्न असा निर्माण होतो की शतपथ ब्राह्मण केव्हा रचलं गेलं? शतपथत ब्राह्मणात असा उल्लेख आहे, की 'कृत्तिका थेट पूर्वेस उगवतात.' नेमक्या प्राचीबिंदूवर कृत्तिका उगवण्याचा काल कोणता हे गणिताने काढता येतं व तो काळ इ.स.पूर्व २९९० इतका येतो. त्यावरून भारतीय युद्धाचा काल इ.स.पूर्व ३००० वर्षे इतका दूरचा असला पाहिजे असं अनुमान काढता येतं.

वैद्य यांनी मेगॅस्थेनिसच्या लिखाणाच्या आधारावर कृष्णाचा काळ इ.स.पूर्व ३०७२ असा ठरवला आहे. त्यासाठी कृष्ण ते सॅन्ड्रोकोटस यांमध्ये होऊन गेलेल्या १३८ राजांची कारकीर्द सरासरी २० वर्षे असावी असं गृहित धरून त्यांनी हा निष्कर्ष काढला आहे आणि तो चुकीचा म्हणता येणार नाही. युधिष्ठिर हा कृष्णाचा समकालीन. ३०७२ आणि ३१०१ यांच्यात फारच थोडं अंतर आहे आणि ते सरासरीच्या फरकामुळे पडलेलं आहे हे लक्षात घेता इ.स.पूर्व ३१०१ हा युधिष्ठिर शक बरोबर असल्याचा निष्कर्ष आपोआपच निघतो.

कालानुक्रम

धुमकेतूपतनाचा आणि युधिष्ठिराच्या राज्याभिषेकाचा काळ एकदा निश्चित झाल्यावर मधल्या काळातल्या घटनांचा किंवा राजांचा अंदाजे कालावधी काढणं अशक्य वाटत

नाही. हे साध्य होण्याकरिता प्रथम प्रत्येक पिढीची सरासरी कारकीर्द काढणं गरजेचं आहे. ही सरासरी खालीलप्रमाणे काढता येईल:-

अ) धूमकेतूपतनाचा काळ - इ.स.पूर्व ७६४०

ब) युधिष्ठिराचा राज्याभिषेक - इ.स.पूर्व ३१०१

एकूण वर्षे = ४५३९

एकूण पिढ्या (ययाति ते युधिष्ठिर) - ९५

प्रत्येक पिढीची सरासरी कारकीर्द (वर्षे) - ४८

ही सरासरी फारशी चुकीची असेल असं वाटत नाही. ज्याच्यापासून सरासरीला सुरुवात केली आहे त्या ययातीने ६० ते ७० वर्षं राज्य केलं. तसंच शेवटून दुसऱ्या धृतराष्ट्रानेही साधारण तेवढीच वर्षं राज्य केलं अशी समजूत आहे. सुरुवातीच्या काळात अनार्यांशी काही झगडे होत होते; पण रामानंतरच्या काळात तर बहुतेक शांतताच होती. त्यामुळे रामायणापासून महाभारतापर्यंतच्या तीसेक पिढ्यांमध्ये फारसं काही घडलंच नाही. परिणामी पुढल्या राजांच्या कारकिर्दी फारच प्रदीर्घ झाल्या होत्या.[२०] मेगॅस्थेनिस प्रभृति ग्रीक लेखकांच्या दाखल्याप्रमाणे भारतीय पुरुष सरासरी १०० वर्षांपेक्षा अधिक काळ जगत असत. कल्हण याने 'राजतरंगिणी'मध्ये राजांच्या पिढ्या लावताना ४८ हीच सरासरी गृहित धरली आहे. मनूपासून धृतराष्ट्रापर्यंत आर्यराजांच्या १०० पिढ्या झाल्या याबाबतीतही अभ्यासकांमध्ये एकवाक्यता आहे. डॉ. दिवेकर आणि डॉ. भार्गव यांनी स्वतंत्रपणे लावलेल्या या पिढ्या बहुतेक ठिकाणी जुळतात.[२१]

तात्पर्य, ४८ सरासरीप्रमाणे महत्त्वाच्या घटनांचे किंवा व्यक्तींचे महाभारतपूर्व काळ असे ठरवता येतील:-

इ.स.पूर्व ८००० - आर्यांचे उत्तरध्रुवावरून कश्यप समुद्राकडे स्थलांतर

इ.स.पूर्व ८००० ते इ.स.पूर्व ७८०० - कश्यप समुद्राजवळ वास्तव्य

इ.स.पूर्व ७८०० - सिप्तसिंधू प्रांतात आर्यांचा प्रवेश

इ.स.पूर्व ७६५० - पुरुरव्याचा पणतू ययाती राजा झाला.

इ.स.पूर्व ७६५० - ऐक्ष्वाकु वंशीय राजा पृथु याची कारकीर्द; इतिहास लेखन व धातूंचा शोध

इ.स.पूर्व ७६४० - सप्तसिंधू प्रांतात धूमकेतूपतन व उत्पात

इ.स.पूर्व ७६०० - अत्रि व भृगु पुरोहितांची लोकसत्ताक राज्ये

इ.स.पूर्व ७२७० - भृगु पुरोहितांचे लोकसत्ताक समाप्त

इ.स.पूर्व ७०२६ - राजा चित्ररथ; रथाची निर्मिती

इ.स.पूर्व ६९९० - अत्रि पुरोहितांचे लोकसत्ताक समाप्त.
इ.स.पूर्व ६९९० - बंडखोर आर्य व असुर यांचे पर्शियाकडे प्रयाण
इ.स.पूर्व ६८९४ - भरत
इ.स.पूर्व ६२२२ - विश्वामित्र (मंत्रनिर्मितीची सुरुवात)
इ.स.पूर्व ६१७४ - परशुराम
इ.स.पूर्व ५७४२ - सगर (शूद्र वर्णाची सुरुवात)
इ.स.पूर्व ५५५० - भगीरथ
इ.स.पूर्व ४४९५ - राम
इ.स.पूर्व ४३०३ - नल
इ.स.पूर्व ३९६७ - कुरू
इ.स.पूर्व ३२४७ - शंतनु
इ.स.पूर्व ३१०१ - कलियुगाची सुरुवात व युधिष्ठिराचा राज्याभिषेक

■

संदर्भ टीपा

१. 'आर्य कोण होते?', श्रीराम साठे (अनुवादः शां. भा. देव), भारत इतिहास संकलन समिती, पुणे, १९९१.

२. सर्ग १, परिच्छेद १, 'आमचा महाभारतपूर्व राजकीय व सांस्कृतिक इतिहास' डॉ. ह. रा. दिवेकर.

३. Page 82 & 158, 'India in the Vedic Age' by Dr. P. L. Bhargava, D. K. Printworld, 2001.

४. पृष्ठ १०-११, 'पुरोहितवर्गवर्चस्व', डॉ. सुमंत मुरंजन, प्राज्ञपाठशाला, वाई, १९९०.

५. a) Dr. Bhargava, As above ब) पृष्ठ २०-२१, डॉ. मुरंजन, वरीलप्रमाणे.

६. पृष्ठ १९, डॉ. मुरंजन, वरीलप्रमाणे

७.

अ) "आर्यांनी जाती स्थानिकांकडून घेतल्या असा तर्क आहे." पृष्ठ ४ व २१, लक्ष्मणशास्त्री जोशी व डॉ. मुरंजन, वरीलप्रमाणे

ब) "विज्ञानमयकोशात वर्णांना स्थान आहे, जातींना नाही. जातीधर्मांचा विचार मनोमयकोशापासून सुरू होतो. भिन्न प्रकृतीच्या अनुलोम व प्रतिलोम विवाहांमुळे जाती उत्पन्न होतात." पृष्ठ ७३, 'वैदिक संस्कृती', ज. श्री. पदे, संस्कृती सुगंध, संपादक रा. चिं. ढेरे.

८. Page 229-230, Chapter 9, Dr. Bhargava, As above

९. 'इंद्राचा जन्म', रवींद्र गोडबोले, देशमुख आणि कंपनी, २००७.

१०. Page 11-13, Chapter 1, Dr. Bhargava, As above -

११. At present the winter solstice occurs when the Sun is in the Mula Nakshatra with niryana longitude of 247 degrees. Aswini has a niryana longitude of 14 degrees, there has occurred a precession of 127 degrees. At the rate of 50.2 per year we get an elapsed time of 9100 years. Thus epoch of the Aswini Calendar comes to about 7000 B.C.'

'The Aryan Problem', article 'Earliest Vedic Calendar', Page 218 by Prof. K. D. Abhyankar, Chairman, Dept. of Astronomy, Osmania University.

१२. Page 250-251, Dr. Bhargava, As above -

१३. Page 251, Dr. Bhargava, As above -

१४. 'The great Bhargava rsi Usanas Sukra was a noted ancestor of the priests who founded the first protestant sect among the Aryas - a sect which later developed into Zoroastrianism. The followers of this sect worshipped divinity under the name of asura and were called asuras. There were protracted quarrels between the orthodox Aryans and the followers of this new sect, resulting in the exodus of the latter to Iran.' Page 251-252, Dr. Bhargava, As above -

१५. 'Aryan Invasion of India: The myth and the truth' by Dr. Navratna Rajaram, 1993.

१६. सर्ग २, परिच्छेद ४ ते ६, 'आमचा महाभारतपूर्व राजकीय व सांस्कृतिक इतिहास' डॉ. ह. रा. दिवेकर.

१७. डॉ. दिवेकर, वरीलप्रमाणे.

१८. पृष्ठ २८२, 'प्राचीन भारत: समाज आणि संस्कृती', डॉ. म. अ. मेहेंदळे प्राज्ञपाठशाळा, वाई, २००१.

१९. श्रीमन्महाभारत खंड १० वा, 'उपसंहार', चिं. वि. वैद्य, चिपळूणकर आणि मंडळी, १९१८.

२०. सर्ग ६, परिच्छेद २२, डॉ. दिवेकर, वरीलप्रमाणे.

२१. डॉ. दिवेकर व डॉ. भार्गव, वरीलप्रमाणे.

६. महाभारतपूर्व आर्य राजे

भारतात प्रवेश केल्यानंतरचा आर्यांचा इतिहास चार युगांमध्ये विभागलेला आहे. ही युगं म्हणजे अनुक्रमे कृत, त्रेता, द्वापार आणि कलि ही होत. या चार युगांची विभागणी गाजलेल्या राजांच्या कारकीर्दीप्रमाणे खालीलप्रमाणे करता येईल.

१. **कृत युग :**
   मनू ते त्रसदस्यू (सप्तसिंधू काल)
   जन्हू ते भगीरथ (गंगायमुना काल)

२. **त्रेता युग :**
   अंबरिष ते रामचंद्र

३. **द्वापार युग :**
   कुश ते धृतराष्ट्र

४. **कलियुग :**
   युधिष्ठिरापासून पुढे

या कालावधीत होऊन गेलेल्या राजांच्या वंशावळी सुदैवाने उपलब्ध आहेत. जुन्या पुराणांच्या रूपाने सूतांनी संकलित करून ठेवलेला इतिहास आणि ऋग्वेदादी वेद व अन्य वैदिक वाङ्मयातून अनेक राजांची नावं, त्यांच्या वंशावळी आणि महत्त्वाच्या घटना शोधून काढून त्यांची संगती लावता येते. डॉ. पी. एल. भार्गव, डॉ. ह. रा. दिवेकर अशांसारख्या तज्ज्ञ संशोधकांनी हे महत्त्वाचं काम करून ठेवलं आहे. इथे

दिलेल्या वंशावळींचा मुख्य आधार भार्गव यांचा 'वेदिक एज' हा ग्रंथ असून राजांच्या माहितीसाठी दिवेकर यांच्या 'आमचा महाभारतपूर्व इतिहास' या ग्रंथाचा प्रामुख्यानं उपयोग केला आहे. (वंशावळी या प्रकरणाच्या शेवटी पहा.)

पहिल्या ५० पिढ्यांतील काही राजांविषयी: (तक्त्यात पाहण्यासाठी नावापुढील संदर्भक्रम पहावा.)

इक्ष्वाकु: (अ-२) याच्या नावात 'इक्षु' असल्यामुळे याने ऊसाची लागवड मोठ्या प्रमाणावर केली असावी, असा दावा काही संशोधकांनी केला आहे.[१] पण पुढच्या 'वाक्' याचा अर्थ 'बोलणे' असा असल्यामुळे 'गोड बोलणारा' या अर्थी ते नाव योजलं असावं असं वाटतं. काहीही असो; पण त्या काळात आर्यांना ऊस माहीत होता हे या नावावरून निश्चित करता येतं. इक्ष्वाकु फार भाग्यशाली म्हणायचा. कारण त्याच्या वंशात भगीरथ, हरिश्चन्द्र, राम यांच्यासारखे कित्येक महान राजे निर्माण झाले आणि हा वंश महाभारतानंतरही अनेक वर्षे टिकला.

पुरुरवा: (क-३) हा मुळात मनूच्या 'इला' नामक मुलीचा मुलगा. पण मनूचा सर्वात ज्येष्ठ मुलगा सुद्युम्न याला संतती नसल्यामुळे त्याने आपल्या या भाच्याला दत्तक घेतलं.[२] हा फार पराक्रमी होता. भृगु ब्राह्मणांकडून अग्नी निर्माण करण्याची कला हा शिकला. नेहमी घरात पुरून ठेवायचा तो 'गार्हपत्य,' पाकक्रियेसाठी उपयोगात येणारा 'दक्षिणाग्नि' आणि हवन करण्यासाठी काढलेला तो 'आहवनीय' अशी अग्नीची विभागणी पहिल्यांदा पुरुरव्यानेच केली.[३] याने सुमेरमधील 'उर्वशी' नावाच्या गंधर्व जमातीच्या स्त्रीशी विवाह केला आणि तिच्यापासून त्याला 'आयु' हा पुत्र झाला. आयुचा मुलगा म्हणजे 'नहुष' आणि नहुषचा मुलगा सुप्रसिद्ध 'ययाति.'

ककुस्थ: (अ-४) याने एकदा त्याच्या अंगावर अचानक चालून आलेल्या एका बैलाला नाकात बोटं घालून वठणीवर आणलं नि बैलाच्या वाशिंडावर तो स्वार झाला म्हणून त्याचं नाव 'कुकुस्थ' असं पडलं. त्यामुळे बैलाचं मर्मस्थान सर्वांच्या लक्षात आलं आणि त्याला वेसण घालून वश करण्याची प्रथा सुरू झाली.[४]

पृथु: (अ-६) याच्या कारकीर्दीत इतिहास गोळा करून तो लोकांना ऐकवण्याची पद्धत सुरू झाली. या कामासाठी त्याने ज्या लोकांवर ही जबाबदारी सोपवली त्यांना 'सूत' असं नाव पडलं. याशिवाय याच्या कारकीर्दीत भृगु पुरोहितांनी जमिनीतून धातू खणून काढण्याची नि अग्नीच्या सहाय्याने त्याला वेगळा करण्याची विद्या शोधून काढली होती.[५]

ययाति: (क-६) हा फार पराक्रमी असून पुढे चक्रवर्ती झाला. याला दोन बायका होत्या. एक वृषपर्वा या असुर राजाची मुलगी शर्मिष्ठा आणि दुसरी वृषपर्व्याचे ब्राह्मण पुरोहित शुक्राचार्य यांची कन्या देवयानी. याच्या मुलांपैकी पुरू आणि यदु यांचे वंश महाभारतापर्यंत टिकले. एवढंच नव्हे तर कौरव, पांडव आणि कृष्ण हे याच्याच वंशात होऊन गेले.

पुरु: (क-७) ययातीचं राज्य पुरू या सर्वांत धाकट्या मुलाला मिळालं नि त्याने ते पुढे वाढवलं. याच्या नावावरूनच याच्या वंशजांना 'पौरव' म्हणतात. याच्या वंशात अनेक मोठमोठे राजे होऊन गेले.

यदु वगैरे: (ई-७, फ-७, ग-७, ह-७) ययातीचा ज्येष्ठ पुत्र यदु याने पंजाबच्या वायव्येला राज्य स्थापन केलं. 'यादव' हे याचे वंशज. ययातीचा दुसरा मुलगा तुर्वसु याने सरस्वतीच्या नैऋत्येला राज्य स्थापलं. तिसरा मुलगा द्रुह्यु हा पंजाबच्या इशान्येला वाढला तर अनु हा मुलगा सरस्वतीच्या उत्तरेकडे गेला नि तिथेच स्थायिक झाला.[६]

कुवलाश्व: (अ-१२) ऐक्ष्वाकु वंशातला हा एक मोठा राजा. कुवलाश्वचा अर्थ 'अश्वांनी पृथ्वी व्यापून टाकणारा.' याच्या वेळी सप्तसिंधू प्रदेशात 'धुंधु' नामक असुराने धुमाकूळ घातला होता. कुठलाच राजा त्याच्यासमोर टिकत नव्हता. पौरव राजा अभयद याने मदत मागितल्यामुळे कुवलाश्व त्याच्या मदतीला गेला. त्याने धुंधूच्या फौजेचा पराभव करून धुंधाला ठार तर मारलंच; पण ज्या उज्जलक समुद्राजवळ (आजचा राजस्थान) धुंधूचं राज्य होतं तिथपर्यंत धडक मारून त्याची धुळधाणही उडवली. यामुळे कुवलाश्वाला 'धुंधुमार' या नावाने ओळखू लागले.[७]

हेहय: (फ-१६) हा यदूच्या कुळातला राजा. याने त्याच्या पूर्वजांचं भृगु पुरोहितांनी बळकावलेलं 'लोकसत्ताक' नष्ट करून तिथे पुन्हा राजेशाही स्थापन केली. याचे वंशज 'हैहय' या नावाने ओळखले जातात. हे पराक्रमी पण जुलमी होते.

मरुत्त: (ब-१९) आविक्षीतपुत्र मरुत्त हा महापराक्रमी म्हणून गाजला. आपला पुरोहित बृहस्पती याच्या मदतीने त्याने अनेक यज्ञ केले. तो प्रमसूचा वंशज असल्याचं अभ्यासकांनी जरी दाखवलं असलं तरी शतपथ ब्राह्मण ग्रंथात तो 'आयोगव' म्हणजे अवर्ण असल्याचं नमूद केलं आहे.[८] मंत्रपुष्पांजलीत याचं नाव खालीलप्रमाणे गुंफलेलं आढळतं—

'मरुत:परिवेष्टारो मरुत्तस्यावसनूगृहे
आविक्षितस्य कामप्रेर्विश्वेदेवा: सभासद: इति'
(अर्थ - आविक्षीतपुत्र मरुत्ताच्या घरी त्याने जिंकलेले मरुत् नावाचे देवलोक वाढप्याचं काम करत आणि अन्य देव त्याच्या कृपाकटाक्षासाठी सभेत ताटकळत असत.)

चित्ररथ: (ई-१९) मरुत्तच्या समकालीन असणाऱ्या या यादव राजाने याच दरम्यान रथाच्या निर्मितीचे प्रयोग केले. रथ तयार करून त्याला एक, दोन किंवा चार घोडे जोडून पाहिल्यावर त्याचे प्रयोग यशस्वी झाल्याचं सर्वांच्या लक्षात आलं. यावरून या राजाला 'चित्ररथ' हे नाव पडलं.[९] रथाची निर्मिती होण्यापूर्वी लढाईत घोड्यावरील स्वार अगदी उघडा पडत असे, तो आता रथात सुरक्षित राहू लागला. चित्ररथाचा मुलगा शशबिंदु याला या नवीन साधनाचा फार उपयोग झाला आणि त्या जोरावरच तो चक्रवर्ती बनला.

शशबिंदु: (ई-२०) यादवकुळातला हा पहिला चक्रवर्ती. त्याची मुलगी बिंदुमती ही इक्ष्वाकुवंशीय सम्राट मांधाता याला दिली होती.[१०]

मांधाता: (अ-२१) हा फार पराक्रमी होता. याने द्रुह्यूवंशीय अंगार, अनुवंशीय जनमेजय, पुरुवंशीय धर्मनेत्र आणि तुर्वसू वंशीय मरुत्त अशा बहुतेक सर्व समकालीन राजांना पराभूत करून त्यांची राज्यं बळकावली. तो खऱ्या अर्थाने पहिला 'सम्राट' बनला. त्याच्या राज्यावरून सूर्य कधी मावळत नाही, अशी त्याची कीर्ती होऊन खालील श्लोक रचला गेला—
'यावत्सूर्य उदयति यावच्च प्रतितिष्ठति।
सर्वम् तत् यौवनाश्वस्य मांधातु: क्षेत्रमुच्यते॥'
मात्र त्याच्या मृत्यूनंतर ही राज्यं टिकली नाहीत. त्यामुळे 'मांधाता अखेर काहीच बरोबर घेऊन गेला नाही' अशा अर्थाचा श्लोकही नंतर रचला गेला.[११]

दुष्यन्त: (क-२२) पौरव राजा 'मतिनर' याचा हा पणतू आणि 'धर्मनेत्र' याचा मुलगा. याचा एक काका 'कण्व' म्हणून होता. (कण्व ऋषी नव्हे.) या कण्वकाकाची मुलगी शकुंतला हिच्याशी त्याचा संबंध झाला. पण चुलत बहीण म्हणून तिच्याशी लग्न करायला तो प्रथम नाखूष होता. मात्र नंतर त्याने ते केलं. कालिदासाने यातून वेगळीच कथा निर्माण केली. त्या कथेचा वस्तुस्थितीशी संबंध नाही.[१२]

गंधार: (ग-२२) हा मांधात्याने हुसकावून लावलेल्या द्रुह्युवंशीय 'अंगार' राजाचा पराक्रमी मुलगा. याने आपलं राज्य तर परत मिळवलंच; पण सिंधू नदीच्या पश्चिमेकडे पार पेशावरच्या पुढे मजल मारून तो सर्व प्रदेशही ताब्यात आणला. याच्या नावावरूनच त्या प्रदेशाला (आजचा अफगाणिस्तान) 'गांधार' हे नाव पडलं. महाभारतातली गांधारी नि तिचा भाऊ शकुनी हे इथलेच नि याचेच वंशज.

भरत: (क-२३) दुष्यन्त-शकुंतलेचा हा पुत्र. याने सरस्वतीच्या पूर्व आणि पश्चिम दिशांना विजयच विजय मिळवले. गंगेपर्यंत धडक मारणारा हा पहिला राजा. याच्या पराक्रमामुळेच या संपूर्ण प्रदेशाला 'भरतवर्ष' किंवा 'भारत' हे नाव मिळालं. याचे मुलगे याला राज्य करायला लायक न वाटल्याने याने 'वितथ' नावाचा भरद्वाजाचा नातू सिंहासनावर बसवला व त्यासाठी मुद्दाम राज्याभिषेकाचा समारंभ केला. इतिहासातला हा पहिला राज्याभिषेक.[१३] वितथ हा ब्राह्मण असल्यामुळे तो आणि त्याचे वंशज ब्राह्मण आणि क्षत्रिय या उभय वर्णांचे झाले. अशांना 'क्षेत्रोपेत ब्राह्मण' म्हणतात. पुढे निर्माण झालेले कुरू, पांचाल, मत्स्य, मगध वगैरे बहुतेक राज्यं स्थापन करणारे आणि चालवणारे राजे या भरतवंशातच निर्माण झाले.

त्रसदस्यु: (अ-२५) हा ऐक्ष्वाकु कुळातला एक फार मोठा राजा होऊन गेला. याचा उल्लेख काही ठिकाणी 'त्रिसदस्यु' या नावानेही आलेला आहे. याने दस्यु लोकांचा पराभव करून आपल्या राज्याची हद्द उत्तरेला 'सुवास्तु' नदीपर्यंत (हल्लीची 'स्वात') वाढवली. त्यामुळे त्याला त्रसदस्यु हे नाव मिळालं. सप्तसिंधू प्रांतातल्या इतर राजांनी मनोमन त्याला 'सर्वश्रेष्ठ' म्हणून मान्यता दिली होती. युद्धाच्या आणि शांततेच्या काळातला महान शासक म्हणून त्याला 'अर्धदेव' ही उपाधी प्राप्त झाली. ऋग्वेदातल्या एका ऋचेत याविषयी माहिती दिलेली आहे.

जह्नु: (ड-२८) भरताचा खापरपणतु 'सुहोत्र' याचा हा मुलगा. याने 'कान्यकुब्ज' (आजचं कनौज) राज्य स्थापन केलं. (कान्यकुब्ज याचा अर्थ ज्या देशात बुटक्या स्त्रिया आहेत तो देश.) गंगेच्या काठी स्थायिक झालेला हा पहिला आर्य राजा. गंगेला वारंवार पूर येऊन आजूबाजूच्या प्रदेशाचा विध्वंस होत असे. म्हणून जह्नूने गंगेला काही ठिकाणी बांध घालून कालवे काढले आणि शेतांना पाणी द्यायला सुरुवात केली. गंगेला यानं योग्य वळण लावलं म्हणून गंगेला पुढे 'जान्हवी' म्हणू लागले.[१४] या जह्नूच्या वंशातच पुढे विश्वामित्र जन्माला आला.

कश: (वंशावळीत दाखवलेला नाही.) सुहोत्रचा आणखी एक मुलगा आणि जह्नुचा धाकटा भाऊ 'कश' याने गंगेच्याच तीरावर वेगळं राज्य स्थापन केलं. त्या राज्याला 'काशी' म्हणू लागले. कालांतराने वाराणसी ही काशीची राजधानी झाली.

शिबी: (ह-३५) आनव राजा 'उशीनर' याचा शिबी हा मुलगा. हा चक्रवर्ती होता. याने परूष्णी नदीच्या (म्हणजे आजची 'रावी') दोन्ही तीरांवरील प्रदेश जिंकून आपलं राज्य वाढवलं. ऋग्वेदातील काही ऋचाही याच्या नावावर आहेत. याच्या औदार्याच्या दंतकथा फार प्रसिद्ध झाल्या. (उदा. कबुतर आणि ससाणा यांची गोष्ट)

त्रिशंकु: (अ-३७) हा ऐक्ष्वाकु वंशीय असलेल्या 'त्रय्यारूण' राजाचा मुलगा. याचं मूळ नाव सत्यव्रत. पूर्वायुष्यात हा दुर्वर्तनी होता. परस्त्रीशी संबंध, गोमांसभक्षण आणि पितृआज्ञेचा अवमान अशी शंकूसारखी सलणारी तीन कृत्यं त्याच्या हातून घडली म्हणून त्याला 'त्रिशंकु' म्हणू लागले. (गोमांसभक्षण हे तेव्हा 'पापा'मध्ये गणलं जात असावं.) त्याबद्दल त्याच्या वडिलांचा पुरोहित वसिष्ठ याने त्याला राज्य सोडायला भाग पाडलं होतं. पण विश्वामित्राने त्याला ते पुन्हा मिळवून दिलं. कारण विश्वामित्र वनात असताना त्याच्या बायकामुलांना त्रिशंकूने आश्रय दिला होता. पुढे पुण्यप्राप्तीसाठी एक मोठा यज्ञ करायची वेळ आली तेव्हा 'मुख्य पुरोहित' म्हणून त्याने कौटुंबिक पुरोहित वसिष्ठ याला पाचारण केलं. पण त्याने नकार दिला. म्हणून विश्वामित्राला पाचारण केलं. पण त्यानेही नकार दिला नि त्याला पुन्हा वसिष्ठाकडे पाठवलं. असं बराच काळ होत राहिलं आणि त्रिशंकू अनिश्चिततेच्या वातावरणात लोंबकळत राहिला. तेव्हापासून 'त्रिशंकू अवस्था होणे' असा वाक्प्रचार रूढ झाला.[१५]

विश्वामित्र: (ड-३७) याचं मूळ नाव 'विश्वरथ' असून तो कान्यकुब्ज देशाचा राजा होता. एकदा मृगया करत असताना तो देवराज वसिष्ठ याच्या आश्रमात आला. आश्रमातील तेजस्वी संशोधक ऋषी, त्यांची ज्ञानसाधना आणि त्यांनी निर्माण केलेली अभिनव उपकरणं यांच्या दर्शनाने तो दिपून गेला आणि स्वत: तशी साधना करायची इच्छा त्याला झाली. त्यामुळे राज्य नि बायकामुलं सोडून तो वनात एकांतस्थळी आला आणि ज्ञानसाधना करायला त्याने सुरुवात केली. कालांतराने त्याने बरंच ज्ञान प्राप्त केलं. परंतु; पुरोहितवर्ग त्याला मान्यता द्यायला तयार नव्हता. काय केलं म्हणजे आपलं पौरोहित्य सिद्ध करता येईल याविषयी त्याचं चिंतन चालू होतं. अखेर एक दिवस पुष्कर सरोवरात स्नान करत असताना त्याचे स्वत:चेच विचार काव्यरूपाने त्याच्या तोंडून पुढीलप्रमाणे बाहेर पडले:-

'तत्स्यवितुर्वरेण्यम् भर्गो देवस्य धीमहि
धियो यो नः प्रचोदयात्।

या गायत्री मंत्राच्या उच्चारानंतर त्याला भराभर श्लोक सुचू लागले. अशातऱ्हेने मंत्ररचनेची सुरुवात झाली. हे श्लोक जेव्हा त्याने देवराज वसिष्ठ आणि अन्य पुरोहितांना म्हणून दाखवले तेव्हा त्यांनी त्याचा मोठा सन्मान केला आणि त्याला 'ब्राह्मण' म्हणून मान्यता दिली. डॉ. दिवेकर यांच्या म्हणण्यानुसार, 'तेव्हापासून शब्दप्रामाण्याला महत्त्व आलं नि गद्य वाङ्मयाची किंमत कमी झाली.'[१६]

सहस्रार्जुन: (फ-३७) हा हैहय वीर महापराक्रमी असून चक्रवर्ती झाला होता. सप्तसिंधूपासून कान्यकुब्ज, काशी वगैरे प्रांतांपर्यंत अनेक राज्यांची याने धुळधाण तर उडवलीच पण भृगु आणि वसिष्ठ पुरोहित वर्गाचीही ससेहोलपट करून सोडली. सामान्य जनताही त्याच्या जुलमांमुळे त्रस्त झाली होती. अखेर विश्वामित्राचा भाचा 'जमदग्नी' याने याच्याविरुद्ध संघटना उभारली. जमदग्नीचा मुलगा परशुराम याने या संघटनेचं नेतृत्व केलं आणि नव्याने साध्य झालेल्या धनुष्य-बाणासारख्या साधनांच्या जोरावर त्याने हैहयांचा २१ ठिकाणी पराभव केला. भारतवर्षातलं हे पहिलं महायुद्ध. या युद्धात सहस्रार्जुन, त्याची बहुतेक मुलं आणि जमदग्नी हे ठार झाले. या मोहिमेत परशुरामाला कान्यकुब्ज आणि ऐक्ष्वाकुवंशीय राजांचीही मदत झाली होती.[१७]

हरिश्चन्द्र: (अ-३८) हा त्रिशंकूचा मुलगा. तो अत्यंत 'सत्यवचनी' राजा म्हणून ओळखला जातो. विश्वामित्राने त्याची कसून परीक्षा घेतली; पण त्यात तो उत्तीर्ण झाला. हरिश्चन्द्र, तारामती आणि त्यांचा मुलगा रोहित हे पुराणकथांमध्ये प्रसिद्ध आहेत.

सुदास: (क-३९) सुप्रसिद्ध 'दाशराज्ञ' युद्ध जिंकणारा हा राजा. पौरवराजा 'दिवोदास' याचा हा नातू आणि 'पिजवन' याचा मुलगा. याच्या पराक्रमाचे अनेक उल्लेख ऋग्वेदात आणि इतरही वेदांत आढळतात. याचा पुरोहित प्रथम विश्वामित्र होता आणि पुढे त्याची हकालपट्टी होऊन त्या जागी कुणी वसिष्ठवंशीय पुरोहित झाला. परशुरामाने नि:पात केलेल्या हैहयांचं भृगु कुळाशी जुनं वैर होतं. सुदासाने हैहय राजा 'वितहव्य' याची बाजू घेतली. त्यामुळे सर्व राजे त्याच्याविरुद्ध गेले. यात यदू, तुर्वसू, द्रुह्यू, अनू आणि पुरू यांचे वंशज असलेले आर्यराजे तर होतेच; पण शिवाय पख्तू, विषणी, मत्स्य, शिव वगैरे अनार्य जमातींचे राजेही सुदासाविरुद्ध एक झालेले होते. अशा एकूण दहा-बारा राजांचा जबरदस्त पराभव सुदासाने एकट्याने परुष्णी (रावी) नदीच्या काठी केला. द्रुह्यू राजा 'प्रचेतस' आणि आनव राजा 'कवष' हे परूष्णीमध्ये

बुडून मेले. शिवाय त्या दोघांचे मिळून बारा हजार सैनिक ठार झाले. प्रचेतस याचा मुलगा 'सुचेतस' याला भारत ओलांडून उत्तरेकडे परागंदा व्हावं लागलं. पौरवराज 'युद्धमधी' हा सुदासाशी लढत असताना मारला गेला. यादवराजा 'विदर्भ' आपला पुरोहित 'अगस्ती' याच्यासह विंध्य ओलांडून दक्षिणेकडे पळाला आणि तिथे त्याने स्वत:च्या नावाने विदर्भ राज्य स्थापन केलं. अशा तऱ्हेने दाशराज्ञ युद्धाचे दूरगामी परिणाम झाले.[१८] सुदास हा खरोखरच महापराक्रमी म्हटला पाहिजे. कारण पुढे त्याने यमुना नदीच्या काठावर दासराजा 'भेद' आणि अज, शीघ्र व यक्ष या एकत्रित चालून आलेल्या जमातींचाही पराभव केला. शांततेच्या काळात त्याने दानधर्म केला आणि ऋग्वेदातील काही ऋचाही रचल्या. त्यामुळे तो 'महापुण्यवान' राजा म्हणून गणला जातो.

सगर: (अ-४६) इक्ष्वाकुवंशीय 'बाहु' राजाचा हा मुलगा अरण्यात जन्मला. कारण हैहय आणि अन्य म्लेंच्छ राजांनी बाहू याला हुसकावून लावून त्याचं राज्य बळकावलं होतं. मुलाच्या जन्मानंतर काही दिवसांतच त्याचे आई-बाप मरण पावले. तेव्हा और्व नावाच्या भृगु ब्राह्मणाने मुलाचं पालनपोषण केलं. या और्वाने 'अग्न्यस्त्र' (म्हणजे लांबून फेकता येणारा बंदुकीच्या दारूसारखा प्रकार) शोधून काढलं आणि त्यात सगरला निपुण केलं.[१९] त्या जोरावर सगराने पुढे आपलं राज्य पुन्हा जिंकून घेतलं. त्यानंतर संपूर्ण सप्तसिंधू प्रांत जिंकून तो 'चक्रवर्ती' झाला. त्याने अश्वमेध यज्ञाचा घाटही घातला; पण तो यज्ञ पुरा झाला नाही. कारण अश्वमेधासाठी सोडलेला घोडा आधी पूर्वेकडे जाऊन मग दक्षिणेकडे वळला आणि एका प्रचंड जलाशयात लुप्त झाला. हा जलाशय म्हणजेच सध्याचा बंगालचा उपसागर. यामुळे या जलाशयाला 'सागर' असं नाव प्राप्त झालं. अशा तऱ्हेने सगराची सत्ता भारतवर्षाच्या पूर्व आणि पश्चिम अशा दोन्ही बाजूंच्या समुद्रापर्यंत पसरली. सगराच्या धाकाने त्या परिसरात असलेल्या यादवांनी स्थलांतर करून यमुनेच्या काठी 'शूरसेन' हा देश वसवला. (मथुरा ही त्याची राजधानी.) ज्या म्लेंच्छांनी सगराच्या बापाला छळलं होतं त्यांना देशाबाहेर हाकून देण्याचा त्याचा विचार होता; पण त्याच्या पुरोहितांमार्फत त्यांनी रदबदली केल्यामुळे त्यांना त्याने राहू दिलं. त्यापैकी जे सुसंस्कृत होते त्यांना तीन वर्णांत सामावून घेतलं आणि जे असंस्कृत होते त्यांना सेवेसाठी ठेवून दिलं. हे सेवेकरीच पुढे 'शूद्र' म्हणून ओळखले जाऊ लागले. अशा तऱ्हेने चवथा वर्ण सगराच्या काळी निर्माण झाला.[२०]

भगीरथ: (अ-५०) ऋग्वेदात उल्लेख असलेला हा शेवटचा राजा. आपलं परंपरागत राज्य सोडून हा गंगेच्या काठी आला आणि तिथे याने 'कोशल' राज्य स्थापन केलं. जवळच शरयू नदीच्या तीरावर 'अयोध्या' हे राजधानीचं शहरही उभारलं. हे स्थलांतर

त्याने का केलं असावं कळत नाही; पण त्यामुळे फार मोठी क्रांती घडून आली. आर्य संस्कृतीचं केन्द्र सप्तसिंधू प्रांतातून गंगा-यमुनेच्या दुआबाकडे सरकलं. हरिद्वार आणि गंगेचा उगम शोधून काढणारा भगीरथ हा पहिला माणूस. त्यासाठी त्याने वर्षानुवर्षं प्रचंड प्रयत्न केले. त्यामुळे 'भगीरथ प्रयत्न' हा वाक्प्रचार निर्माण झाला आणि गंगेला लोक 'भागीरथी' म्हणू लागले.[२१]

पुढल्या ५० पिढ्यांतील काही राजांविषयी:-

मिथी: (म-५१) ऐक्ष्वाकु वंशातल्या एका शाखेतला राजपुत्र निमी याने 'विदेह' हे राज्य स्थापन केलं होतं. त्या निमीचा मुलगा म्हणजे मिथी. त्याने विदेह राज्याची राजधानी म्हणून एक नवीनच नगरी वसवली. तिला 'मिथिला' म्हणू लागले. (सध्या ती नेपाळमधे बिहारच्या सरहद्दीपाशी आहे.) तसंच 'राजा' ही उपाधी नाकारून त्याने स्वत:ला प्रजेचा जनक (म्हणजे पिता) म्हणायला सुरुवात केली. तेव्हापासून विदेहाच्या राजाला 'जनक' म्हणण्याचा प्रघात पडला.[२२] रामाची सीता ऊर्फ जानकी याच वंशात जन्माला आली. तिला 'वैदेही' किंवा 'मैथिली' किंवा 'जानकी' का म्हणतात याची कारणमीमांसा ही अशी आहे!

अंबरिष: (अ-५४) हा 'पुण्यवान राजा' म्हणून ओळखला जातो. अनेक पुराणकथांचा तो नायक आहे.

विशाल: (न-६२) हा आणखी एक ऐक्ष्वाकुवंशीय राजपुत्र. याने 'वैशाली' हे राज्य स्थापन केलं. (सध्याचा बिहारमधील मुझफ्फरपूर जिल्हा.)[२३]

राम: (अ-७२) ऐक्ष्वाकु वंशातला सर्वात महान आणि देवत्वाला पोहोचलेला राजा म्हणजे दशरथपुत्र रामचंद्र. तो आदर्श तर होताच; पण पराक्रमीही होता. त्यामुळे त्याच्या कारकिर्दीत अन्य सर्व राजे निष्प्रभ झाले. संपूर्ण दक्षिण भारत पालथा घालणारा तो पहिलाच आर्य राजा. एकाच पत्नीशी निष्ठा ठेवणाराही त्याच्यासारखा दुसरा राजा आधी झाला नव्हता आणि पुढेही झाला नाही. आपलं राज्य पुढे त्याने आपल्या आणि भावांच्या मुलांमध्ये वाटून दिलं. पण एक कुश याचा वंश सोडला तर बाकी कुणाचीही राज्यं कालांतराने टिकली नाहीत. कुशाचा वंश मात्र महाभारतानंतरही बराच काळ टिकला आणि त्याच्याच वंशात भगवान बुद्धांचा जन्म झाला.

नल: (अ-७६) याची प्रेमकथा सुप्रसिद्धच आहे. विदर्भाचा यादव राजा भीम (दुसरा) याच्या 'दमयंती' या मुलीशी याने दोनदा प्रेमविवाह केला. नल हा पाककला-निपुण होता आणि द्यूत खेळण्यातही प्रवीण होता. यावरून त्याच्या काळात सर्वत्र शांतता होती आणि राजेलोक फारसे उद्योगी राहिले नव्हते असा तर्क करता येतो.[२४] राजेलोकात 'पण' लावून द्यूत खेळण्याची प्रथाही नलाच्या काळातच सुरू झालेली दिसते. कारण नलाने 'पण' लावून बायकोसकट सर्वस्व द्यूतात गमावलं आणि कालांतराने द्यूताच्याच जोरावर ते पुन्हा कमावलं असं वाचायला मिळतं.

कुरू: (म-८३) सवरण किंवा संवर्ण म्हणून एक लहानसा भरतवंशीय युवराज होता. त्याचा मुलगा परीक्षित (पहिला) याने स्वपराक्रमाने काही प्रदेश जिंकून घेतले आणि राज्य स्थापन केलं. 'हस्तिनापूर' ही त्या राज्याची राजधानी. हे लोक स्वत:ला 'कौरव्य' म्हणजे 'कुरू प्रदेशातून आलेले' असं म्हणवत असत. (काहींच्या मते कुरू प्रदेश म्हणजे आजचा हरियाणा आणि दिल्लीजवळचा प्रदेश. माझ्या मते तो अझरबैजान येथील कुरा नदीच्या खोऱ्यातील प्रदेश असावा.) त्यावरून परीक्षित हे नाव मागे पडून लोक त्याला 'कुरू' म्हणू लागले. कुरूने बराच प्रदेश जिंकून घेऊन प्रयागच्या पुढपर्यंत राज्याची हद्द वाढवली. कौरव-पांडव पुढे याच्याच वंशात होऊन गेले.

शंतनु: (इ-९८) कुरुवंशीय राजा प्रतीप याचे दोन्ही मुलगे तरुण वयातच मरण पावले. त्याचा ज्येष्ठ नातू देवापी. पण त्याने संन्यस्त जीवन स्वीकारल्याने धाकटा नातू शंतनू राजा बनला. याचा मोठा मुलगा देवव्रत हा गंगेच्या काठच्या एका अज्ञात स्त्रीपासून झाला होता. ती स्त्री त्याला सोडून गेली. पुढे सत्यवती ऊर्फ मत्स्यगंधा या एका धीवर मुलीवर शंतनू अनुरक्त झाला. तिच्याशी त्याचा विवाह व्हावा म्हणून देवव्रताने राजपद न स्वीकारण्याची आणि स्वत: ब्रह्मचारी राहण्याची भीष्मप्रतिज्ञा केली. म्हणून त्याला 'भीष्म' या नावाने ओळखलं जाऊ लागलं. सत्यवतीपासून शंतनूला चित्रवीर्य आणि विचित्रवीर्य असे दोन मुलगे झाले. पुढे शंतनू वारला आणि हे दोन्ही मुलगेही विनापत्य मरण पावले. तेव्हा व्यासांनी 'नियोग' पद्धतीने त्यांच्या बायकांपासून तीन मुलं उत्पन्न केली. ती म्हणजे धृतराष्ट्र, पांडू आणि विदुर. यांच्या मुला-पुतण्यांनीच 'महाभारत' घडवलं.

जरासंध: (क-९९) हा मगध देशाचा पराक्रमी राजा होता. समकालीन बहुतेक राजे याला भीत असत. यादवांचा 'शूरसेन' देश अन्यायाने बळकवणाऱ्या कंसाचा हा सासरा. कृष्णाने कंसाला मारल्यामुळे जरासंध कृष्णाच्या मागे लागला. तेव्हा कृष्णाने

मथुरा सोडून द्वारकेला आपली राजधानी हलवली. पुढे पांडवांच्या मदतीने कृष्णाने जरासंधाला त्याच्या प्रासादातच गाठून ठार मारलं आणि जरासंधाचा मुलगा सहदेव याला राजा केलं. हा सहदेव पुढे भारतीय युद्धात पांडवांच्या बाजूनं लढला. महाभारतानंतर जरासंधाचा वंश मगध राज्यावर १००० वर्षं टिकला.

धृतराष्ट्र: (इ-१००) विचित्रवीर्याचा हा ज्येष्ठ पुत्र अंध असल्यामुळे गादीवर बसण्यासाठी अपात्र होता. तरीही राज्याचा मोह त्याला सोडवला नाही. त्यातूनच पुढलं महाभारत घडलं.

द्रुपद: (ज-१००) हा पांचाल देशाचा राजा. ('पांचाल' म्हणजे आजचा उत्तराखंड आणि उत्तर प्रदेशातील फारुखाबदच्या आसपासचा भाग.) द्रुपद हा मूळ पांचालांपैकी नसून त्यांच्या 'सोमक' शाखेपैकी होता. मूळ पांचाल जनमेजय याचा उग्रयुद्ध नावाच्या एका राजपुत्राने खून केला. तेव्हा सोमक शाखेच्या 'नील' नामक राजपुत्राला गादीवर बसवण्यात आलं. उग्रयुद्धाने त्यालाही ठार मारून स्वत:च सिंहासन बळकावलं. म्हणून भीष्माने पांचालवर स्वारी करून उग्रयुद्धाला मृत्युदंड दिला आणि नील याचा मुलगा पृषत याला गादीवर बसवलं.[२५] त्याचा मुलगा म्हणजे द्रुपद. पांडवपत्नी द्रौपदी ही याचीच मुलगी.

बृहद्बल: (अ-१००) रामाचा हा थेट वंशज. महाभारत युद्धात हा कौरवांच्या बाजूने लढत होता.

अन्य काही आर्यराजे आणि त्यांची राज्ये

वर उल्लेखिलेल्या राज्यांव्यतिरिक्त अन्यही काही राज्यं मधल्या काळात अस्तित्वात आली होती. विशालाने वैशालीची स्थापना केली त्याच दरम्यान काशीच्या कुळातील एक पौरव राजपुत्र दधिवाहन याने 'अंग' देशाची निर्मिती केली. (म्हणजे सध्याचा पूर्व बिहार.) महाभारतकाळी हा वंश खुंटल्यामुळे दुर्योधनाने ते राज्य कर्णाला दिलं.

परीक्षिताने ज्यावेळी 'कुरू' राज्य स्थापन केलं त्याच दरम्यान 'समर' या दुसऱ्या भरतवंशीय राजपुत्राने 'पांचाल' राज्याची स्थापना केली होती.[२६] कुरूचा दुसरा मुलगा सुधन्वा याचा चौथा वंशज वसू म्हणून होता. त्याने यादवांकडून 'चेदी' राज्य जिंकून घेतलं. (चेदी हे राज्य विदर्भ या यादव राजाचा धाकटा मुलगा 'चिदी' याने यमुनेच्या दक्षिणेला स्थापन केलं होतं. चेदी म्हणजेच वेत्रवती नदीच्या काठी असलेला आजचा 'बुंदेलखंड' प्रांत.)[२७] वसूच्या पुत्रपौत्रांनीही काही स्वतंत्र राज्यं स्थापन केली. उदा.

बृहद्रथ याने 'मगध' राज्याची स्थापना केली.२८ (सध्याचा दक्षिण बिहार) मत्स्य याने 'मत्स्य' देश वसवला. (सध्याचं जयपूर, अलवर नि भरतपूर.)२९

अशातऱ्हेने सप्तसिंधू प्रांतात प्रवेश केल्यापासून महाभारत काळाशी पोहोचेपर्यंत आर्य राजांच्या शंभरएक पिढ्या होऊन गेल्या होत्या. एक राजकीय पिढी सरासरी ३० वर्षांची धरली तर ३००० वर्षे आणि ४८ वर्षांची धरली तर ४८०० वर्षे होतात. महाभारत ५००० वर्षांपूर्वी होऊन गेलं हे युधिष्ठिर शकावरून खरं मानलं तर आठ ते दहा हजार वर्षांचा हिशेब व्यवस्थित लागतो आणि उत्तरध्रुवावरल्या हिमयुगाशी आणि पुरातत्त्वीय पुराव्यांशी जुळतोही. एवढा प्राचीन इतिहास नावानिशिवार उपलब्ध असण्याचं भाग्य जगात केवळ भारतालाच लाभलं आहे!

■

आर्य राजांच्या पहिल्या ५० पिढ्या[३०]

पिढी	ऐक्ष्वाकु अ	प्रामसु ब	पौरव क	कौशिक ड	यादव ई	हैहय फ	गांधार ग	आनव ह
१	मनु	(मनु)	(मनु)					
२	इक्ष्वाकु	प्रमसु	सुद्युम्न					
३	विकुक्षी		पुरुरवा					
४	ककुस्थ	प्रजापती	आयु					
५	अनेनस		नहुष					
६	पृथु	खनित्र	ययाति		(ययाति)	(ययाति)	(ययाति)	(ययाति)
७	विस्ताराश्व		पुरू		यदु	(यदु)	द्रुह्यु	अनु
८	आद्र	शुप	जनमेजय		कोष्टु	सहस्रजित		
९	युवनाश्व१		प्राचिवंत					
१०	श्रावत्स	विंश	प्रावीर					
११	बृहदूश्व		मनस्यु		व्रजनीवंत			सभानर
१२	कुवलाश्व	विविंश	अभयद			शतजित		
१३	दृढाश्व		सुधन्वा					
१४	प्रमोद	खनिनेत्र	बहुगवा		स्वाहि			
१५	हर्यश्व१		सम्यति					कालानल
१६	निकुंभ	अति-विभूती	अहम्यति			हेहय		
१७	संहताश्व	करंधाम	रौद्राश्व		ऋषद्गु			सृंजय
१८	अकृशाश्व	अविक्षित्	ऋषयु					
१९	प्रसेनजित	मरुत्त	मतिनार		चित्ररथ	धर्म		पुरंजय
२०	युवनाश्व २		तमसु		शशबिंदु			
२१	मांधाता		धर्मनेत्र		पृथुश्रवा		अंगार	
२२	दुर्गह		दुष्यन्त		अंतर	धर्मनेत्र	गंधार	
२३	गिरीक्षीत		भरत					
२४	पुरुकुत्स		विदथ		सुयज्ञ			

आर्य राजांच्या पहिल्या ५० पिढ्या

पिढी	ऐक्ष्वाकु अ	प्रामसु ब	पौरव क	कौशिक ड	यादव ई	हैहय फ	गांधार ग	आनव ह
२५	त्रसदस्यु		भुवमन्यु			कुंति		
२६			बृहत्क्षत्र		उशनस			
२७	संभूत		सुहोत्र	(सुहोत्र)				
२८	विष्णुवृद्ध		बृहत्	जह्नु	शिनेयु	साहणजा		
२९	अनरण्य		अजमीढ	शुनह				
३०	त्रसदश्व		निल	अजक	मरूत्त			
३१	हर्यश्व २		सुशांति	बलाकाश्व		महिष्मंत		
३२	हस्त		पुरुजानु	कुश	कंबल			
३३	रोहिदाश्व		तुष्ठु	कुशांब		भद्रश्रेण्य		उशीनर
३४	वसुमानस		भृम्याश्व	इषिरथ	रुक्मकवच	दुर्दम		
३५	त्रिवृशन्		मृद्गल	कुशिक	परावृत्त	कनक		शिबी
३६	त्रैरारूण		वध्र्याश्व	गाधि	ज्यामघ	कृतवीर्य		
३७	त्रिशंकु		दिवोदास	विश्वामित्र	विदर्भ	सहस्रार्जुन		
३८	हरिश्चन्द्र		पिजवन			जयध्वज		
३९	रोहित		सुदास			तालजंघ	प्रचेतस	
४०	हरित		सहदेव		भीम १	वितहव्य	सुचेतस	
४१	चंचू		सोमक					
४२	विजय				कुंति	अनंत		
४३	रुरुक							
४४	वृक				दृष्ट	दुर्जय		
४५	बाहु							
४६	सगर				निर्वृत्ती	सुप्रतीक		
४७	असमंजस							
४८	अंशुमंत		विदथ		विदूरथ			

आर्य राजांच्या पहिल्या ५० पिढ्या

पिढी	ऐक्ष्वाकु अ	प्रामसु ब	पौरव क	कौशिक ड	यादव ई	हैहय फ	गांधार ग	आनव ह
४९	दिलीप १							
५०	भगीरथ				दशार्ह			

आर्य राजांच्या पुढील ५० पिढ्या[३१]

पिढी	ऐक्ष्वाकु अ	कुरू इ	पांचाल ज	मगध ल	अंग म	विदेह न	वैशाली ओ
५१	सुहोत्र					मिथी	
५२	शृत					उदावसु	
५३	नाभाग					नदिवर्धन	
५४	अंबरिष					सुकेतु	
५५	सिंधुद्विप					देवरात	
५६	अयुतायु					भदुक्त	
५७	ऋतुपर्ण					महावीर्य	
५८	सर्वकाम					सुध्रुति	
५९	सुदास २					धृष्टकेतु	
६०	मित्रसह					हर्यश्व	
६१	अश्मक					मरू	
६२	मूलक				दधिवाहन	प्रतिंधक	विशाल
६३	शतार्थ					कीर्तिरथ	
६४	इड्विड्				दिविरथ	देवमिढ	
६५	वृद्धशर्मन्					विभुद	
६६	विश्वसह १				धर्मरथ	महदृति	
६७	दिलीप २					कीर्तीरत	

आर्य राजांच्या पुढील ५० पिढ्या

पिढी	ऐक्ष्वाकु अ	कुरू इ	पांचाल ज	मगध ल	अंग म	विदेह न	वैशाली ओ
६८	दीर्घबाहु				चित्ररथ	महारोमन्	
६९	रघु					स्वर्णरोमन्	सोमदत्त
७०	अज				सत्यरथ	ऱ्हस्वरोमन्	
७१	दशरथ				लोमपद	सिरध्वज	सुमति
७२	रामचंद्र					भानुमंत	
७३	कुश				चतुरंग	प्रद्युम्न	
७४	अतिथि					मुनि	
७५	निषध				पृथुलाक्ष	उर्जवह	
७६	नल					सनध्वज	
७७	नभस				कंप	शकुनि	
७८	पुण्डरीक					अंजन	
७९	क्षेमधन्वन्				हर्यांग	ऋतुजित	
८०	देवानीक					अरिष्टनेमि	
८१	अहिनाग				भद्ररथ	शृतायुष	
८२	पारियात्रा	(संवर्ण ऊर्फ कुरू)				सुपार्श्व	
८३	शल	परीक्षित१	समर	(परीक्षित)		संजय	
८४	उख	जन्हु		(सुधन्वा)	बृहत्कर्मन्	क्षेमारि	
८५	वज्रनाभ	सुरथ	पार	(सुहोत्र)		अनेनस	
८६	शंखन्	विदूरथ		(च्यवन)		मीनरथ	
८७	व्युषिताश्व	सार्वभौम	पृथु	(कृत)	बृहदरथ	सत्यरथ	
८८	विश्वसह २	जयत्सेन		(वसु)		उपगुरू	
८९	हिरण्यनभ	अराधीन	सुकृति	बृहदरथ	बृहत्भानु	उपगुप्त	

आर्य राजांच्या पुढील ५० पिढ्या

पिढी	ऐक्ष्वाकु अ	कुरू इ	पांचाल ज	मगध ल	अंग म	विदेह न	वैशाली ओ
९०	पुष्य	महासत्व		कुशाग्र		स्वागत	
९१	ध्रुवसंधी	अयुतायु	विभ्रज	ऋषभ	ब्राह्मणस	सुवर्चस्	
९२	सुदर्शन	अक्रोधन्	अनुह	पुष्पवंत		सुश्रुत	
९३	अग्निवर्ण	देवातिथी	ब्रह्मदत्त	पुष्य	जयद्रथ	जय	
९४	शीघ्र	रूक्ष	विश्वकसेन	सत्यहित		विजय	
९५	मरू	भीमसेन	उदकसेन	सुधन्वा	दृढरथ	रूत	
९६	प्रसुश्रुत	प्रतिश्रवस्	भल्लाट	ऊर्ज		सुनय	
९७	सुसंधि	प्रतिप	जनमेजय	संभव	विश्वजित	वितहव्य	
९८	सहस्वंत	शंतनु	नील			धृति	
९९	विशुत्वंत	विचित्रविर्य	पृष्ट	जरासंध		बहुलाश्व	
१००	बृहद्बल	धृतराष्ट्र	द्रुपद	सहदेव	कर्ण	कृतक्षण	

■

संदर्भ टीपा

१. सर्ग १ परिच्छेद ४, 'आमचा महाभारतपूर्व राजकीय व सांस्कृतिक इतिहास', डॉ. ह. रा. दिवेकर

२. Page 115, 'India in the Vedic Age' by Dr. P. L. Bhargava, D.K. Printworld, 2001.

३. सर्ग १ परिच्छेद ६, डॉ. दिवेकर, वरीलप्रमाणे.

४. सर्ग १ परिच्छेद ८, डॉ. दिवेकर, वरीलप्रमाणे.

५. सर्ग १ परिच्छेद १०, डॉ. दिवेकर, वरीलप्रमाणे.

६. Page 252, Dr. Bhargava, As above.

७. सर्ग २ परिच्छेद ८, डॉ. दिवेकर, वरीलप्रमाणे.

८. शतपथ ब्राह्मण १३-४, ५, ६. Also see Page 253, Dr. Bhargava, As above.

९. सर्ग २ परिच्छेद ११, डॉ. दिवेकर, वरीलप्रमाणे.

१०. Page 253, Dr. Bhargava, As above.

११. अ) सर्ग २ परिच्छेद १२, डॉ. दिवेकर, वरीलप्रमाणे.

ब) वायुपुराण ८८, ६८. ब्रह्मांडपुराण ३-६३ इ. Also see Page 254, Dr. Bhargava, As above.

१२. 'Retrieval of History from Puranic Myths' by Dr. P.L.Bhargava, D.K. Printworld, 1998.

१३. सर्ग ४ परिच्छेद ७ ते ९, डॉ. दिवेकर, वरीलप्रमाणे.

१४. सर्ग २ परिच्छेद १६, डॉ. दिवेकर, वरीलप्रमाणे.

१५. सर्ग ३ परिच्छेद ८, डॉ. दिवेकर, वरीलप्रमाणे.

१६. सर्ग ३ परिच्छेद ९, डॉ. दिवेकर, वरीलप्रमाणे.

१७. सर्ग २ परिच्छेद २५, डॉ. दिवेकर, वरीलप्रमाणे.

१८.
अ) सर्ग ६ परिच्छेद ६, डॉ. दिवेकर, वरीलप्रमाणे.

ब) Pgae 263, 'India in the Vedic Age' by Dr. P. L. Bhargava, D.K. Printworld, 2001.

१९. सर्ग ३ परिच्छेद १७, डॉ. दिवेकर, वरीलप्रमाणे.

२०. सर्ग ३ परिच्छेद १८, डॉ. दिवेकर, वरीलप्रमाणे.
२१. सर्ग ४ परिच्छेद १३, डॉ. दिवेकर, वरीलप्रमाणे.
२२. Page 147, Dr. Bhargava, As above.
२३. सर्ग ४ परिच्छेद २३, डॉ. दिवेकर, वरीलप्रमाणे.
२४. सर्ग ४ परिच्छेद १९, डॉ. दिवेकर, वरीलप्रमाणे.
२५. Page 276, Dr. Bhargava, As above.
२६. Page 275, Dr. Bhargava, As above.
२७. Page 94 & 265, Dr. Bhargava, As above.
२८. Page 275, Dr. Bhargava, As above.
२९. Page 275, Dr. Bhargava, As above.
३०. Page 195-196 and 197-198, Dr. Bhargava, As above.
३१. Page 195-196 and 197-198, Dr. Bhargava, As above.

७. महाभारतानंतरची पोकळी

आपल्या इतिहासाकडे दृष्टिक्षेप टाकला की कौरव पांडव युद्धानंतरच्या काळात एक मोठी पोकळी दिसून येते. इ.स.पूर्व तीन हजार वर्षांपूर्वी महाभारत घडलं असं एकदा मानल्यावर या तीन हजार वर्षांचा हिशेब लावणंही क्रमप्राप्त ठरतं. पण परीक्षित आणि जनमेजय यांच्यानंतरचे तपशिल फारसे मिळत नाहीत. त्यानंतरचा इतिहास एकदम वर्धमान महावीर आणि बुद्धापासून सुरू होतो. हे दोघे इ.स.पूर्व सहाव्या शतकात होऊन गेले असं साधारणपणे मानलं जातं. पाणिनी, पतंजली, चंद्रगुप्त मौर्य हे सगळे तर त्याहीनंतरचे. मग प्रश्न निर्माण होतो, की इ.स.पूर्व २००० ते इ.स.पूर्व ६०० या काला-वधीत काय घडलं? या १४०० वर्षांचा हिशेब कसा लावायचा? सुदैवाने अलीकडे काही अभ्यासकांनी हा हिशेब लावायचा प्रयत्न केलेला आहे.

भारतीय युद्ध संपता संपता कलियुग सुरू झालं आणि त्यानंतर युधिष्ठिर गादीवर बसला. म्हणजे कलियुग आणि युधिष्ठिर शक हे साधारण एकाच कालावधीत सुरू झाले. याबाबतीत शतपथ ब्राह्मणादी पुरावे आपण यापूर्वी पाहिलेच आहेत. हा शक इ.स.पूर्व ३१०१ या वर्षी मानायचा की इ.स.पूर्व ३१०२व्या वर्षी मानायचा याबाबतीत संदिग्धता दिसून येते. तेव्हा त्याचा निकाल आधी लावला पाहिजे.

युगाब्ध आणि युधिष्ठिर शक

युगाब्ध आणि युधिष्ठिर शक या दोघात फरक आहे. युगाब्ध म्हणजे आधीचं युग संपून कलियुग सुरू झाल्याचा दिवस आणि युधिष्ठिर शक म्हणजे युधिष्ठिर सिंहासनावर

बसल्याचा दिवस. या दोन घटनांमध्ये एक वर्षाचं (किंवा काही महिन्यांचं) अंतर पडणं शक्य आहे. हे अंतर पडण्याचं कारण काय असावं हे तर्काने जाणता येऊ शकेल.

घडलेल्या घटनांची संगती बघता कलियुग आधी सुरू झालं, त्यानंतर युद्ध समाप्ती झाली आणि पुढे काही दिवसांनी युधिष्ठिराचा राज्याभिषेक झाला. वराहमिहिर आपल्या 'बृहत्संहिते'त म्हणतो की कलियुगाच्या ६५३ व्या वर्षी युधिष्ठिराचा राज्याभिषेक झाला. इतिहासकार कल्हणाने यावरूनच 'राजतरंगिणी'मध्ये ६५३व्या वर्षापासून कालगणनेला सुरुवात केली आहे. अन्य पुरावे मात्र तसं दाखवत नाहीत. युगाब्ध आणि राज्याभिषेक यांमध्ये फार दिवसांचा फरक नव्हता असंच ते दाखवतात.

वराहमिहिर याचं मत कसं चुकलं आहे हे इतिहासाचार्य चिं. वि. वैद्य यांनी आपल्या महाभारताच्या १०व्या खंडात साधार दाखवून दिलं आहे.[१] ते म्हणतात, 'कलियुगाच्या आरंभी भारतीय युद्ध झाले नाही हे मत वराहमिहिराने गर्गाच्या मतावरून दिले आहे. गर्गाचे मत त्याने असे दिले आहे, की

'षड्द्विकपंचद्वियुत: शककालस्तस्य राज्ञश्च ।'

म्हणजे युधिष्ठिराचा काळ काढण्यास शककालामध्ये 'अंकानां वामनो गति:' या हिशेबाने २५२६ मिळविले की युधिष्ठिराचा काळ निघतो. आपण भारतीय युद्धाचा काळ इ.स.पूर्व ३१०१ अथवा शकपूर्व ३१७९ हा ठरविला आहे. म्हणजे या काळात व वराहमिहिराच्या काळात ६५३ वर्षांचा फरक पडतो. हाच काळ राजतरंगिणीकार कल्हण याने (कल्हणाला वैद्य 'बिल्हण' म्हणतात!) आपल्या काव्यरूप इतिहासात घेतला आहे आणि—

'शतेषु षट्सु सार्धेषु व्यधिकेषु च भूतले ।
कलेर्गतेषु वर्षाणामभूवन्कुरूपांडवा: ॥'

असे स्पष्ट म्हटले आहे. तेथे त्याने हेही म्हटले आहे, की ''कलियुगाच्या आरंभी पांडव झाले अशा वार्तेने विमोहित होऊन काही काश्मीरचे इतिहासकार काश्मीरच्या पूर्वीच्या राजांच्या याद्या चुकलेल्या देतात. पण वरील (कलियुगोत्तर) ६५३व्या वर्षी पांडव झाले असल्याचे दिसून आल्याने त्याप्रमाणे या याद्या दुरुस्त केल्या आहेत.''

'यावरून स्पष्ट दिसते की कल्हणाच्या वेळी पांडव कलियुगाच्या आरंभी झाले हे मत प्रचलित होते ते झुगारून देऊ कल्हणाने वराहमिहिराच्या आधाराने कलियुगारंभापासून ६५३व्या वर्षी भारतीय युद्ध झाले असे (आपल्या इतिहासात) घातले. पण यामुळे महाभारतातल्या वचनांशी स्पष्ट विरोध येतो. 'प्राप्तं कलियुगं विद्धि' या श्लोकाने[२] या म्हणण्याचा मेळ बसत नाही. 'कलिद्वापरयो: अन्तरे' या वचनात सुद्धा कलियुगाचा प्रारंभ होण्यापूर्वी भारतीय युद्ध झाले असे स्पष्ट दिसते. द्वापर आणि कलि या दोन युगांच्या ऐन सांध्यात हे युद्ध झाले असे वर्णन आहे. चैत्र शुद्ध प्रतिपदेला कलियुग

लागले आणि त्यापूर्वीच्या मार्गशीर्ष महिन्यात भारतीय युद्ध झाले अशी स्थिती महाभारतातील वर्णनास योग्य लागू पडते.'

यानंतर वैद्य यांनी गर्गसंहितेचे सविस्तर खंडन करून शतपथ ब्राह्मण, वेदांग ज्योतिष, मेगॅस्थेनिस, एरियन, आर्यभट्ट या सर्वांच्या आधारावर इ.स.पूर्व ३१०१ हाच कलियुग प्रारंभाचा काळ कसा होता याचं विवेचन केलं आहे ते जिज्ञासूंनी मुळातूनच वाचावं. एकदा युगाब्धाचा काळ ३१०१ हा ठरवला की युधिष्ठिराच्या राज्याभिषेकाचा काळही ठरवता येतो. युद्धानंतर किती दिवसांनी त्याचा राज्याभिषेक झाला हे कुठे वाचनात आलेलं नाही. पण मध्ये बरेच दिवस गेले असावेत असं मानायला जागा आहे. कारण युद्धाच्या शेवटच्या रात्री पांडवांच्या सर्व आप्तमित्रांची कत्तल करण्यात आल्यामुळे त्या शोकावेगातून सावरायला काही दिवस जाऊ देणं भागच होतं. तसे ते सावरल्यावर आणि त्या काळातल्या श्रद्धेप्रमाणे शुभमुहूर्त वगैरे पाहिल्यावर कधीतरी राज्याभिषेक झाला असावा. म्हणून युगाब्ध आणि युधिष्ठिर शक हे एकाच काळातले असले तरी वेगवेगळे मानले पाहिजेत. सोयीसाठी युगाब्ध इ.स.पूर्व ३१०२ आणि युधिष्ठिर शक इ.स.पूर्व ३१०१ मानूनच पुढली कालगणना ठरवावी लागेल.

कलियुगाच्या ३,६०० व्या वर्षाचा उल्लेख करणाऱ्या आर्यभट्टाचा 'आयुका'तील पुतळा

हे दोन्ही खरे मानण्यासाठी परिस्थितीजन्य पुरावे पुष्कळ आहेत. कित्येक प्रसिद्ध व्यक्तींनी पुढल्या काळात युगाब्धाचा किंवा युधिष्ठिर शकाचा उल्लेख केलेला आहे. उदाहरणार्थ:-

-प्रसिद्ध संशोधक आर्यभट्ट याचा जन्म इ.स. ४७६ मधला. त्याच्या 'आर्यभटियम्' या ग्रंथाच्या प्रस्तावनेत तो म्हणतो, 'मी हा ग्रंथ कलियुगाच्या ३६००व्या वर्षी लिहिला. तेव्हा मी २३ वर्षांचा होतो.'

-शून्याची संकल्पना जगात पहिल्यांदा मांडणारा ब्रह्मगुप्त (इ.स. ५९८ ते ६६८) हा आपल्या 'ब्रह्मस्फुटसिद्धान्त' ग्रंथात युगाब्धाचा उल्लेख करतो.

-कर्नाटकातील अहिहोळ येथील जैन मंदिर सहाव्या शतकात बांधलं गेलं. त्या मंदिराच्या शिलालेखात 'हे मंदिर भारतीय युद्धसमाप्तीच्या ३७३६व्या वर्षी बांधलं.'

असा उल्लेख आहे.

-द्वारकापीठ आणि गोवर्धन मठात पूर्वापार असलेल्या नोंदींप्रमाणे शंकराचार्यांचा जन्म युधिष्ठिर शक २६३१ मध्ये म्हणजेच इ.स.पूर्व ५०९ या वर्षी झाला. (हे विवादास्पद मानलं जातं.)

-शंकराचार्यांचा शिष्य असलेला अवंतीचा राजा सुधन्वा याच्या दानपत्रामध्ये युगाब्ध ३६९४चा उल्लेख केलेला आहे.

ब्रह्मगुप्तः 'ब्रह्मस्फुटसिद्धान्त'ग्रंथात युगाब्धाचा उल्लेख

या आणि अशा अनेक उदाहरणांवरून पुढील निष्कर्ष काढता येतात.

१. युगाब्ध आणि युधिष्ठिर शक हे कालगणनेसाठी वापरण्याची पद्धत भारतात होती.

२. हे दोन्ही साधारणपणे एकाच काळात सुरू झाले.

३. इसवी सनापूर्वी अंदाजे ३१०० वर्षे आधी हे दोन्ही सुरू झाले. (यात पाच पंचवीस वर्षांचा फरक पडला तरी बिघडत नाही. हजारो वर्षांच्या इतिहासात हा फरक नगण्यच समजला पाहिजे.)

४. कलियुगाची सुरुवात, भारतीय युद्धाचा शेवट आणि युधिष्ठिराचा राज्याभिषेक हे सगळं इसवी सनापूर्वी तीन हजार वर्षं अगोदर घडलं.

महाभारतानंतरचा काळ

डॉ. पी. एल्. भार्गव यांनी 'वेदिक एज'मध्ये महाभारतानंतरच्या तीस पिढ्यातील राजांची यादी दिली आहे.[३] यांपैकी बावीस पिढ्या सलग आणि पुढील आठ पिढ्या विस्कळितपणे आलेल्या आहेत. सलग पिढ्यांमधून साधारण सातशे वर्षांचा राजकीय हिशेब लागतो. पण पुढील सात-आठशे वर्षं आणि महावीर, बुद्ध, चंद्रगुप्त, पाणिनी वगैरेंचा अचूक कालक्रम लावायचा प्रयास त्यांनी केलेला नाही. कारण तो त्यांचा उद्देश नव्हता. मात्र तसा कालक्रम लावण्याचं काम अमरावतीचे प्रा. हरगोविंद होले यांनी अलीकडेच केलं आहे. आपल्या 'महाभारत कालगणनेतील षडयंत्र' या ग्रंथात त्यांनी वर उल्लेखिलेली १४०० वर्षांची पोकळी भरून काढण्याचा स्तुत्य प्रयत्न केला आहे.[४] त्यांचा जास्त भर पुराणांमधील वंशावळींवर असला तरी त्यांनी बऱ्याच मराठी, इंग्रजी

ग्रंथांचा आणि बौद्ध वाङ्मयाचाही आधार घेतलेला आहे. महाभारतोत्तर काळात पांडववंश निष्प्रभ होत गेला तर जरासंधाचं मगध राज्य बलवान होत गेलं हे लक्षात घेऊन त्यांनी मगधावर लक्ष केंद्रित केलेलं दिसून येतं.

प्रा. होले यांनी मगधाच्या सत्तेवरील राजवंशांची यादी खालीलप्रमाणे दिली आहे:-

-जरासंधाच्या वंशाने मगधावर १०३७ वर्षं राज्य केलं व त्या काळात त्यांचे २४ राजे झाले.

-नंतर काश्यप वंशातील १३ राजांनी १३२ वर्षं राज्य केलं.

-पुढे प्रत्योध वंशाच्या ५ राजांनी १३८ वर्षं राज्य केलं.

-त्यानंतर शिशुनाग वंश राज्यावर आला व त्यातील १० राजांनी ३६२ वर्षं राज्य केलं.

अशातऱ्हेने जरासंधापासून शिशुनाग वंशापर्यंत १६६९ वर्षं गेली आणि तेवढ्या काळात ५२ राजे झाले. त्यानंतर नंदराजे मगधाच्या राज्यावर आले.

(टीप: विष्णुपुराणात ४थ्या खंडातील २३व्या अध्यायापासून पुढे मगधाच्या सत्तेवरील राजांची यादी दिलेली आहे. त्या यादीप्रमाणे जरासंध वंशात जरासंधापासून रिपुंजयापर्यंत २३ राजे होतात, २४ नाही.)

महाभारतोत्तर पहिल्या २२ पिढ्यांतील राजे:

डॉ. भार्गव आणि प्रा. होले यांनी स्वतंत्रपणे लावलेल्या महाभारतोत्तर २२ राजांच्या पिढ्या बहुतेक ठिकाणी जुळतात. मात्र होले यांच्या पुस्तकातील मुद्रणदोष आणि सदोष मांडणी लक्षात घेता जिथे दोघांमध्ये फरक आढळला तिथे भार्गव यांची नावे प्रमाण मानली आहेत. (या पिढ्या पुढील पानावर पहा.)

डॉ. पी. एल. भार्गव:
महाभारतपूर्व वैदिक ऋषींच्या आणि राजांच्या शंभर पिढ्या व महाभारतोत्तर राजांच्या बावीस पिढ्या लावण्याचे महत्त्वपूर्ण काम केले. मात्र पुढील वंशावळी मांडण्याचा प्रयास केला नाही.

पिढी	कुरू	ऐक्ष्वाकु	मगध
१	युधिष्ठिर	बृहत्क्षय	सोमाधि
२	परीक्षित २	उरूक्षय	श्रुतश्रवस्
३	जनमेजय	वत्स	आयुतायू
४	शतानीक	वत्स्यव्यूह	निरमित्र
५	अश्वमेधदत्त	प्रतिव्योम	सुक्षत्र
६	अधिसीम्कृष्ण	दिवाकर	बृहत्कर्मन्
७	निकक्षु	शहदेव	सेनाजित
८	उष्ण	बृहद्श्व	शृतंजय
९	चित्ररथ	भानुरथ	विभु
१०	शुचिरथ	प्रतीताश्व	शुचि
११	वृष्णीमंत	सुप्रतीक	शेम
१२	सुषेण	मरूदेव	सुव्रत
१३	सुनीत	सुनक्षत्र	धर्मनेत्र
१४	ऋच	किन्नर	निर्वृत्ति
१५	त्रिकक्ष	अंतरिक्ष	सुश्रम
१६	सुखीवल	सुपर्ण	दृढसेन
१७	परिप्लुत	अमित्रजित	सुमति
१८	सुनय	बृहद्राज	सुबल
१९	मेधावि	धर्मी	सुनेत्र
२०	पुरंजय	कृतंजय	सत्यजित
२१	ऊर्व	रणंजय	विश्वजित
२२	तिगम	संजय	रिपुंजय

काण्व, प्रत्योध आणि शिशुनाग वंश

वरील वंशावळीप्रमाणे रिपुंजय या राजाबरोबर जरासंध वंश समाप्त झाला. प्रा. होले यांच्या म्हणण्याप्रमाणे त्यानंतर काश्यपपुत्र काण्व याच्या वंशातील १३ राजांनी मगधावर १३२ वर्षं राज्य केलं. यात काण्व हा पहिला तर आर्यपृथु शेवटचा राजा. आर्यपृथुने १२ वर्षं राज्य केलं. नंतर 'प्रत्योध' वंश मगधाच्या गादीवर आला. हस्तिनापुराच्या क्षेमक राजाचा पुत्र प्रत्योध याने आर्यपृथुजवळून हे राज्य घेतलं होतं. या वंशात होऊन गेलेले राजे असे:-

प्रत्योध - ५० वर्षे
अजक - १८ वर्षे
नितिवर्धन - ३१ वर्षे
वितिहोत्र - २० वर्षे
नंदी - १९ वर्षे
एकूण - १३८ वर्षे

निपुत्रिक नंदी राजानंतरचा काळ अंदाधुंदीचा होता असं दिसतं. त्यामुळे नंदसुत, प्रनंद, परमानंद, देवानंद, बलभद्र, ऋत, समानंद, सूर्यानंद, यज्ञदत्त आणि मौर्यानंद असे १० राजे केवळ ३० वर्षांत झाले. त्यानंतर आर्यपृथु वंशातील शिशुनाग याचा वंश गादीवर आला. शिशुनाग आणि त्यानंतरचे ९ राजे राज्यावर बराच काळ स्थिर झाले. त्यामुळे पहिल्या १० राजांसकट या सर्व राजांना मिळून 'शिशुनाग वंश' म्हटलं जात असावं. या वंशातील २० राजांनी ३६२ वर्षं राज्य केलं. सदर राजांचा राज्यकाळ असा:-

पहिले १० राजे - ३० वर्षे
शिशुनाग - ४२ वर्षे
काकवर्ण -३६ वर्षे
क्षेत्रवर्मा - २० वर्षे
क्षेत्रजा - ४० वर्षे
बिंबिसार - २५ वर्षे
अजातशत्रू - २७ वर्षे
उदयाश्व - ३३ वर्षे
अर्भक - २५ वर्षे
नंदीवर्धन - ४२ वर्षे

महानंदी - ४२ वर्षे

एकूण - ३६२ वर्षे

नंदवंश

शिशुनाग वंशातील शेवटचा राजा महानंदी. त्याचा पुत्र महापदमूनंद. याला शूद्र स्त्रीपासून मुलगे झाले आणि तेच पुढे गादीवर आले. त्यांना 'नंदवंशीय' म्हटलं जातं. त्यांच्यात १३ राजे झाले आणि त्यांनी एकूण १०० वर्षं राज्य केलं. यांचा कालावधी पुराणांच्या आधारावर प्रा. होले यांनी दिल्याप्रमाणे असा:-

महापदमूनंद - २८ वर्षे

त्यानंतरचे ११ राजे - २९ वर्षे

धनानंद - ४३ वर्षे

यापैकी धनानंद हा नंदवंशातील शेवटचा राजा ठरला. चाणक्याने त्याला हटवून त्याचा दासीपुत्र चंद्रगुप्त मौर्य याला गादीवर बसवलं तेव्हापासून मौर्य राजवट सुरू झाली. कालगणनेप्रमाणे हा काळ इ.स.पूर्व १३३४ यायला हवा. पण इंग्रज इतिहास-कारांनी याबाबतीत कळत किंवा नकळत गोंधळ घातला आहे.

हिशेब करून पाहिल्यास इंग्रज इतिहासकार आणि भविष्यपुराणकार यांच्या काल-गणनेत ११५२ वर्षांचा फरक पडतो. कारण शिशुनाग वंश इ.स.पूर्व ६४२ मध्ये मगधाच्या राज्यावर आला असं इंग्रज इतिहासकार गृहित धरतात.[५] पण महाभारत काळापासून मगधाच्या गादीवर ज्या ४२ पिढ्या झाल्या त्यांची नावं भविष्यपुराणात दिली आहेत. ती एकूण १३०७ वर्षे होतात.[६] त्यानंतर इ.स.पूर्व १७९४ मध्ये शिशुनाग राजा आणि त्याचा वंश गादीवर आला. शिशुनाग गादीवर आल्यापासून १९१ वर्षांनी म्हणजे इ.स.पूर्व १६०३ मध्ये अजातशत्रू राजा झाला. या अजातशत्रूच्या काळातच भगवान बुद्ध होऊन गेले. याच काळात पर्शियन सत्तेने भारतावर आक्रमण केलं असं युरोपीय इतिहासकार मानतात. पण या काळात आक्रमण झाल्याचा उल्लेख कुठल्याच पुराणात नाही. जो उल्लेख आला आहे तो इ.स.पूर्व ५४७ सालातला. त्या वर्षी पर्शियाच्या राजाने मगधावर हल्ला केला हे पुराणात सांगितलं आहे. त्यानंतर तसे किती हल्ले झाले हे सांगता येणार नाही. पण शंभरएक वर्षांच्या अंदाधुंदीनंतर इ.स.पूर्व ४४९ मध्ये तिथे परकीय राजवट आली. ती पुढली १०६ वर्षे टिकली.

अलेक्झांडरने हिंदुस्थानावर स्वारी केली त्याचा काळ ग्रीक इतिहासावरून इ.स.पूर्व ३१२ आणि अन्य युरोपीय इतिहासकारांप्रमाणे इ.स.पूर्व ३२७ दिला जातो. अले-क्झांडरच्या मृत्यूनंतर त्याचा सेनापती व उत्तराधिकारी सेल्युकस निकेटर याचा वकील मेगॅस्थिनिस हा मगध राजाच्या दरबारी आला होता. मगधच्या समकालीन राजाचं नाव

त्याने 'सॅण्ड्रोकोट्स्' असं दिलं आहे. हा सॅण्ड्रोकोट्स म्हणजेच चंद्रगुप्त असं इंग्रज इतिहासकारांचं म्हणणं आहे. (उदा. विल्यम जोन्स व व्हिन्सेन्ट स्मिथ.) पण या म्हण-ण्याला कोणताच आधार नाही. प्रा. होले यांनी लावलेल्या क्रमानुसार हा काळ गुप्त राजांपैकी समुद्रगुप्ताशी जुळतो. तेव्हा सॅण्ड्रोकोट्स म्हणजे समुद्रगुप्त हेच बरोबर आहे. (याचं विवेचन पुढे केलं आहे.) पण युरोपिय अभ्यासक आपलं गृहित खरं मानून कृष्णापासून चंद्रगुप्तापर्यंतच्या काळाचा चुकीचा हिशेब बसवतात.

बुद्धाचा काळ

पृथ्वीराज चौहान आणि महंमद घोरी यांची लढाई झाली तेव्हा बुद्धाच्या परिनिर्वाणाला २७०० वर्षं झाली होती असा उल्लेख भविष्यपुराणात आलेला आहे.[७] ही लढाई इ.स. ११९२ मध्ये झाली. म्हणजे भगवान बुद्धाचं परिनिर्वाण इ.स.पूर्व १६व्या शतकात झालं असा निष्कर्ष निघतो.

'फा हि यान्' या चिनी बौद्ध भिक्षूच्या लिखाणातूनही वरील विधानाला दुजोरा मिळतो. फा हि यान् सांगतो, की तो सिलोनमध्ये असताना (इ.स.पूर्व १४८) त्यानं बुद्धाचा १४९७वा परिनिर्वाण दिन साजरा केला. म्हणजे फा हि यान्च्या सांगण्यानुसार बुद्धाचा काळ इ.स.पूर्व १६४५ इतका येतो. (१४९७+१४८) युरोपिय इतिहासकारांनी बुद्धाचा काळ इ.स.पूर्व ५६३ ते ४८३ असा दिला आहे. यावरून हे स्पष्ट होतं की या इतिहासकारांनी बुद्धाचा काळ १००० वर्षांनी पुढे ओढला आहे. एवढंच नव्हे; तर फा हि यान्चा काळही त्यांनी पुढे सरकवला आहे.

जैन पंथाचा संस्थापक वर्धमान महावीर हा गौतम बुद्धापेक्षा दोन वर्षांनी लहान होता. मात्र तो बुद्धाच्या अगोदर सहा वर्षं मरण पावला. म्हणजे दोघेही समकालीनच होते. पण इंग्रजांना त्याचं काय? बुद्धाबरोबरच महावीराचाही काळ हजार वर्षं पुढे ओढून ते मोकळे झाले! हा सगळा उपद्व्याप करण्यामागे 'ज्या लोकांवर आपण राज्य करतो त्या लोकांचा इतिहास फार जुना आणि भव्य नव्हता' हे दाखवण्याचा इंग्रज इतिहासकारांचा हेतू असावा. शिवाय बायबल खोटं ठरण्याचीही भीती होतीच. कारण 'हे जग केवळ चार हजार चार वर्षांपूर्वी निर्माण झालं' असा बायबलचा अडाणीपणाचा दावा होता. (उदा. जेनेसिस १ पासून पुढे दिलेल्या वंशावळींची बेरीज पहा.) एवढंच काय; तर केपलर, न्यूटन वगैरे शास्त्रज्ञांचाही या दाव्यावर प्रगाढ

गौतम बुद्ध

विश्वास होता. भारताचा इतिहास इसवी सनाच्या पूर्वी ५००० वर्षं मागे जातो म्हटल्यावर बायबल आणि हे शास्त्रज्ञ चुकीचे ठरणार होते!

प्रा. होले यांनी भविष्यपुराणाच्या आधाराने महत्त्वाचा मुद्दा मांडला आहे तो असा, की बुद्धाच्या परिनिर्वाणानंतर ३११ वर्षांनी चंद्रगुप्त मौर्याचा नातू अशोक हा राज्यावर आला. याचा अर्थ तो इ.स.पूर्व १२८५व्या वर्षी राज्यावर आला. राज्यावर येण्यापूर्वीच अशोक बौद्धधर्मीय झाला होता. भविष्यपुराणात सांगितलेल्या या हकीगतीला सिलोन-मधील बौद्धग्रंथ 'महावंश' यातील उल्लेखाचाही पाठिंबा मिळतो.[८] यावरून हे स्पष्ट होतं, की चंद्रगुप्त मौर्याचा काळ इ.स.पूर्व १३०० इतका तरी असला पाहिजे. 'मेगॅस्थिनिस चंद्रगुप्त मौर्याच्या दरबारी होता' असं जे विल्यम जोन्स प्रभृति इतिहासकार सांगतात ते चुकीचं असल्याचं यावरून लक्षात येईल. कारण मेगॅस्थिनिसचा काळ इ.स.पूर्व ३००च्या आसपास होता हे उघड आहे.

चंद्रगुप्त मौर्य व पाणिनी

मौर्य घराण्याची हकीगत विष्णुपुराणात आली आहे.[९] त्यानुसार चंद्रगुप्त मौर्याचा काळ इ.स.पूर्व १३३४ ते १३०८ असा येतो. याचा अर्थ असा की बुद्धाच्या परिनिर्वाणानंतर २७४ वर्षांनी चंद्रगुप्त मौर्याचं राज्यारोहण झालं. श्रीलंकेच्या बौद्ध वाङ्मयानुसार भगवान बुद्धानंतर २६२ वर्षांनी चंद्रगुप्त मौर्य गादीवर आला. म्हणजे हा काळ सुद्धा विष्णुपुराणातील काळाशी जुळतो.

प्रा. होले यांनी नमूद केल्याप्रमाणे मौर्य घराण्याने (इ.स.पूर्व १३३४ ते इ.स.पूर्व ११६१) एकूण १७३ वर्षे राज्य केलं आणि त्यांच्यात खालील दहा राजे होऊन गेले.

चंद्रगुप्त - २४ वर्षे
बिंदुसार - २५ वर्षे
अशोक - ३७ वर्षे
बंधुपालीत - ८ वर्षे
सुयशस् - १७ वर्षे
दशरथ - १० वर्षे
संयुत - १७ वर्षे
शालीशुक - १४ वर्षे
शतधर - ८ वर्षे
बृहद्रथ - ७ वर्षे

(टीप: ही बेरीज १७३ येत नसून १६७ येते. दुसरं, विष्णुपुराणात १० राजांनी मिळून १३७ वर्षं राज्य केलं असं म्हटलं आहे.)

मौर्यांच्या नंतर मगधात शुंगवंशाचं राज्य आलं. हे घराणं वर्णाने ब्राह्मण होतं. पहिला राजा पुष्यमित्र शुंग याने अश्वमेध यज्ञ केला व एका यज्ञात व्याकरणावर पाणिनी हा पुरोहित होता, असा उल्लेख आहे.[१०] त्यावरून पाणिनीचा अंदाजे काळ इ.स.पूर्व १२०० असा धरायला हरकत नाही.

प्रा. होले यांनी दिल्याप्रमाणे शुंग घराण्याने (इ.स.पूर्व ११६१ ते इ.स.पूर्व १०४९) एकूण ११२ वर्षं राज्य केलं आणि त्यात खालील राजे होऊन गेले.

पुष्यमित्र - ३६ वर्षे
अग्निमित्र - ७ वर्षे
सुजेष्ठ - ३ वर्षे
वसुमित्र - १३ वर्षे
अन्धक - ३ वर्षे
पुलिंदक - ३ वर्षे
विक्रमित्र - ३ वर्षे
घोषवसु - ३ वर्षे
भागवत - ३२ वर्षे
देवभूती - ९ वर्षे

(टीप: हे बरोबर दिसतं. विष्णुपुराणात ११२ वर्षंच म्हटलेलं आहे.)

शुंग वंशातील देवभूती हा शेवटचा राजा व्यसनाधीन असल्यामुळे काण्व वंशीय वसुदेव या मंत्र्याने त्याला ठार मारून त्याचं राज्य बळकावलं. या ब्राह्मण वंशाने एकूण ४५ वर्षं राज्य केलं आणि त्यात खालील ४ राजे झाले.

वसुदेव - १० वर्षे
भूमीमित्र - २४ वर्षे
नारायण - १ वर्ष
सुशर्मा - १० वर्षे

(टीप: प्रा. होले यांनी भूमीमित्र आणि सुशर्मा यांची नावं चुकीची दिली होती ती इथे सुधारून घेतली आहेत. विष्णुपुराणात ४५ वर्षंच म्हटलेलं आहे.)

सुशर्माच्या काळात सामर्थ्यशाली बनलेल्या शिप्रक नावाच्या आंध्रवंशीय सेनापतीने त्याची हत्या करून मगधाचं राज्य ताब्यात घेतलं असा उल्लेख विष्णुपुराणात आहे. हा

शिप्रक म्हणजेच सिमुक असावा असा अंदाज आहे. राज्य गेल्यावर काण्व परिवारातले लोक मगधातून परागंदा होऊन महाराष्ट्रात आले आणि इथेच स्थायिक झाले. स्वत:ला ते 'काण्व' ब्राह्मण म्हणवून घेतात. भारतीय जनता पक्षाचे माजी अध्यक्ष नितीन गडकरी हे त्यांच्यापैकीच होत.[११]

सातवाहन आणि नंतर

इ.स.पूर्व १००४मध्ये सातवाहन घराणं गादीवर आलं. या घराण्यानं इ.स.पूर्व ५४८ पर्यंत म्हणजे एकूण ४५६ वर्षं मगधावर राज्य केलं, असं प्रा. होले विष्णुपुराण आणि वायुपुराण यांच्या आधाराने सांगतात.

(टीप: विष्णुपुराणातील कालावधीशी हे कालावधी जुळतात.)

सातवाहनांमध्ये होऊन गेलेल्या ३२ राजांची यादी अशी:-

१. सिमुक
२. श्री सातकर्णी
३. स्कंदश्री (वेदिश्री)
४. पूर्णोत्संग
५. स्कंदस्तंभी
६. सातकर्णी दुसरा
७. विक्रमादित्य (लंबोदर)
८. अपिलक किंवा पीलक
९. मेघस्वाती
१०. मृगेंद्र स्वातीकर्ण
११. स्वाती
१२. स्कंदस्वाती
१३. कुंलत स्वातीकर्ण (कुंतल)
१४. स्वातीकर्ण (स्वातिवर्ण)
१५. पुलुयामी (पुलोमावि)
१६. अदिष्टकर्ण (अरिष्टकर्ण)
१७. हाल
१८. मंतलक
१९. पुरिंद्रसुन (पुरीन्द्रसेन)
२०. सुंदरसातकर्णी

२१. चकोर सातकर्णी
२२. शिवस्वाती
२३. गौतमीपुत्र सातकर्णी
२४. वासिष्ठी पुत्र (द्वितीय पुळुमावि)
२५. शिवश्री
२६. शिवस्कंद
२७. वसिष्ठीपुत्र सातकर्णी
२८. गौतमीपुत्र सातकर्णी
२९. विजय सातकर्णी
३०. चंदश्री (चंडस्वाति)
३१. तिसरा पुलुयामी (तृतिय पुळुमावि)
३२. यज्ञश्री

(टीप: यातील काही नावं विष्णुपुराणाशी जुळत नाहीत. काळही सर्वांचे दिलेले नाहीत. दुसरा पुलुयामी कधी होऊन गेला हे कळत नाही. होले यांच्या म्हणण्यानुसार २३ क्रमांकाचा गौतमीपुत्र सातकर्णी म्हणजेच पुलुयामी असावा. पण हे ते कशाच्या आधारावर म्हणतात हे कळत नाही. कंसात दिलेली नावं महामहोपाध्याय वा. वि. मिराशी यांनी दिलेल्या वंशावळीप्रमाणे.)[१२]

सातवाहनांनंतर कोलिकिलो या ठिकाणच्या 'विंध्यशक्ती' नामक राजाने मगधाची सत्ता ताब्यात घेतली. विंध्यशक्तीनंतर त्याचा मुलगा पुरंजम आणि पुरंजमानंतर त्याचा मुलगा विश्वफानी (की विश्वफणी?) मगधाच्या गादीवर आले, असा उल्लेख वायुपुराणात आहे.

याच दरम्यान इराणच्या साम्राज्याची शक्ती वाढत होती. इराणचे सम्राट सायरस, पहिला दरायस आणि झेर्झेस यांनी भारतावर आक्रमणं केली. इ.स.पूर्व ४४९च्या सुमारास त्यांनी मगधाच्या राज्याला आपलं मांडलिक राज्य बनवलं. मगधाचं राज्य त्यानंतर १०६ वर्षं इराणी सम्राटांचं मांडलिक राज्य म्हणून राहिलेलं दिसून येतं.

गुप्त साम्राज्य

कोलिकिलो या शूद्र वंशातील भूतनंदी ऊर्फ चंद्रगुप्त (पहिला) याने इ.स.पूर्व ३४३व्या वर्षी इराण्यांविरुद्ध बंड केलं. त्यापूर्वी ५२ वर्षं तो इराण्यांचा मांडलिक म्हणून राज्य करत होता. मांडलिकत्व झुगारून दिल्यावर कोलिकिलो वंशाने 'गुप्त' हे नाव धारण केलं. राज्यरोहणाच्याच वेळी म्हणजे इ.स.पूर्व ३९५ मध्ये चंद्रगुप्ताने स्वत:चा संवत्

चालू केला होता. या चंद्रगुप्ताचा मुलगा म्हणजे समुद्रगुप्त. म्हणजेच मेगॅस्थिनिस म्हणतो तो 'सॅण्ड्रोकोट्रस्.'

मेगॅस्थिनिसचं लिखाण आज उपलब्ध नाही. पण त्याच्या लिखाणातून इतर ग्रीक नि लॅटिन ग्रंथकारांनी घेतलेले उतारे उपलब्ध आहेत. त्यावरून दिसतं, की ग्रीकांच्या प्राचीन वाङ्मयात सांगितलेले पुरुष आणि भारतीय पौराणिक पुरुष यांच्यात बरीच गल्लत झाली आहे. त्यामुळे मेगॅस्थिनिसने उल्लेखिलेला 'सॅण्ड्रोकोट्रस्' हा चंद्रगुप्त मौर्य असल्याचा गैरसमज पसरला. पण हा चंद्रगुप्त मौर्यवंशीय नसून गुप्तवंशीय अशोकस् ऊर्फ चंद्रगुप्त विक्रमदित्य हा होता आणि 'सॅण्ड्रोकोट्रस्' म्हणजे समुद्रगुप्त होता हे पूर्वी सांगितलंच आहे. (पुराणात समुद्रगुप्ताचा उल्लेख 'शिशुनंदी' म्हणून येतो.)

अलेक्झांडरविषयी सांगायचं तर तो ४ वर्षं भारतात राहिला आणि नंतर वायव्य सरहद्दीवरून परत फिरला. लगेचच बगदादमध्ये इ.स.पूर्व ३२३ मध्ये तो मरण पावला. त्यापूर्वी इराणी साम्राज्याचा नाश करून अलेक्झांडरने त्यांचा बराचसा प्रदेश बळकावला होता. त्याचा सेनापती व काबूल, कंदहार, बख्ख वगैरे प्रदेशातील उत्तराधिकारी सेल्युकस निकेटर याच्यात आणि समुद्रगुप्तात पुढे अनेक लढाया झाल्या. (सेल्युकस हा भारतात किंवा भारताजवळ वीसेक वर्षं मुक्काम ठोकून होता.) पण प्रत्येकवेळी सेल्युकसचा पराभव झाला तेव्हा सेल्युकसला तह करावा लागला. समुद्रगुप्तानंतर त्याचा मुलगा 'चंद्रगुप्त विक्रमदित्य' हा राज्यावर आला. त्याने इ.स.पूर्व ३०२ या वर्षी पुन्हा एकदा सेल्युकस निकेटर याचा पाडाव केला. त्यावेळी मेराबुंडीच्या तहाप्रमाणे सेल्युकसची मुलगी हेलन हिच्याशी चंद्रगुप्त विक्रमदित्याने विवाह केला.[१३]

गुप्त साम्राज्यात खालील राजे झाले:

१. भूतनंदी ऊर्फ चंद्रगुप्त पहिला - इ.स.पूर्व ३४३ ते ३४१ - एकूण २ वर्षे
२. समुद्रगुप्त - इ.स.पूर्व ३४१ ते ३०६ - एकूण ३५ वर्षे
३. रामगुप्त - इ.स.पूर्व ३०६ ते ३०२ - एकूण ४ वर्षे
४. अशोकस् ऊर्फ चंद्रगुप्त विक्रमदित्य - इ.स.पूर्व ३०२ ते २६७ - एकूण ३५ वर्षे
५. कुमारगुप्त - इ.स.पूर्व २६७ ते २५९ - एकूण ८ वर्षे
६. स्कंदगुप्त - इ.स.पूर्व २५९ ते २४७ - एकूण १२ वर्षे
७. बाल्हिक राजे - इ.स.पूर्व २४७ ते २०५ - एकूण ४२ वर्षे
एकंदर १३८ वर्षे

वरील कालानुक्रम बरोबर असेल तर मेगॅस्थिनिसला भेटलेला 'सॅण्ड्रोकोटस्' म्हणजे

समुद्रगुप्तच असायला हवा. याबाबतीत मेगॅस्थिनिस आणि इतर ग्रीक लेखकांचं समकालीन वाङ्मय उपलब्ध आहे, ते तपासून पहाणं हे इतिहासाच्या अभ्यासकाचं आद्य कर्तव्य ठरतं.

■

संदर्भ टीपा

१. 'उपसंहार', श्रीमन्महाभारत खंड १०, चिं. वि. वैद्य, चिपळुणकर आणि मंडळी, पुणे, १९१८.

२. भारतीय युद्धाची अखेर दुर्योधनाच्या पतनाने झाली. जेव्हा तो खाली कोसळला तेव्हा भीमाने त्याच्या देहाला लाथ मारली. त्यामुळे दोघांचाही गुरू असलेला बलराम संतापला. त्याला शांत करताना कृष्ण म्हणाला,

'प्राप्तं कलियुगं विद्धि प्रतिज्ञां पांडवस्य च

आनृण्यं यातु वैरस्य प्रतिज्ञायश्च पांडवः।' (महाभारत ९-५९-२१)

अन्वयार्थः (हे बलरामा, तू कृपया समजून घे की) आता कलियुग जवळ येऊन ठेपलं आहे. तेव्हा यापुढे हे असंच चालणार. शिवाय भीमाने प्रतिज्ञा केली होती हेही आठव. ती पूर्ण करून भीमाने दुर्योधनाच्या वैराची परतफेड केली आहे हे तू समजून घे आणि त्याचा अपराध पोटात घाल. कलियुगाचा काळ ठरवण्यासाठी जे आधार घेतले जातात त्या आधारापैकी हा श्लोक एक आहे.

३. Page 248, Chapter 10, 'India in the Vedic Age' Dr. P. L. Bhargava, 2001.

४. प्रकरण ६ पासून पुढे, 'महाभारत कालगणनेतील षड्यंत्र' प्रा. हरगोविंद होले, २०११.

५. डॉ. श्री. मा. भावे, 'नवभारत', डिसेंबर २०१३, प्राज्ञपाठशाळा, वाई.

६. भविष्यपुराण, प्रतिसर्गपर्व खंड ४ था.

७. भविष्यपुराण, प्रतिसर्गपर्व खंड ३ रा.

८. अशोक मौर्य आणि लंकेचा देवानामपियतिस्स यांचा राज्याभिषेक साधारण एकाच काळात झाला. या प्रसंगी तिस्स याने आपल्या मंत्र्यांबरोबर अशोकाला नजराणा पाठवला तेव्हा अशोक त्या मंत्र्यांना म्हणाला, 'मी बुद्धाच्या तत्त्वांचा अंगिकार करून बौद्ध धर्मीय बनलो आहे. त्याप्रमाणे तिस्स यानेही या तत्त्वांचा अंगिकार करून पुन्हा राज्याभिषेक करून घ्यावा.' तेव्हा तिस्स याने बौद्ध धर्माचा अंगिकार करून पुन्हा राज्याभिषेक करून घेतला. (Chapter 11, The Mahavansa, Translated by Wilhelm Geiger, Oxford University Press, 1912.)

९. विष्णुपुराण खंड ४, अध्याय २४.

१०. पृष्ठ २०५, प्रकरण १८, प्रा. होले, वरीलप्रमाणे.

११. पृष्ठ १७४, 'समस्त महाराष्ट्रीय ब्राह्मण पोटशाखा', डॉ. सावजी, सुखद प्रकाशन, नागपूर, २०००.

१२. पृष्ठ ४८-४९, 'सातवाहन आणि पश्चिमी क्षत्रप यांचा इतिहास' वा. वि. मिराशी, १९७९.

१३. पृष्ठ ३३३, प्रकरण २८, प्रा. होले, वरीलप्रमाणे.

८. ग्रीक वाङ्मयातील दाखले

सन १८६७ ते १८८० या दरम्यान पाटणा कॉलेजचे प्राचार्य असलेल्या जॉन वॉटसन मॅकक्रिन्डल या इंग्रज गृहस्थाचे एकापरीने आपल्यावर उपकार आहेत असंच म्हटलं पाहिजे. कारण प्राचीन भारताविषयी ग्रीक आणि रोमन लेखकांकडून जे जे वाङ्मय लिहिलं गेलं, ते ते मॅकक्रिन्डल यांनी इंग्रजी भाषेत संपादित करून ठेवलं आहे.[१] त्यांचा दोष इतकाच, की काही बाबतीत त्यांचा दृष्टिकोन पूर्वग्रहदूषित असल्याचं दिसून येतं. पण त्यासाठी त्याकाळची (म्हणजे १९व्या शतकातली) परिस्थिती जबाबदार होती हे लक्षात घेता त्यांचा प्रमाद क्षम्य मानायला हरकत नसावी.

भारताविषयी लिहिणारे हे जे ग्रीकोरोमन लेखक आहेत त्यात मुख्यत: टेशियस (Ktesias), मेगॅस्थेनिस (Megasthenes), एरियन (Arrian), टॉलेमी (Ptolemy) आणि कॉसमास (Cosmas) हे दखलपात्र म्हणता येतील. यांपैकी टेशियस हा अलेक्झांडरच्या भारत स्वारीच्या बराच आधीचा, तर मेगॅस्थेनिस आणि एरियन हे सामान्यत: समकालीन. टॉलेमी इसवी सनाच्या दुसऱ्या शतकात भारतात आला. पण त्याचं लिखाण प्रामुख्याने भूगोलविषयक असल्यामुळे त्यात राजकीय माहिती काहीच मिळत नाही. कॉसमास या ख्रिश्चन भिक्षूचंही तेच आहे. तो इ.स.च्या पाचव्या शतकात भारतात आला होता; पण त्यालाही माणसांपेक्षा पशूंमध्येच जास्त स्वारस्य असल्याचं दिसून येतं. तात्पर्य, भारताच्या राजकीय इतिहासाच्या दृष्टीने टेशियस, मेगॅस्थनिस आणि एरियन एवढेच सध्या महत्त्वाचे. बाकीच्यांचा विचार करण्याचं सध्या तरी कारण नाही.

निष्कर्ष काढण्यातल्या अडचणी

या ग्रीक लेखकांचं लेखन समजण्यासाठी त्यांच्या काही लकबी ध्यानात घ्याव्या लागतात. उदाहरणार्थ, भारतातल्या एखाद्या प्रदेशाची किंवा जमातीची माहिती सांगत असताना मधूनच ते 'In Ethiopia' किंवा 'Ethiopian' असे शब्दप्रयोग वापरतात. त्याचा इथिओपिया या देशाशी संबंध नाही याची खूणगाठ मनाशी बांधली पाहिजे. (त्या काळी इथिओपिया देश अस्तित्वात असला तरी त्याला 'अँबेसेनिया' हे नाव होतं. भारतीय लोक त्याला 'हबसाण' म्हणत असत आणि तिथून आलेल्या लोकांना 'हबशी'.) Ethiopia हा शब्द ग्रीक लोक त्याकाळी 'The coloured men's land' म्हणजे 'मिश्ररंगी किंवा मातकट वा काळपट रंगाच्या लोकांचा प्रदेश,' या अर्थी वापरत असत. त्याचप्रमाणे 'इथिओपियन' हा शब्द ते 'गोरा नसलेला, मिश्र रंगाचा, काळपट, भाजलेल्या कातडीचा' अशा अर्थानं वापरत असत. पण अनुवादकांनी हे समजून न घेतल्यामुळे अशा उल्लेखांचा संबंध त्यांनी थेट इथिओपिया देशाशी जोडला आहे. त्यामुळे भारतातल्या एखाद्या पशूविषयी वाचत असताना मध्येच इथिओपिया कुठून उपटला हे वाचकाला कळत नाही. म्हणजे समजा, शिरवळला पेरू पिकतात म्हणून एखाद्या प्रवाशाने 'पेरूच्या या प्रदेशात' असं लिहावं आणि अनुवादकाने त्याचा संबंध थेट 'पेरू' या देशाशी जोडावा तसं इथे होतं.

या ग्रीक लेखकांची दुसरी लकब म्हणजे व्यक्तींच्या किंवा नद्यांच्या वगैरे नावांना शेवटी 'एस्' ही उपाधी जोडणं. उदाहरणार्थ, अमित्रोच्छेद या नावाचा उच्चार ते 'Amitrochades' असा करतील आणि जमुना नदीला 'Jomanes' म्हणतील. त्यामुळे एखादं नाव मुळात 'स'कारांती आहे की नाही हे सारासार विचार करूनच ठरवावं लागतं.

तिसरी गोष्ट म्हणजे या लेखकांची बहुतेक व्यक्तिनामं किंवा स्थलनामं फारच विकृत स्वरूपात लिहिली आहेत. 'शीव'चं 'सायन' करणारे इंग्रज त्यांच्यापेक्षा खूपच बरे म्हणायचे! 'पाटलिपुत्र' चं Palibothri, 'समुद्रगुप्त'चं Sandrakottos ही त्यातल्या त्यात सुसह्य उदाहरणं म्हणता येतील. इतर उच्चारांविषयी बोलायलाच नको. त्यामुळे त्यांच्या लेखनातून व्यक्ती आणि स्थळं हुडकून काढणं फार जिकिरीचं ठरतं. शिवाय या सगळ्याच लेखकांना पशू, पक्षी, नद्या, त्यांची लांबी-रुंदी नि खोली, चित्रविचित्र जमाती, खऱ्या-खोट्या भाकडकथा यांमध्येच अधिक रस दिसून येतो. मात्र एखाद्या राजाविषयी लिहिताना त्यांची लेखणी आखडून जाते. जेमतेम त्याच्या नावाचा उल्लेखच ते करतील, कित्येकदा तोही करणार नाहीत. त्यामुळे कुठल्या राजाविषयी ते लिहीत आहेत याचा थांगपत्ता ते वाचकाला लागू देत नाहीत. याबाबतीत मी १७व्या शतकात होऊन गेलेल्या मनुचीचं कौतुक करीन. एखाद्या राजाविषयी किंवा बादशहाविषयी

माहिती देत असताना तो त्या राजाचं नाव, त्याच्या उपाध्या, त्याच्या परिवारातील व्यक्तींची नावं हे सर्व तपशिल देऊन शंकेला जागा उरू देणार नाही.[२] हा गुण ग्रीक (आणि प्राचीन भारतीयही!) लेखकांमध्ये नाही. या सर्व बाबी लक्षात घेऊनच ग्रीकांच्या वाङ्मयातील राजकीय उल्लेखांविषयीचे आपले निष्कर्ष काढावे लागतात.

टेशियसचा प्रबंध

भारताविषयी बोलणारा टेशियस हा पहिला ग्रीक लेखक. पेशाने तो वैद्य होता. इ.स.पूर्व ४१६ ते ३९८ या कालावधीत त्याने पर्शियाच्या राजाकडे नोकरी केली. याच काळात भारतातील मगधादी राज्यं पर्शियन सम्राटांच्या मांडलिकत्वाखाली असल्यामुळे त्यांचा दूत म्हणून तो भारतात आला आणि काही वर्षं इथेच राहिला. त्याकाळातल्या त्याच्या निरीक्षणांचा प्रबंध 'Ancient India as described by Ktesias, the Knidian' या नावाने ओळखला जातो. हा प्रबंध मूळ स्वरूपात उपलब्ध नसला तरी अन्य ग्रीक अभ्यासकांच्या उताऱ्यांमधून त्याचं लेखन उपलब्ध होतं आणि ते मॅकक्रिन्डल यांनी एकत्रित केलेलं आहे.

टेशियसच्या लिखाणातून भारताच्या इतिहासाविषयक मिळणारे महत्त्वाचे पुरावे खालीलप्रमाणे आहेत:-

१. भारतातलं सर्वात बलाढ्य मगधराज्य इ.स.पूर्व ४४९ ते इ.स.पूर्व ३४३ अशी १०६ वर्षं इराण्यांचं मांडलिक राज्य बनलं होतं याला पुष्टी मिळते. विष्णुपुराणातील कालक्रमानुसार हे तंतोतंत जुळतं. भारतीय राजांनी पर्शियन राजांना वारंवार भेटी पाठवल्याचे उल्लेखही टेशियसच्या लिखाणात सापडतात. या भेटींमध्ये मनगटावर खेळवण्याच्या ससाण्यांपासून लढवय्या हत्तींपर्यंतच्या अनेक गोष्टी आहेत.

२. या प्रबंधात मौर्यांच्या स्तंभांचा फार महत्त्वाचा उल्लेख मिळतो. परिणामतः मौर्य राजवट टेशियसच्या आधीच्या काळात होऊन गेली असं निर्विवादपणे सिद्ध होतं. खंड १ परिच्छेद ३२ पृष्ठ ३३ वर खालील वाक्य आहे.

'They say that in the parts beyond the Maurusian Straits rain falls in the summer time...'[३]

यावर भाष्य करताना तळटीपेत मॅकक्रिन्डल म्हणतात,

'Understand of the pillars of Hercules, We have 'Maurusios' in Pliny...'

यावरून उघड दिसतं की मौर्यांच्या स्तंभांना उद्देशून हे वर्णन आहे. प्लिनी हा आणखी एक परकीय प्रवासीसुद्धा 'मौर्य' हाच शब्द वापरतो असं स्वतः मॅकक्रिन्डलच सांगतात;

रामपूर्व येथील जुळे स्तंभः इ.स.पूर्व ३९८च्या पूर्वी टेशियसने पाहिलेले 'मौर्यस्तंभ' हेच तर नसतील?

पण अर्थ लावताना 'हर्क्युलसचे स्तंभ' असा लावतात. सहसा शेजारी-शेजारी उभारलेल्या दोन स्तंभांना मिळून 'हर्क्युलसचे स्तंभ' म्हणण्याचा प्रघात आहे. जिब्राल्टरच्या सामुद्रधुनीजवळ असलेल्या सुप्रसिद्ध हर्क्युलसच्या स्तंभावरून हा शब्दप्रयोग आला. मात्र Maurusian किंवा Maurusios या शब्दांचं अस्तित्व ग्रीक, रोमन किंवा अन्य भाषात असल्याचं मला तरी (इंटरनेटवर) आढळलं नाही. मॅकक्रिन्डल यांनीही याबाबतीत स्वतंत्र स्पष्टिकरण दिलेलं नाही. त्यामुळे 'मौर्य' या शब्दाचीच ती रूपं आहेत असं अनुमान काढावं लागतं. वास्तविक मॅकक्रिन्डल यांनी या शब्दप्रयोगांची चिकित्सा करणं आवश्यक होतं; पण त्यांनी ती केली नाही. याचं कारण असं असावं की, मेगॅस्थेनिसच्या आठवणी नंतरच्या असल्या तरी मॅकक्रिन्डल यांनी त्या आधी संपादित केल्या होत्या आणि त्या आठवणींमध्ये उल्लेखिलेल्या 'सेन्ड्रोकोएटस्'ला चंद्रगुप्त मौर्य ठरवून ते केव्हाच मोकळे झाले होते. प्रस्तुतच्या स्तंभांना 'मौर्यांचे स्तंभ' म्हणून मान्यता देणं म्हणजे एकप्रकारे स्वत:लाच खोटं पाडण्यासारखं होतं. सारांश, ज्याअर्थी इ.स.पूर्व ४१६ ते इ.स.पूर्व ३९८ या कालावधीत टेशियसला मौर्यांचे स्तंभ दिसले (किंवा माहीत झाले होते) त्याअर्थी मौर्यांचा काळ त्याही आधीचा होता असा निष्कर्ष सहज निघतो.

मेगॅस्थेनिसच्या आठवणी

मेगॅस्थेनिस हा अलेक्झांडरचा सेनापती सेल्युकस निकेटरचा एक अधिकारी. पाटलिपुत्राच्या सम्राटाकडे सेल्युकसचा दूत म्हणून तो अनेक वर्षं राहिलेला होता. भारताविषयी त्याने लिहिलेला 'इंडिका' हा ग्रंथ फार पूर्वीच अप्राप्य बनला. मात्र त्या ग्रंथातून इतर

ग्रीक व लॅटिन लेखकांनी घेतलेले उतारे उपलब्ध होते. डॉ. श्वाईनबेक या जर्मन अभ्यासकाने १८४६ साली हे उतारे एकत्र करून प्रथम प्रसिद्ध केले. त्याचं इंग्रजी भाषांतर सन १८७६-७७मध्ये मॅकक्रिन्डल यांनी 'Fragments of Indika by Megasthenes' या नावाने केलं. मेगॅस्थेनिसच्या या आठवणी सव्वाशे छापील पानांमध्ये मावतील एवढ्या आहेत. त्यात भारताचा थोडक्यात इतिहास, त्याच्या सीमा, त्यात वाहणाऱ्या नद्या, माणसांच्या जाती, वनस्पती, पशुपक्षी अशा अनेक गोष्टींची माहिती दिली आहे.

त्याच्या वर्णनानुसार, भारतात त्यावेळी एकूण ११८ लहानमोठी राज्यं होती. सामर्थ्य आणि ऐश्वर्य याबाबतीत मगध राज्यानं इतर सर्व राज्यांना मागे टाकलं होतं. 'पाटलिपुत्र ही या राज्याची राजधानी गंगेच्या काठी वसली असून ती अतिशय विशाल व वैभवशाली आहे. या नगरीच्या राजाजवळ ६,००,००० पायदळ, ३०,००० घोडदळ आणि ९,००० हत्ती आहेत' असं तो म्हणतो.

या आठवणींमधून खालील निष्कर्ष निघतात.

१. या संपूर्ण ग्रंथात कुठेही मौर्य, बिंदुसार किंवा अशोक या नावांचा उल्लेख नाही.

२. पाटलिपुत्राचा सम्राट म्हणून 'Sandrokottos'चा उल्लेख आलेला आहे. प्लुटार्क याने याच शब्दाचा उल्लेख आपल्या उताऱ्यामधे 'Androkottos' असा, डिओडोरस याने 'Xandrames' असा, तर कर्टियस याने 'Agrammes' असा अधिक विपरीत करत नेला आहे. (प्रस्तावना पृ. ७ व १०)

मेगॅस्थेनिस

'Sandrokottos' हे 'चंद्रगुप्त' या नावाशी जेवढं जुळतं त्याहीपेक्षा 'समुद्रगुप्त' या नावाशी अधिक जुळतं हे कुणालाही मान्य व्हावं. दोन्ही शब्द मोठ्यानं उच्चारून पाहिल्यास 'Sandro' हा 'चंद्र' पेक्षा 'समुद्र'चा अपभ्रंश असण्याचीच शक्यता जास्त वाटते. मेगॅस्थेनिसला 'च' या अक्षराचा स्पष्ट उच्चार करता येत होता हे 'अमित्रोच्छेद' याच्या खालील उदाहरणावरून लक्षात येईल. अर्थातच पाटलिपुत्राचा राजा समुद्रगुप्त नसून चंद्रगुप्त असता तर त्या शब्दाचा उच्चार त्याने 'Chandrokottos' किंवा फार तर 'Chhandrokottos' असा केला असता.

१७२ / आर्य भारत

३. 'Sandrokottos'चा उत्तराधिकारी म्हणून त्याचा मुलगा 'अमित्रघात' किंवा 'अमित्रोच्छेद' याचा उल्लेख आलेला आहे. (ग्रीक उच्चार 'Allitrochades' किंवा 'Amitrochades') 'अमित्रोच्छेद' म्हणजे शत्रूचा घात करणारा पराक्रमी युवराज. हे वर्णन चंद्रगुप्त मौर्याचा पुत्र बिंदुसार याच्यापेक्षा समुद्रगुप्ताचा पुत्र चंद्रगुप्त विक्रमादित्य यालाच अधिक साजून दिसतं. बिंदुसारने बरीच वर्षं राज्य करूनसुद्धा याच्या खात्यावर कुठलाच पराक्रम ज्ञात नाही. याउलट चंद्रगुप्त विक्रमादित्य हा आपल्या पराक्रमाच्या जोरावर पुढे जवळ जवळ संपूर्ण भारताचा सम्राट बनला होता हे जगजाहीर आहे. माझ्या मते सेल्युकस निकेटरचा पराभव चंद्रगुप्त विक्रमादित्याने केल्यामुळेच त्याला ही उपाधी समुद्रगुप्ताकडून बहाल करण्यात आली असावी.

दुसरं म्हणजे 'अमित्रोच्छेद' याचा उल्लेख 'Sandrokottos'चा उत्तराधिकारी आणि मुलगा या दोन्ही अर्थाने आलेला आहे. मौर्य अशोक हा चंद्रगुप्ताचा उत्तराधिकारी किंवा मुलगा नसून नातू होता. विष्णुपुराणाप्रमाणे चंद्रगुप्ताची कारकीर्द २४ वर्षांची, तर बिंदुसार याची २५ वर्षांची झाली. म्हणजे अशोक गादीवर येईपर्यंत पन्नासएक वर्षं गेली होती. त्यामुळे एवढा काळ मेगॅस्थेनिस पाटलिपुत्रात राहिला असं म्हणावं लागेल. पण तसं झालेलं नाही. तो एकूण ३५ वर्षं भारतात राहिला. त्यापैकी त्याचा सुरुवातीचा काळ हा 'Sandrokottos'च्या कारकीर्दीचा अखेरचा काळ होता. उरलेली वर्षे तो 'Sandrokottos'च्या मुलाच्या दरबारी होता. त्यामुळे 'सेल्युकसचा दूत' या नात्याने समुद्रगुप्त आणि चंद्रगुप्त विक्रमादित्य या बापलेकांचा सहवास मेगॅस्थेनिसला मिळाला असण्याची शक्यता जास्त पटण्यासारखी आहे. चंद्रगुप्त मौर्य आणि बिंदुसार यांचा सहवास मिळाला, असं म्हणता येत नाही. आणि चंद्रगुप्त, बिंदुसार व अशोक या तिघांचा मिळणं तर अशक्यप्रायच.

४. या ग्रंथात 'In the country of Prassi' किंवा 'In the country of Praxii' अथवा 'In the kingdom of Prassi' अशासारखे उल्लेख अनेक ठिकाणी आले आहेत.[४] हे 'प्रियदर्शी' या संस्कृत शब्दाचं ग्रीक रूप आहे.

डिओडोरस वगैरे अन्य ग्रीक लेखकांच्या उताऱ्यांमध्ये या शब्दाचे (Prasides, Pharrasii, Praesidae) असे पाठभेद आढळतात. या सगळ्याचा अर्थ 'प्रियदर्शीच्या देशात' एवढाच आणि इतकाच आहे. पण संपादकांनी 'प्राच्य' या शब्दाशी त्याचा बादरायण संबंध लावायचा हास्यास्पद प्रयत्न केला आहे. हा शब्द संस्कृतमधील 'Prachyas' असावा असं सांगून श्वाइनबेकने त्याचा अर्थ 'dwellers in the east' म्हणजे 'पूर्वेकडील रहिवाशी' असा दिला आहे. (पहा: प्रस्तावना पृ.९ व खंड १३ मधील तळटीप.) पण हे संबोधन मगध राज्याला का लागू होतं याचं कुठलंच

विवेचन त्याने केलेलं नसल्यामुळे ते निरर्थक ठरतं.

मोन्यर-विल्यम्सच्या संस्कृत इंग्रजी शब्दकोशात 'प्राच्य' या शब्दाचा एक अर्थ 'पूर्वेकडील' असा दिला असून दुसरा 'प्राचीन' किंवा 'आर्यवंशीय' असा दिला आहे.[५] ऐतरेय ब्राह्मणात हे संबोधन 'पूर्वेकडील एका प्रदेशाचं नाव' या अर्थी आलं आहे. रोमिला थापर प्रभृति अभ्यासकांच्या म्हणण्यानुसार 'प्राच्य' म्हणजे सरस्वती नदीच्या पूर्वेकडील प्रदेश. पाणिनीच्या मांडणीनुसार वैदिकोत्तर संस्कृत वाङ्मयाचे उदिच्य (उत्तरेकडचे) आणि प्राच्य (पूर्वेकडचे) असे दोन भाग पडतात. बुद्धाने जेव्हा आपल्या प्रवचनांना सुरुवात केली तेव्हा शौरसेनी आणि मागधी या दोन मुख्य भाषा त्या भागात प्रचलित होत्या. त्यापैकी त्याने मागधी स्वीकारली आणि लोकांशी संवाद साधायला सुरुवात केली. मागधी भाषेला लाक्षणिक अर्थानं 'प्राच्य' असंही म्हणत ही गोष्ट खरी; पण मगध देशाला 'प्राच्य' प्रदेश म्हणून संबोधत असल्याचं कुठेही आढळलेलं नाही. पुराणांमध्येही 'मगध' असाच उल्लेख आहे; 'प्राच्य' असा नाही. त्यामुळे संपादकीय टिप्पणी दिशाभूल करणारी व वास्तवाशी फारकत घेणारी वाटते.

एरियनची माहिती

मेगॅस्थेनिसच्याच ग्रंथात एरियन या दुसऱ्या ग्रीक अधिकाऱ्याने भारताविषयी दिलेली माहिती मॅकक्रिन्डल यांनी जोडली आहे.[६] एरियन आणि मेगॅस्थेनिस हे दोघेही साधारणपणे एकाच काळात भारतात वास्तव्य करून असावेत. पण मेगॅस्थेनिसच्या तुलनेत एरियन अधिक बुद्धिनिष्ठ दिसतो. त्यामुळे मेगॅस्थेनिसने लिहिलेल्या काही अद्‌भुत भाकडकथांवर 'आपला अजिबात विश्वास नाही' असं त्याने स्पष्टपणे म्हणून ठेवलं आहे.

अर्थातच स्वत:चं लेखन त्याने मेगॅस्थेनिसच्या लेखनाशी ताडून पाहिलं असावं असाही निष्कर्ष काढता येतो. भारतात होऊन गेलेले थोर पुरुष म्हणून एरियनने मेगॅस्थेनिसप्रमाणेच दिओनुसस् (Dionusos) आणि हेराक्लेस् (Herakles) यांची नावं दिली आहेत. (गंमत म्हणजे हे दोघेही ग्रीक होते असा त्याचा दावा आहे!) मात्र एरियनने दिलेली माहिती अधिक महत्त्वाची आहे. त्याच्या म्हणण्यानुसार Dionusos हा बापाच्या मांडीतून जन्मला. भारतात त्याने मोठमोठी शहरं वसवली. लोकांना शेती करण्याची आणि मद्य (सोम?) तयार करण्याची पद्धत शिकवली. त्याचप्रमाणे लोककल्याणाचीही अनेक कामं केली. त्यामुळे त्याला देवत्व प्राप्त झालं. त्याचं हे कार्य सप्तसिंधूच्या (Spatembas) प्रदेशात घडलं. त्यानंतर आपल्या एका अनुयायाला राजा करून Dionusos भारत सोडून निघून गेला. पुढील सर्व राजे या अनुयायापासूनच निर्माण झाले. यावरून (जरी हे नाव 'दुष्यंत', 'देवेंद्र' किंवा 'दक्ष' या नावांशी अधिक जुळत असलं आणि काही कार्य इंद्र किंवा वेणेचा पुत्र 'पृथु' यांच्यासमान असलं तरी)

एरियन

Dionusos म्हणजे आर्यांचा पहिला राजा मनू हाच असावा असं वाटतं. कदाचित 'देवमनू' याचा Dionusos हा अपभ्रंश असावा.

पृष्ठ २०३ वर 'Dionusosपासून समुद्रगुप्तापर्यंत १५३ राजे झाले आणि ६०४२ वर्षे झाली' असा उल्लेख आहे. यात राजांची संख्या जुळत नाही आणि मनू व समुद्रगुप्त यांच्या कालावधीमध्ये १६५६ वर्षांचा फरक पडतो. त्यावरून वाटतं, की एरियनला लोकांनी अंदाजे कालावधी सांगितला असावा आणि फार प्राचीन काळातली ही गोष्ट असल्यामुळे हस्ते परहस्ते चुकीची माहिती पसरत गेली असावी.

दुसरा थोर पुरुष Herakles म्हणजे कृष्ण (हरेकृष्ण). त्याच्या संदर्भातला शूरसेन आणि मथुरा यांचा उल्लेखही जुळतो. मात्र पांडवांच्या बाबतीत एरियनाचा गोंधळ उडाल्याचं दिसून येतं. कारण Heraklesला Pandaea नावाची मुलगी होती तिलाच त्याने राज्य दिलं. त्यामुळे तिच्या त्या राज्याचं नावही Pandaea असं पडलं असं त्याने म्हटलं आहे. ही ऐकण्यात किंवा समजून घेण्यात झालेली चूक असावी असं दिसतं. कारण प्रत्यक्षात पांडव हे कृष्णाचे आत्तेबंधू होते हे जगजाहीर आहे. आणि याविषयी सांगताना कुठल्याही माहीतगार भारतीयाची चूक होईल असं वाटत नाही.

मात्र एरियनने लिहिलेली सर्वात महत्त्वाची गोष्ट म्हणजे Heraklesपासून समुद्रगुप्तापर्यंत १३८ राजे झाले अशी माहिती त्याला मिळाली होती. एरियनची ही माहिती वस्तुस्थितीशी बिनचूकपणे जुळते हे खालील तक्ता पाहिल्यास लक्षात येईल.

वंश	**राजांची संख्या**
जरासंध	२२
कण्व	१३
प्रत्योध	५
शिशुनाग	२०
नंद	१३
मौर्य	१०
शुंग	१०
कण्व	४
सातवाहन	३२
विंध्यशक्ती वगैरे	३

पर्शियन राजवटीतील अज्ञात राजे	४
गुप्तवंशीय चंद्रगुप्त व समुद्रगुप्त	२
एकूण	**१३८ राजे**

वरील मांडणी विष्णुपुराणाप्रमाणे.[७] केलेली असून त्यात अशोकासकट सर्व मौर्य वंशीय राजेही आले असल्यामुळे मेगॅस्थेनिसने उल्लेखिलेला 'Sandrokottos' म्हणजे चंद्रगुप्त मौर्य नव्हता हे स्पष्ट होतं. तात्पर्य, गुप्तवंशीय समुद्रगुप्त याचाच 'Sandrokottos' या नावाने उल्लेख केला गेला आहे याविषयी शंका रहात नाही.

सारांश

१. विष्णुपुराणातील कालक्रमानुसार इ.स.पूर्व ४४९ ते इ.स.पूर्व ३४३ अशी १०६ वर्षं मगधराज्य हे इराण्यांचं म्हणजेच पर्शियनांचं मांडलिक राज्य बनलं होतं याला पुष्टी मिळाली.[८]

२. इ.स.पूर्व ४१६ ते इ.स.पूर्व ३९८ या कालावधीत मौर्यांचे स्तंभ अस्तित्वात असल्यामुळे मौर्यांची राजवट त्यापूर्वीच होऊन गेली होती हे दिसून आलं.

३. मेगॅस्थेनिसने उल्लेखिलेला 'Sandrokottos' म्हणजे चंद्रगुप्त मौर्य नसून समुद्रगुप्त हाच होता आणि कृष्णापासून त्याच्यापर्यंत १३८ राजे झाले ही मेगॅस्थेनिसची माहितीही विष्णुपुराणातील वंशावळीशी तंतोतंत जुळली.

४. समुद्रगुप्ताचा उत्तराधिकारी व मुलगा Amitrochades हा उल्लेख मौर्य युवराज बिंदुसार याला उद्देशून नसून गुप्त युवराज चंद्रगुप्त विक्रमादित्य याला उद्देशून आहे हेही स्पष्ट झालं.

५. 'प्रासी' किंवा 'प्रासिदस' म्हणजे 'प्रियदर्शी' या संस्कृत विशेषनामाचं ग्रीक रूप होय. चंद्रगुप्त विक्रमादित्य याने स्वत:ला घेतलेली ती उपाधी होती. तो राजा असताना मेगॅस्थेनिसचं वास्तव्य आणि लेखन पाटलिपुत्रात झालं. म्हणून आपल्या लेखनात त्याने 'प्रियदर्शीच्या या राज्यात' असे शब्दप्रयोग वारंवार वापरणं स्वाभाविकच होतं. त्यामुळे प्रियदर्शी नावानं कोरविलेले लेख आणि केलेली कार्यं ही मौर्य अशोकाची नसून गुप्तवंशीय चंद्रगुप्त विक्रमादित्याची असल्याचंही सिद्ध झालं.

■

संदर्भ टीपा

1. a. 'Fragments of Indika by Megasthenes & Arrian' b. 'Ancient India as described by Ktesias' c. Ancient Indian as described by Ptolemy' d. 'Ancient India as described by Cosmas Indocopleustes' (All) translated by J.W. McCrindle, First 3 published by Trubner & Co., London and 4th published by Cambridge University Press, Delhi.

2. 'Storia Do Mogor' by Niccolao Manucci (1653-1708), Translated in English by William Irvine. मराठी भाषांतर ज. स. चौबळ कृत 'असे होते मोगल.'

३. 'Ancient India as described by Ktesias', as above.

१८७७ साली बिहारमधील पश्चिम चंपारण्य जिल्ह्यात गौना (Gaunha) रेल्वे स्टेशनच्या वायव्येस ८ कि.मी. अंतरावर हदबोदा (Hadboda) नदीच्या काठी असलेल्या रामपूर्व (Rampurva) खेड्यात दोन स्तंभ पडलेल्या अवस्थेत सापडले. हे स्तंभ कधीकाळी एकमेकांपासून २०० मीटर अंतरावर उभे असावेत असा संशोधकांचा तर्क आहे. एका स्तंभावर वृषभाचं तर दुसऱ्यावर सिंहाचं शिल्प होतं. यापैकी वृषभ शिल्प सध्या राष्ट्रपती भवनात ठेवलं आहे. सिंहस्तंभावर कोणताही लेख कोरलेला नसून वृषभस्तंभावर मात्र देवानामप्रिय राजाच्या सहा धर्माज्ञा कोरलेल्या आहेत. या लेखाचं भाषांतर किंवा तपशिल मला उपलब्ध होऊ शकला नाही. परंतु अशोक किंवा अन्य कुणा मौर्य राजानं हे स्तंभ उभारले आणि पुढे गुप्त काळात चंद्रगुप्त विक्रमादित्याने त्यावर लेख कोरले, ही शक्यता आहे.

याबाबतीत कौशंबी येथील जोडस्तंभांचं उदाहरण देता येईल. कौशंबी जोडस्तंभापैकी एक स्तंभ अकबराच्या काळात अलाहाबादमध्ये हलवण्यात आला होता. तो अजूनही तिथेच आहे. या अलाहाबाद स्तंभावर अगदी तळात समुद्रगुप्ताचा संस्कृतमधील लेख कोरलेला आहे. या लेखाच्या वरच्या बाजूस त्याचा पुत्र 'देवनाम प्रियदर्शी' म्हणजेच चंद्रगुप्त विक्रमादित्य याचा ब्राह्मी लिपीतला लेख कोरलेला असून त्याला सध्या 'अशोक मौर्याचा लेख' असं समजण्यात येत आहे. या ब्राह्मी लेखाच्या वरच्या बाजूस जहांगीर बादशहाचा पर्शियन लिपीतला लेख कोरलेला आहे. हे तीनही लेख वेगवेगळ्या काळात कोरलेले आहेत हे उघड आहे. या लेखांच्या स्थानांवरूनही त्यांचा कालानुक्रम लगेचच समजू शकतो. ज्याने स्तंभ उभारला त्याने मूळ लेख लिहिला असेल तर तो कुणालाही

वाचता येईल अशा उंचीवरच कोरवला असेल. त्यानंतर ज्या राजाला लेख कोरायची इच्छा झाली असेल त्याला त्याचा लेख आधीच्या लेखाच्या वरच्या बाजूसच कोरवावा लागेल; आणि त्यानंतर लेख कोरवणाऱ्या राजाला तो त्याच्याही वर लिहावा लागेल हे मुद्दाम सांगण्याची गरज नाही.

आणखी एक उदाहरण म्हणजे 'लुंबिनी'जवळील 'निगळी' या ठिकाणच्या मौर्यकालीन स्तूपाचं नूतनीकरण 'प्रियदर्शी राजा'ने केल्याचा उल्लेख नजिकच्या स्तंभावर कोरलेला आहे. यावरून एका राजाने उभ्या केलेल्या स्तंभावर पुढील राजे लेख कोरू शकत असत असं मानायला जागा आहे.

4. Ktesias', as above.

5. Monier Williams Sanskrit-English Dictionery, 1899.

6. 'Fragments of Indika by Megasthenes & Arrian'. As above.

७. पहा 'विष्णुपुराण' खंड ४.

8. पहा 'विष्णुपुराण' खंड ४, अध्याय २४, श्लोक ४७७. ("then eleven Pauraas will be kings for three hundred years. When they are destroyed, the Kailakila Yavanas will be kings; the chief of whom will be Vindhyasakti; his son will be Puranjaya; his son will be Ramachandra; his son will be Adharma, from whom will be Varanga, Kritanandana, Sudhinandi, Nandiyasas, Sisuka, and Pravira; these will rule for a hundred and six years. From them will proceed thirteen sons." (Translated by H.H.Wilson, See at www.sacred-texts.com)

या ठिकाणी विल्सन 'विंध्यशक्ती' प्रभृती राजे आणि पर्शियन राजे यांची चुकून किंवा हेतूत: गल्लत करतो. पुराणात तसं म्हटलेलं नाही. विंध्यशक्तीचा वंश हा 'आद्यगुप्त किंवा कोलिकिलो वंश' म्हणून ओळखला जातो. यवनांशी त्याचा संबंध नव्हता. या वंशाने ९९ वर्षं राज्य केलं. त्या व्यतिरिक्त पर्शियन राजवटीची १०६ वर्षं वेगळी मोजली पाहिजेत.

९. भारतीय इतिहासकारांचा प्रमाद

युरोपियन इतिहासकारांवर अवाजवी विसंबून राहिल्यामुळे भारतीय इतिहासकारांना ऐतिहासिक घटनांची नीट संगती लावता आलेली नाही असं दिसून येतं. प्रातिनिधिक उदाहरण म्हणून आर. के. मुखर्जी यांचं 'The Gupta Empire' हे पुस्तक पहा. या पुस्तकात गुप्त साम्राज्यात होऊन गेलेल्या सर्व राजांच्या कारकिर्दीचा व्यापक आढावा घेतलेला आहे. या राजांची नाणी, ताम्रपट, स्मृतीशिल्पं वगैरेचा अभ्यास करून लेखकाने आपले निष्कर्ष दिले आहेत. त्यामुळे गुप्त साम्राज्यावरचं हे एक महत्त्वाचं पुस्तक मानलं जातं. १९४७ सालापासून या पुस्तकाच्या आवृत्त्यांवर आवृत्त्या निघाल्या आहेत. पण तरीही या पुस्तकात एक मोठी चूक राहून गेली आहे. गुप्त साम्राज्याची सुरुवात चंद्रगुप्त (पहिला) याने इ.स. ३१९ मध्ये केली आणि त्याच वर्षी गुप्त संवत सुरू झालं असं या पुस्तकात गृहित धरलं आहे. त्यामुळे पुढले सगळे काळ चुकले आहेत. कारण नाणी, कोरीव लेख वगैरेंवर केवळ गुप्त संवताचा उल्लेख आहे; युगाब्धाचा नाही. परिणामी गुप्त संवतात ३१९ मिळवून लेखक इसवी सनामधील काळ काढून मोकळा झाला आहे. वास्तविक गुप्त संवत इ.स.पूर्व ३९५ व्या वर्षी चालू झाला असल्यामुळे ३९५ मधून प्रस्तुतचा गुप्त संवत वजा करून त्याला 'इ.स.पूर्व अमुक' म्हणून म्हणायला हवं होतं.

गुप्त राजवट इ.स.३१९ मध्ये सुरू झाली याचा दाखला म्हणून मुखर्जी अरबी संशोधक अलबेरूनी याचं विधान उद्धृत करतात. 'शककाळानंतर २४१ वर्षांनी गुप्त राजवट सुरू झाली' असं अलबेरूनी म्हणतो. पण अलबेरूनी याला शालिवाहन शक अभिप्रेत नसून सिरियन शक अभिप्रेत होता हे ते लक्षात घेत नाहीत. परदेशी प्रवाशांना सिरियन

सिरियन शक चालू करणारा सम्राट सायरस (दुसरा)

शक माहीत होता कारण पर्शियन सम्राट सायरस याने तो चालू केला होता आणि त्याचं साम्राज्य अनेक देशांमध्ये पसरलेलं होतं. शालिवाहन शक किंवा विक्रम संवत मात्र भारतापुरतेच मर्यादित होते. त्यामुळे परदेशी प्रवाशांनी त्यांचा उल्लेख करणं असंभव होतं. सिरियन शकाच्या २४१व्या वर्षी समुद्रगुप्ताची कारकीर्द चालू होती. त्यामुळे अलबेरूनी म्हणतो त्यात केवळ पंचवीस एक वर्षांचा फरक पडतो.

कोरीव लेखांचं वाचन समजून घेण्यात आणि त्यावरून निष्कर्ष काढण्यातही लेखकाने घोळ घातला आहे. उदा. मथुरा येथील विजयस्तंभावरील लेखाचं वाचन डॉ. डी. सी. सरकार यांनी असं केलं आहे:-

'महाराजा राजाधिराज श्री चंद्रगुप्तस्य
विजयराज्य संवत्सरे पंचमे'

हा लेख गुप्त संवत ६१ मध्ये कोरल्याचा उल्लेखही स्तंभावर केलेला आहे.

त्यावरून मुखर्जी चंद्रगुप्त विक्रमादित्य इ.स. ३७५मध्ये गादीवर बसल्याचं ठरवतात. पण हे चूक आहे. कारण हा लेख पहिल्या चंद्रगुप्ताविषयी असून 'त्याने राज्यस्थापना केल्याला आज पाच वर्षे झाली' असं सांगणारा आहे हे उघड दिसतं. यावेळी स्वत: चंद्रगुप्त हयात नव्हता. त्यामुळे त्याचा मुलगा समुद्रगुप्त याने हा स्तंभ उभारला असावा असा निष्कर्षही काढता येतो. याउलट जटिंगेश्वर शिलालेखात सिरियन शके २५६ या वर्षी चंद्रगुप्त विक्रमादित्य गादीवर बसल्याचा स्पष्ट उल्लेख आहे आणि हा काळ गुप्त संवताशी तंतोतंत जुळतो. पण मुखर्जींनी या शिलालेखाचा समावेश आपल्या पुस्तकात केलेला नाही. एवढंच नव्हे; तर ज्या लेखांमध्ये चंद्रगुप्त विक्रमादित्याला उद्देशून 'देवानाम् प्रियदर्शी' किंवा 'अशोकस्' म्हणून संबोधलं आहे ते गुर्जरा, मास्की, जौगड आणि धौली येथील लेख मौर्य अशोकाचे समजून मुखर्जी यांनी वगळले आहेत. वास्तविक हे लेख चंद्रगुप्त विक्रमादित्याचे आहेत हे त्यांमध्ये नोंदवलेल्या तिथीवरून किंवा त्याच्या बायकामुलांच्या नावांवरून सिद्ध होतं.

शालिवाहन शक इ.स.७८ मध्ये कुशाण राजा कनिष्क याने सुरू केला असं इंग्रज इतिहासकारांप्रमाणेच सदर लेखकही मानतो. त्यासाठी काश्मीरचा इतिहास वगैरे अभ्यासायची गरज त्याला भासली नसावी. (कल्हणाचं किंवा राजतरंगिणीचं नाव सदर पुस्तकाच्या सूचीमध्ये आढळत नाही.) इंग्रजांनी बुद्ध, मौर्य आदी सगळ्यांचे काळ पुढे ओढले तसा कनिष्कचाही ओढला आणि सदर लेखक त्यांचीच 'री' ओढत राहतात.

प्राचीन नाटककार विशाखादत्त हा चंद्रगुप्त विक्रमादित्याला समकालीन असावा असं वाटतं. त्याच्या 'देवीचंद्रगुप्तम्' आणि 'मुद्राराक्षस' या नाटकांचे नायक अनुक्रमे चंद्रगुप्त विक्रमादित्य आणि चाणक्य ऊर्फ कौटिल्य हे आहेत.[१] चंद्रगुप्त विक्रमादित्याचा थोरला भाऊ रामगुप्त हा षंढ नि भ्याड होता. मात्र त्याची पत्नी ध्रुवदेवी ही लावण्यवती होती. तिच्या अभिलाषेपोटी मगधावर हल्ला करणाऱ्या शक राजाशी लढाई करण्याऐवजी तडजोड करून रामगुप्ताने ध्रुवदेवी हिला त्याच्याकडे उपभोगासाठी पाठवलं. तेव्हा चंद्रगुप्ताने त्यात हस्तक्षेप केला. ध्रुवदेवीऐवजी स्वत:च स्त्रीवेषात जाऊन शक राजाला त्याने ठार मारलं आणि पुढे रामगुप्ताला मृत्युदंड देऊन स्वत:च्या वहिनीशी त्याने विवाह केला. 'देवीचंद्रगुप्तम्' हे या घटनेवर आधारित नाटक आहे. ध्रुवदेवीचा उल्लेख चंद्रगुप्ताच्या अनेक कोरीव लेखांमध्ये आढळतो आणि कुमारगुप्त हा तिचाच मुलगा होता. याच नाटकात चंद्रगुप्ताचा उल्लेख 'देवानाम प्रियदर्शी' असा केला आहे. पण 'हे तथा-कथित ऐतिहासिक वाङ्मय विश्वसनीय नाही' असं सिल्व्हियन लेवी (१८६३-१९३५) हा फ्रेंच संशोधक म्हणतो म्हणून मुखर्जीही तसं मानतात! भारतीय इतिहासकारांवर युरोपियन इतिहासकारांचा किती भयंकर पगडा आहे याची ही गोष्ट निदर्शक आहे.

सिल्व्हियन लेवी: भारतीय इतिहासकारांवर घातक प्रभाव

प्रसिद्ध चिनी प्रवासी फा हि यान् याच्याबाबतीतही लेखकाने थोडाफार गोंधळ घातला आहे. फा हि यान् हा इ.स.पूर्व १४८ मध्ये सिलोनमध्ये होता. त्यापूर्वी आणि त्यानंतर त्याचं वास्तव्य भारतात होतं. पण मुखर्जींनी तो चंद्रगुप्त विक्रमादित्याच्या काळात इ.स.३९९ मध्ये भारतात आला असं विधान केलं आहे. फा हि यान् पाटलि-पुत्रातही आला होता. पण त्याने चंद्रगुप्त विक्रमादित्याचा उल्लेख केलेला नाही याचं लेखकाला आश्चर्य वाटतं. पण यात आश्चर्य वाटण्यासारखं काहीच नाही. कारण चंद्रगुप्त विक्रमादित्य मरण पावल्यावर ११८ वर्षांनी फा हि यान् भारतात आला होता. तेव्हा त्याचा उल्लेख करण्याचं त्याला काहीच प्रयोजन नव्हतं.

पाटलिपुत्रातला दगडी राजवाडा वगैरे पाहून 'अशोकाच्या वेळच्या गतवैभवाची कल्पना येते' असे उद्गार फा हि यान् यानं काढले असं सांगून लेखक 'मौर्यांच्या वेळचं ऐश्वर्य गुप्तांच्या काळी उरलं नसावं' असा निष्कर्ष काढतो. हा निष्कर्षही फार आश्चर्यकारक आहे. कारण गुप्त साम्राज्याला 'सुवर्णयुग' म्हटलं जातं तसं मौर्य साम्राज्याला म्हटलं जात नाही हे लेखकाला माहीत असायला हवं होतं.

वस्तुस्थिती अशी होती, की फा हि यान् पाटलिपुत्रात आला तेव्हा अवंती नगरीला महत्त्व प्राप्त झालं होतं आणि तिथे यशोवर्मन हा राजा (हर्षवर्धनाचा पूर्वज) राज्य करत होता. ज्या अशोकाच्या वैभवाविषयी फा हि यान् बोलतो तो अशोक नसून अशोकस् असण्याचाच जास्त संभव आहे.

अशोक आणि अशोकस्

चंद्रगुप्त मौर्याचा नातू अशोक आणि त्यानंतर हजार वर्षांनी झालेला गुप्त साम्राज्यातील अशोकस् ऊर्फ चंद्रगुप्त विक्रमादित्य या दोन राजांमध्ये इंग्रज इतिहासकारांनी गोंधळ घातला आहे. कदाचित नामसाधर्म्यामुळे हे झालं असावं. पण पुराणं, बौद्ध वाङ्मय, श्रीलंकेचा महावंश आणि राजतरंगिणीसारखे ग्रंथ यांमधून या दोन राजांमधला फरक स्पष्टपणे दिसून येतो. हा फरक असा:-

१. चंद्रगुप्त मौर्याच्या नातवाचं नाव अशोक होतं. त्याने बौद्ध धर्माचा मोठा प्रसार केला. गुप्त साम्राज्यातील समुद्रगुप्त याच्या धाकट्या मुलाचं नाव चंद्रगुप्त विक्रमादित्य. त्यानेही बौद्ध धर्माचा प्रसार केला. अशोकाप्रमाणे कार्य केल्याबद्दल त्याने स्वत:ला 'अशोकस्' हे नाव घेतलं. संस्कृत व्याकरणानुसार एखाद्या शब्दाला आधी किंवा नंतर 'स' हा प्रत्यय लावल्यास त्याचा अर्थ Appertaining to किंवा belonging to किंवा similar to असा होतो, असं मोनियर-विल्यम्सच्या संस्कृत इंग्रजी शब्दकोषात नमूद केलं आहे.[२] (उदा. तामस म्हणजे 'तमसाच्या किंवा काळोखाच्या स्वाधीन असणारा.' राजस म्हणजे 'राजाप्रमाणे जगणारा.' लोभस म्हणजे 'ज्याचा लोभ वाटेल असा.' वाजश्रवस् म्हणजे वाजश्रवांचा पुत्र वगैरे.) यावरून स्पष्ट होईल, की 'अशोकस्' या उल्लेखाचा वास्तविक अर्थ 'अशोकाच्या स्वाधीन असणारा' 'अशोकाचा संबंधित' 'अशोकासम कार्य करणारा' असा असून तसा उल्लेख स्वत: अशोक करणं शक्य नाही. तेव्हा तो उल्लेख शिलालेखांवर करणारा चंद्रगुप्त विक्रमादित्य हाच असणार.

२. मौर्यवंशीय अशोक इ.स.पूर्व १२८५ मध्ये सिंहासनावर आला. गुप्तवंशीय अशोकस् याची कारकीर्द इ.स.पूर्व ३०२ मध्ये सुरू झाली. म्हणजे या दोघांमध्ये ९८३ वर्षांचा फरक आहे.[३]

३. आपल्या थोरल्या भावासकट सर्व भावंडांना मारूनच मौर्यवंशीय अशोक गादीवर आला होता.[४] गुप्तवंशीय अशोकस् हा अशी कुठलीही हिंसा करून गादीवर आलेला नव्हता, असं प्रा. होले यांचं मत आहे. त्यांच्या मते रामगुप्त हा थोरला भाऊ लढाईत मरण पावला म्हणून त्याने आपल्या वहिनीशी विवाह केला. गादीचा वारस म्हणून वडिलांनी अशोकस् याला निवडलं होतं, असं मुखर्जीही म्हणतात. पण विशाखा-

दत्ताच्या नाटकात थोरल्या भावाला देहदंड देणं अशोकस् याला भाग पडलं असं दाखवलं आहे.[५]

४. मौर्यवंशीय अशोक हा राजसिंहासनावर येण्याआधीपासूनच बौद्ध धर्मीय होता. गुप्तवंशीय अशोकस् हा आधी कट्टर वैष्णव होता. गादीवर आल्यानंतर काही वर्षांनी त्याने बौद्ध धर्म स्वीकारला.

५. कलिंगावर हल्ला करून विजय मिळवला तो गुप्तवंशीय अशोकस् याने; मौर्यवंशीय अशोकाने नव्हे. याबाबतीत मौर्यवंशीय अशोकाचा उल्लेख पुराणांमध्ये, महावंशात किंवा बौद्ध वाङ्मयात आढळत नाही. कलिंगावरील विजयामुळे अशोकस् राजाला विरक्ती आली आणि पुढे त्याने बौद्ध धर्माच्या प्रसाराला वाहून घेतलं.

६. गुप्तवंशीय चंद्रगुप्त विक्रमादित्य ऊर्फ अशोकस् याने स्वत:चा उल्लेख अनेकदा 'देवानाम् प्रियदर्शी' असा केला आहे. आधी सांगितल्याप्रमाणे समकालीन 'देवीचंद्र-गुप्तम्' नाटकात विशाखादत्ताने चंद्रगुप्त विक्रमादित्याला 'प्रियदर्शी' म्हटलंय, मौर्यवंशीय अशोक राजाचा या नावाशी काही संबंध नाही. योगायोगानं 'देवानाम् तिस्स' या नावाचा श्रीलंकेचा राजा त्याचा समकालीन होता एवढंच.

७. शिलालेख, स्तूप, स्तंभ वगैरे उभारले ते गुप्तवंशीय अशोकस् याने; मौर्यवंशीय अशोकाने नव्हे. अशोकस् याचे १७१पेक्षा जास्त शिलालेख मिळाले आहेत व त्यातल्या काहींची सुरुवात 'देवानाम् प्रियदर्शी' याच नावाने आहे. (याचा विचार कोरीव लेखां-वरील स्वतंत्र प्रकरणात केला आहे.)

८. समुद्रगुप्त व अशोकस् या गुप्तवंशीय राजांच्या काळीच ग्रीकांची राज्यं आशियात होती. अलेक्झांडरचा उत्तराधिकारी सेल्युकस निकेटर याचा पराभव करून त्याची कन्या हेलन हिच्याशी विवाह करणारा तो गुप्तवंशीय चंद्रगुप्त विक्रमादित्य ऊर्फ अशोकस् हाच होय. मौर्यवंशीय चंद्रगुप्ताचा या घटनेशी दूरान्वयेही संबंध नाही. त्याच्यावेळी ग्रीकांची राज्ये आशियात असण्याचा प्रश्नच नव्हता.

कल्हणाची कालगणना

कल्हण हा काश्मिरी कवी बाराव्या शतकात होऊन गेला. तो केवळ कवी नसून चांगला इतिहासकारही होता असं त्याच्या 'राजतरंगिणी'चा इंग्रजी अनुवाद करणारे डॉ. स्टीन म्हणतात.[६] आपल्या आधीच्या काळात होऊन गेलेल्या सर्व ऐतिहासिक ग्रंथांची पारायणं कल्हणानं केली होती. युगाब्धापासून इसवी सनापर्यंत सगळे शक त्याने अभ्यासले होते. नाणी, ताम्रपट, शिलालेख वगैरेंचा त्याने मोठा संग्रह केला होता. इतिहासकारानं कुणाहीविषयी आवड निवड ठेवायची नसते, याचीही त्याला जाणीव होती. एवढी तयारी झाल्यावर त्याने महाभारत काळापासूनची कालगणना

डॉ. वासुदेवशरण अग्रवाल

आपल्या ग्रंथात मांडली.

कल्हणाच्या म्हणण्यानुसार मौर्यवंशीय अशोक हा इ.स.पूर्व ११८२च्या पुष्कळ वर्षं आधी होऊन गेला. प्रा. होले यांनी दिलेला इ.स.पूर्व १२८५ हा काळ त्यामुळे बरोबर दिसतो. हुणांचा राजा मिहिरकुल याची काश्मीरमधली कारकीर्द कल्हणाने इ.स.पूर्व ७०४ ते ६३४ अशी दिली आहे.

हर्षवर्धनाचा काळही कल्हणाने इ.स.७८च्या दरम्यानचा ठरवला असून शालिवाहन शकही त्यानेच सुरू केल्याचं म्हटलं आहे.[७] (बाणाच्या 'हर्षचरिता'त शालिवाहन शकाचा उल्लेख नाही हे समजू शकतं. कारण हर्षाने हा शक स्वत:च्या उतारवयात सुरू केला आणि हर्षचरित हे त्याच्या पूर्वायुष्याविषयी आहे.) बाण आणि हर्षवर्धन समकालीन होते. या दोघांची भेट झाल्याचं बाणाने स्वत: नमूद केलं आहे. खटकण्यासारखी गोष्ट ही, की हत्ती घोड्यांच्या तेजपणाचं नि त्यांच्या अंगावरल्या साजशृंगाराचं प्रत्ययकारी वर्णन करणाऱ्या बाणाला युगाब्धातलं एखादं वर्ष किंवा विक्रम संवतातली एखादी तारीख नोंदवावीशी वाटली नाही. ती दृष्टीच या लोकांना नव्हती. त्यामुळे इतिहासाच्या अभ्यासकांचं काम कठीण होऊन बसलं. चौथ्या उच्छ्वासात 'ज्येष्ठ महिने में कृत्तिका नक्षत्र कृष्णपक्ष ही द्वादशी में प्रदोष समय बीतने पर रात्रीके प्रारंभ में हर्ष का जन्म हुआ' एवढंच दिलं आहे. यावरून कुणाला काय सुचेल तसा काळ बसवावा.

बाणाने हर्षाचा बाप प्रभाकरवर्धन याला 'हूणहरिणकेसरी' म्हणून संबोधलं आहे. त्यावरून 'हर्षचरिता'चा हिंदी अनुवाद करणारे संशोधक डॉ. वासुदेवशरण अग्रवाल अंदाज बांधतात, की प्रभाकरवर्धनाची हूणांशी लढाया इ.स.५७५ च्या आसपास झाल्या असाव्यात. त्याची संगती ते अशी लावतात, की यशोवर्मन आणि नरसिंह गुप्त बालादित्य यांनी हूण सम्राट मिहिरकुल याला इ.स. ५३३च्या दरम्यान मध्यभारतातून घालवून दिलं होतं. तेव्हा मिहिरकुल आपली पूर्वीची राजधानी 'शाकल'कडे गेला. पण ती त्याचा भाऊ बळकावून बसला होता. म्हणून तो काश्मीरकडे वळला. तिथे प्रथम तो शरणागत म्हणून गेला आणि नंतर दगाबाजीने त्याने काश्मीर हडप केलं. त्यानंतर आपल्या पूर्वीच्या गांधार राज्यावर तो चालून गेला आणि तिथल्या हूण राजाला मारून तो स्वत:च राजा झाला. पुढे इ.स. ५४२ मध्ये तो मरण पावला. पुढल्या काळात भारतवर्ष आणि हुणांनी बळकावलेला प्रदेश एकमेकांना लागूनच होते आणि सिंधू नदी ही त्यांची सीमा होती. प्रभाकरवर्धनाच्या लढाया याच हुणांशी होत राहिल्या असाव्यात.

पण अग्रवाल हे काळ कशावरून ठरवतात हे कळत नाही. कारण काश्मीरच्या इतिहासात दिलेल्या काळाशी ते जुळत नाहीत.

बाण आणि हर्षवर्धन या दोघांना डॉ. अग्रवाल इंग्रज इतिहासकारांप्रमाणेच ७व्या शतकात बसवतात. सिल्व्हियन लेवी यांची विधानं अगरवाल यांनाही शिरोधार्ह आहेत! हर्षचरिताच्या ६व्या उच्छ्वासात असा उल्लेख आहे, की ज्या दिवशी प्रभाकरवर्धन मृत्यू पावल्याची बातमी पसरली त्याच दिवशी पंजाबच्या मालवराजाने हर्षाचा मेहुणा ग्रहवर्मा याला ठार मारून हर्षाची बहीण राज्यश्री हिला कान्यकुब्ज या ठिकाणी बंदीत ठेवलं. अग्रवाल यांच्या म्हणण्यानुसार पंजाबमधून हाकलले गेलेले मालव गुप्तकाळात माळव्यात आले आणि चंद्रगुप्त विक्रमादित्याने शकांना अवंतीतून घालवून दिल्यावर ते अवंतीतच स्थायिक झाले होते. 'मालव संवता'वरून मालव हे ५व्या शतकाच्या आधीच माळव्यात आल्याचं दिसून येतं. म्हणजे बाणाच्या काळीही ते अवंतीतच असायला हवेत. पण वरील प्रसंगात तसं दिसत नाही हे अग्रवाल यांना विसंगत वाटतं. पण हर्षाचा काळ साडेपाचशे वर्षांनी पुढे ओढल्यावर अशी विसंगती दिसणारच! असो.

कनिष्क राजाविषयीच्या कल्हणाच्या विधानांमध्ये एकवाक्यता नाही. 'कनिष्क इ.स.पूर्व ११८२च्या दरम्यान होऊन गेला' असं कल्हण एकीकडे म्हणतो आणि दुसरीकडे 'अंध युधिष्ठिर याच्यानंतर (सिरियन संवत ७८ म्हणजेच इ.स.पूर्व ४७९ मध्ये) कनिष्क काश्मीरचा राजा झाला' असंही म्हणतो. प्रा. होले या दुसऱ्या विधानाला समर्थन देतात. पण हुएन त्संग आपल्या 'सी यू की' या ग्रंथात 'कनिष्काची कारकीर्द बुद्धानंतर ४०० वर्षांनी झाली' असं जे म्हणतो ते दुसऱ्या विधानाशी न जुळता पहिल्या विधानाशी जुळतं. (एका प्रसंगी बुद्ध त्याचा शिष्य आनंद याला म्हणाला, 'माझ्या निर्वाणानंतर ४०० वर्षांनी कनिष्क नावाचा राजा होईल. तो भारतवर्षावर राज्य करील आणि माझ्या धर्माचा प्रसार करील.')[८] गंमत म्हणजे कल्हणाच्या राजतरंगिणीचा इंग्रजी नि मराठी अनुवाद करणारे मात्र या दोन्ही विधानांशी सहमत नाहीत. कनिष्क इ.स.७८च्या दरम्यान होऊन गेला नि त्यानेच शालिवाहन शक सुरू केला या युरोपियन इतिहासकारांच्या दाव्यावरच त्यांचा विश्वास आहे.

हर्षवर्धन राजाने मातृगुप्त याला काश्मीरचा राजा म्हणून नेमल्याचं पुढे कल्हणाने नमूद केलं आहे.[९] मातृगुप्त आणि हर्षवर्धन यांचा काळही अचूक जुळतो. कल्हणाच्या या सर्व कालगणनांमध्ये आणि युरोपियन इतिहासकारांच्या कालगणनांमध्ये हजार ते बाराशे वर्षांचा फरक पडलेला आहे. मात्र पुराणांमधील काळांशी कल्हणाचे काळ बहुतेक ठिकाणी जुळतात.

■

संदर्भ टीपा

१. 'Natya Darpanam' by Vishakhadatta, Translated in English by Shrigondekar & Gandhi, Oriental Institute, Baroda, 1929.

२. Monier Williams Sanskrit-English Dictionary, 1899.

३. प्रकरण ७ मधील विवेचन व मौर्य आणि गुप्त यांचे दिलेले काळ पहा.

४. The Mahavansa, Translated by Wilhelm Geiger, Oxford University Press, 1912.

५. Vishakhadatta, As above.

६. अनुवादकर्त्याची प्रस्तावना, कल्हणकृत 'राजतरंगिणी', अनु. मा. व्यं. लेले, चित्रशाळा प्रेस, १९२९.

७. तरंग ३, कल्हणकृत 'राजतरंगिणी', वरीलप्रमाणे.

८. अ) पृष्ठ ८४, जिज्ञासापुरुष हुएन त्संग, डॉ. आ. ह. साळुंखे, लोकायत प्रकाशन, सातारा, २०१४.

ब) Page 979-992, 'The Traditional Date of Kanishka' by J. F. Fleet, Journal of the Royal Asiatic Society of Great Britain and Ireland, 1906.

९. तरंग ३, कल्हणकृत 'राजतरंगिणी', वरीलप्रमाणे.

१०. कोरीव लेखांचा ऊहापोह

अशोकाच्या नावावर सांगितले जाणारे कोरीव लेख भारत, नेपाळ, पाकिस्तान आणि अफगणिस्तान या देशांमध्ये तीसपेक्षा अधिक ठिकाणी सापडले आहेत. यांपैकी बहुतेक लेख ब्राह्मी लिपीत लिहिलेले आढळतात. भारतीय उपखंडाच्या पूर्वेकडे सापडलेले लेख मागधी भाषेत असून पश्चिम भारतात सापडलेले संस्कृत किंवा प्राकृत भाषेत आहेत. अफगणिस्तानातला एक लेख आर्मेइक आणि ग्रीक अशा सुंयक्त भाषेतही आहे. हे सर्व लेख शिलांवर किंवा पाषाणस्तंभांवर कोरलेले असल्यामुळेच शतकानुशतके टिकून राहिले आहेत.

सदर लेख मुळात गुप्त वंशीय सम्राट चंद्रगुप्त विक्रमादित्य याचे असताना ते मौर्य अशोकाचे म्हणून ओळखले जाऊ लागले याला कारण युरोपियन विद्वान आणि त्यातही मुख्यत: इंग्रज इतिहासकार. त्यांनी हे लेख मौर्य अशोकाचे असल्याचं ठाम प्रतिपादन केल्यामुळे तसा गैरसमज सर्वत्र पसरला.

गैरसमजाची पार्श्वभूमी

१९व्या शतकात जेव्हा युरोपियन अभ्यासकांनी भारतीय वाङ्मय अभ्यासायला सुरुवात केली तेव्हा प्राचीन काळी भारतात 'अशोक' नावाचा कुणी राजा होऊन गेल्याचं त्यांच्या लक्षात आलं. पण अधिक माहिती त्यांना मिळत नव्हती.

दिव्यावदान, अशोकावदान, महावंश यांसारख्या बौद्धवाङ्मयात अशोक नावाच्या भारतीय राजाविषयी बराच उल्लेख आलेला होता. या विधिनिषेधशून्य, कुरूप आणि

क्रूर राजपुत्राने आपल्या भावांना वगैरे ठार मारून सिंहासन बळकावलं आणि पुढे उपरती होऊन तो एक कनवाळू, प्रजाहितदक्ष बौद्ध राजा बनला अशासारख्या गोष्टी त्यात सांगितल्या होत्या. हा अशोक म्हणजे भारतीय पुराणात उल्लेखिलेला अशोक मौर्य असावा असा युरोपियन अभ्यासकांचा कयास होता.

होस्कोटे कृष्णशास्त्री: 'स'ची चिकित्सा केली नाही

पुढे १८३७ सालात जेम्स प्रिन्सेप याने दिल्ली आणि अन्यत्र काही उत्खननं केली. त्यात 'देवानामप्रिय' आणि 'राजा प्रियदर्शी' या नावानं लिहिलेले कित्येक लेख सापडले. हे लेख कुठल्या राजाचे आहेत हे समजत नव्हतं. अखेर १९१५मध्ये कर्नाटकातील मास्की येथे सापडलेल्या लेखात 'देवानामप्रिय' आणि 'अशोक' या नावाचा एकत्रित उल्लेख आढळला आणि युरोपियन संशोधकांनी सुटकेचा निश्वास टाकला. हा शिलालेख सी. बेडन नामक इंग्रज अभियंत्याला सापडला असला तरी त्याला स्वत:ला ब्राह्मी लिपी वाचता येत नव्हती. तेव्हा या प्रकारच्या लेखांचे तज्ज्ञ समजल्या जाणाऱ्या रावबहादूर होस्कोटे कृष्णशास्त्री या गृहस्थांना पाचारण करण्यात आलं. मास्कीच्या या लेखाची सुरुवात अशी होती—

'देवानामपियदस अशोकस...'

यापैकी बौद्ध वाङ्मय परंपरेप्रमाणे 'पियदसी' (प्रियदर्शी), 'पियदसन' (प्रियदर्शन) आणि 'पियदस' (प्रियदर्श) या तीनही शब्दांचा अर्थ एक आणि एकच आहे आणि तो म्हणजे 'डोळ्यांना सुखकर किंवा प्रिय दिसणारा.'[१] त्यामुळे कुठलाही शब्द वापरला तरी अर्थात फरक पडत नाही. वेगवेगळ्या शिलालेखातील आणि स्तंभलेखातील या शब्दप्रयोगांच्या वापराची आकडेवारी खालीलप्रमाणे आहे.[२]

'देवानामप्रिय पियदसी राजा'	१३७ ठिकाणी
'देवानामप्रिय'	२० ठिकाणी
'राजा पियदसी'	४ ठिकाणी

यावरून शब्दप्रयोग वेगवेगळे असले तरी अर्थ एकच आहे हे लक्षात येईल. मात्र पूर्वीच सांगितल्याप्रमाणे 'अशोक' आणि 'अशोकस्' या शब्दांच्या अर्थात बराच फरक आहे. नावाच्या शेवटी 'स' हा प्रत्यय लावल्यामुळे त्या शब्दाचा अर्थ 'अशोकसम काम करणारा' किंवा 'अशोकाच्या स्वाधीन असणारा' वगैरे होतो. होस्कोटे कृष्णशास्त्री यांनी हा फरक ताबडतोब स्पष्ट करायला हवा होता. पण कुठल्या हेतूने कोणजाणे; त्यांनी तो केला नाही आणि सदर लेख हे मौर्य अशोकाचेच आहेत असा घाईघाईत

निष्कर्ष काढून इंग्रज संशोधक मोकळे झाले. भारतीय संशोधकांनीही त्यावर डोळे झाकून विश्वास ठेवला. त्यानंतर काही वर्षांनी एकत्रित उल्लेख असलेले असे आणखी दोन लेख सापडले. या दोन्ही लेखात 'अशोकस्' असाच उल्लेख होता; पण 'अशोक ऐवजी अशोकस् का?' अशी शंका या संशोधकापैकी एकालाही आली नाही.

याच दरम्यान कधीतरी गयेजवळ नागार्जुनी डोंगरात 'देवानामप्रिय दशरथ' या नावाने लिहिलेले तीन गुहालेख सापडले होते. मौर्य अशोक राजालाही दशरथ नावाचा नातू असल्यामुळे हे गुहालेख मौर्य दशरथाचे असावेत असं गृहित धरण्यात आलं. वास्तविक या लेखात 'प्रियदर्शी' हे उपपद अजिबात गाळून टाकण्यात आलेलं होतं. शिवाय त्याची रचनाही आधीच्या लेखांपेक्षा वेगळी आढळते. खालील मजकुरावरून हे लक्षात येईल. गोपिका गुंफेतील लेखाची सुरुवात अशी आहे:-

"गोपिका कुभा दशरथेन देवानामप्रियेन अनंतलियम अभिषितेन..."

अन्य दोन गुंफांमधील लेखांचीही सुरुवात (गुंफानाम सोडता) वरीलप्रमाणेच आहे. या तीनही लेखांमध्ये दशरथ हे नाव आधी आलं असून 'देवानामप्रिय' हे संबोधन नंतर लावलं आहे. या उलट मास्की प्रभृती लेखांमध्ये 'अशोकस' हे नाव 'देवानामप्रिय प्रियदर्शी अशोकस्' असं नंतर आलं असून 'देवानामप्रिय प्रियदर्शी' हे संबोधन आधी आलं आहे. दुसरं म्हणजे 'अशोक' नावाला 'स' हा प्रत्यय लावला आहे त्याप्रमाणे तो 'दशरथ' या नावाला लावलेला नाही. तिसरं असं की गुप्त साम्राज्याच्या आधी आणि नंतर भारतात अंदाजे सव्वाशे लहानमोठी राज्यं होती आणि त्यांच्यात 'दशरथ' नावाचे अनेक राजे होऊन गेले होते. त्यामुळे हा लेख कोणत्या दशरथाचा असावा याची चिकित्सा करणं आवश्यक होतं. पण पूर्वग्रहदूषित संशोधकांनी तेवढे कष्ट घेतले नाहीत.

परिणामस्वरूप, देवानामप्रिय नावाने लिहिलेले लेख मौर्य अशोकाचेच असावेत या समजाला बळकटी आली. हा समज कसा चुकीचा आहे हे लक्षात घेण्यासाठी यापैकी काही लेख, त्यांचं तथाकथित तज्ज्ञ संशोधकांनी केलेलं वाचन आणि या वाचनावरील त्यांचं भाष्य किंवा टीपा या सगळ्यांचा आढावा घेणं गरजेचं आहे.

देवानाम प्रियदर्शी याचे लेख

'देवानाम प्रियदर्शी' या नावाने लिहिलेले लेख कमीतकमी १६१ ठिकाणी सापडले असल्याचं वर दिलेल्या आकडेवारीवरून दिसत आहेच. (होले यांच्या म्हणण्यानुसार ते एकशे सत्तरहूनही अधिक आहेत.) त्यांपैकी काही लेख मोघम असल्यामुळे ते कुठल्या राजाचे हे समजत नाही. उरलेल्या लेखांमधून देवानाम प्रियदर्शी म्हणजे मौर्य राजा अशोक असल्याचं सिद्ध होत नाही. या उलट चंद्रगुप्त विक्रमादित्य या गुप्तवंशीय राजाने घेतलेलं ते संबोधन होतं असं दर्शवणारे लेख मात्र अनेक आहेत. त्यांपैकी काही पूर्ण तर

काही अंशत: माझ्या भाष्यासह खाली देत आहे.

1. The fourteen rocks edict ('Ashoka' by D.R.Bhandarkar)
"This Dhammalipi was caused to be engraved by King Priyadarsin, beloved of the Gods. No animal should here be immolated and offered as a sacrifice; nor should any samaja; be held:

"For king Priyadarsin, beloved of the Gods, sees much evil in a Samaja. There are, however, certain samajas which are considered excellent by Priyadarsin, the beloved of the Gods.

"Animals were every day slaughtered for curry. But now when Dhammalipi was written, only three animals were killed for curry, namely, two Peacocks and one Deer; but even that Deer not regularly. Even these three animals will not be afterwards killed.

"Everywhere in the dominions of King Priyadarsin, beloved of the Gods, as well as those of his frontier sovereigns, such as the Chodas, Pandyas, Satiyaputra, Keralaputra, as far as the Tamraparni, the yona (Greek) king called Amtiyaka (Antiochus) and also those who are the neighbours of Amtiyaka (Antiochus) everywhere has king Priyadarsin, beloved of the Gods, established medical treatment of two kinds, that wholesome of men and wholesome of animals...(etc.)"

भाष्य:

अ) या लेखाच्या तळटीपेमध्ये देवदत्त भांडारकरांनी असं म्हटलं आहे, की 'देवानाम्प्रियदर्शी हे संबोधन पाणिनी, पतंजली वगैरेंच्या काळापर्यंत बढाईखोर किंवा उपहासात्मक दृष्टिकोनातून वापरलं जात होतं. पण त्यानंतर मात्र त्या संबोधनाला वजन प्राप्त झालं.' पाणिनी आणि पतंजली यांचा काळ मौर्यांच्या नंतरचा व गुप्तांच्या आधीचा आहे हे लक्षात घेता मौर्य अशोक किंवा त्याचा नातू दशरथ सदर संबोधन स्वत:च्या मागे लावणं शक्य वाटत नाही. याउलट चंद्रगुप्त विक्रमादित्याच्या काळापर्यंत ते संबोधन चांगल्या अर्थी वापरलं जाऊ लागलं होतं. त्यामुळे त्याने किंवा त्याच्यानंतरच्या राजांनी ते स्वत:च्या मागे लावणं शक्य आहे.

'देवानाम्प्रियदर्शी संबोधन
पाणिनीपूर्व काळात उपहासात्मक'
- डॉ. देवदत्त भांडारकर

ब) ॲन्टिओकस हा 'Antiochus-I Soter' या नावानं ओळखला जातो. सेल्यूकस निकेटरचा हा मुलगा होता. (**जन्म** इ.स.पूर्व ३३०-**मृत्यू** इ.स.पूर्व २६१) याचा आणि लेखात उल्लेखिलेल्या ताम्रवर्णी किंवा यवन राज्यकर्त्यांचा काळ पुराणातील मौर्यवंशाच्या काळाशी जुळत नाही. तो गुप्त काळाशीच जुळतो.

क) चोल, पांड्य व सातवाहन यांचा उल्लेख या शिलालेखात आलेला आहे. या सर्वांचा काळ पुराणात सांगितलेल्या गुप्त काळाशी जुळतो. सातवाहन हे गुप्त काळाच्या आधी होऊन गेले असले तरी गुप्त काळातही त्यांची लहान सहान राज्यं चालू असावीत. मात्र यांपैकी कुणीही मौर्य काळात किंवा त्यापूर्वीच्या काळात होऊन गेले नव्हते. त्यामुळे देवानाम प्रियदर्शी हा मौर्यवंशीय राजा नसून गुप्तवंशीय राजा असणार हे उघड आहे.

2. Inscription of Brahmagiri ('Ashoka' by D. R. Bhandarkar)

'...The Beloved of Gods saith: 'It was more than two years and a half that I was a lay-worshipper but did not exert strenuously. It is one year, indeed more than one year that I have lived with the Samgha and have exerted myself; but during this period men who were unmixed, were caused to be mixed, with Gods throughout Jambudvipa....'

भाष्य:

ब्रह्मगिरीच्या या लेखात देवानामप्रिय म्हणतो, 'अडीच वर्षांहूनही अधिक काळ मी एक नवशिका साधक होतो आणि (चांगला साधक बनण्यासाठी) मी स्वत:वर फारसे परिश्रम घेतले नव्हते. पण आता एक वर्षाहून अधिक काळ संघात घालवून मी स्वत:वर भरपूर कष्ट घेतले आहेत.' हे वर्णन मौर्य अशोकाला लागू पडत नसून आधी कट्टर

वैष्णव असलेल्या आणि कालांतराने बौद्ध धर्माकडे वळलेल्या चंद्रगुप्त विक्रमादित्यालाच लागू पडू शकतं. अन्यथा त्याने स्वतःला 'नवशिका' म्हटलं नसतं. कारण मौर्य अशोक हा सिंहासनावर येण्याआधीपासून (किंवा बौद्ध वाङ्मयात सांगितल्याप्रमाणे सिंहासनावर आल्याआल्याच) बौद्ध धर्मीय बनलेला होता. कुठल्याही अर्थाने बौद्ध धर्मासाठी तो नवशिका नव्हता.[३]

3. Inscription of the Kaushumbi (Allahabad) pillar ('Ashoka' by D. R. Bhandarkar)

'By command of the Beloved of the Gods the Mahamatras should everywhere be addressed:

Whatever gift there be here of the Second Queen, be it a mango grove, an orchard, an almshouse, or aught else that may be reckoned as from that queen, - all that may be taken to be of the Second Queen, Karuvaki, mother of Tivara.'

भाष्य:

चंद्रगुप्त विक्रमादित्य ऊर्फ अशोकस् याची पट्टराणी म्हणजे ध्रुवदेवी. तिचे मुलगे कुमारगुप्त व गोविंदगुप्त. दुसरी राणी वर उल्लेखिलेली कारूवाकी. ही समुद्रगुप्ताने संबंध जोडलेल्या वाकाटक राजघराण्यातील राजकन्या. हिच्या नावातील 'वाकी' हे त्याचंच निदर्शक आहे. हिचा मुलगा म्हणजे तिवर. हिच्याशी मौर्य घराण्यातील कुणाशी संबंध येणं शक्यच नव्हतं. कारण वाकाटक घराणं तेव्हा अस्तित्वातच नव्हतं. पुढे याच चंद्रगुप्त विक्रमादित्याने आपली मुलगी प्रभावतीगुप्त ही वाकाटक घराण्यात दिली. (काही अभ्यासक कारूवाकी आणि तिवर यांचा संबंध मौर्य अशोकाशी जोडत असताना दिसतात तो केवळ नाईलाज झाल्यामुळे असावा!)

4. Inscription of Nigali (Nigliva) near Lumbini ('Ashoka' by D. R. Bhandarkar)

'King Priyadarsin, Beloved of the God, when he had been consecrated fourteen years, enlarged for the second time the stupa of Buddha Konaakamana. And when he had been consecrated (twenty) years, he came in person, did worship, and had (a stone pillar) erected.'

भाष्य:

या लेखावरून मौर्य अशोकाने बांधलेल्या स्तूपाचं पुढील काळात होऊन गेलेल्या राजा प्रियदर्शी—म्हणजेच चंद्रगुप्त विक्रमादित्य—याने नूतनीकरण केलं असा निष्कर्ष काढता येतो.

5. Inscription of Maski ('Asoka' by R. K. Mookerji)

'Of exertion, indeed, is this the result! But this cannot be attained by the great alone for the small, too, can attain to a wide heaven of bliss by sustained exertion.

For this purpose has this message been proclaimed that (the small) along with the great may exert themselves in this manner and that even my front-agers, may know (it), and that this exertion may be of long duration. Nay, it shall increase, shall immensely increase, it shall increase by at least one and a half times. And this message has been caused to be proclaimed 256 times by the king on tour.'

भाष्य:

'200 50 6 satavivasata' हा उल्लेख सिरियन शक २५६चा (म्हणजे चंद्रगुप्त विक्रमादित्य ज्या वर्षी राजा झाला त्या गुप्तसंवत ९३चा) आहे. पण मुखर्जी तो लक्षात घेत नाहीत. Vyusta हा शब्द कौटिल्याने 'वर्ष' याच अर्थानं वापरल्याचं तळटीपेत ते मान्य करतात. पण अर्थ लावताना 'दौऱ्यावर बाहेर पडल्यापासून २५६ दिवसांनी मी हे जाहीर करत आहे' असा व्हिन्सेन्ट स्मिथ प्रभृती इंग्रज इतिहासकारांप्रमाणे ओढून ताणून चुकीचा लावतात याला काय म्हणावं! हा अर्थ कसा चुकीचा लावला गेला आहे हे खाली दिलेल्या तक्त्यावरून लक्षात येईल:-

युगाब्ध	सिरियन संवत	गुप्त संवत	ख्रिस्त संवत
२८०० =	२५६ =	९३ =	(-)३०२

मागील प्रकरणांमध्ये एकदोनदा सिरियन शकाचा उल्लेख आलेला आहे. इथे त्याविषयी अधिक माहिती देणं योग्य होईल. 'सिरियन संवत' आणि 'असिरियन संवत' यात

फरक आहे. सिरियन संवत पर्शियाचा महान राजा सायरस (दुसरा) सिंहासनावर आला तेव्हापासून म्हणजे इ.स.पूर्व ५५७व्या वर्षापासून सुरू झाला. पुढे शतकानु शतकं तो आशिया, मेसापोटेमिया, युरोप वगैरे खंडांमधील बहुतेक प्रदेशात वापरला जात होता. भारतातही युगाब्ध वगळता हाच शक वापरला जायचा. मुस्लिम आक्रमणानंतर 'हिजरी सन' आल्यामुळे तसंच 'ख्रिस्ती सना'चाही प्रसार झाल्यामुळे ८व्या शतकापासून त्याचा वापर कमी होत गेला. आज मूठभर पारशी लोकांशिवाय त्याची कुणालाही आठवण नाही. इ.स. २०१५ या वर्षाला पारशी लोक 'नवराज २५७४' असं संबोधतात. (२०१५+५५९) अधिकृत रीत्या सायरस इ.स.पूर्व ५५९ मध्ये गादीवर बसला असं आज मानलं जातं. त्यामुळे आपल्या कालगणनेत एक-दोन वर्षांचाच फरक पडू शकेल. पण वरील २५६चा उलगडा होण्याच्या दृष्टीनं त्यात अडचण येत नाही.

6. Inscription of Dhauli ('Asoka' by R. K. Mookerji)

'...But from Ujjayini, too the prince (governor) will, for the self-same purpose depute a similar body of officers and will not allow (more than) three years to elapse...'

भाष्य:

या भाषांतराच्या तळटीपेत मुखर्जी यांनी मूळ लेखातली ओळ 'उजेनीते पी चू कुमारे' अशी दिली असून 'कुमार'चं भाषांतर 'प्रिन्स' असं केलं आहे ते अर्थातच चुकीचं आहे. चंद्रगुप्त विक्रमादित्याचा मोठा मुलगा कुमार हाच त्याच्यानंतर सिंहासनावर बसला हे लक्षात घेता हा उल्लेख कुमारगुप्ताचा असावा हाच निष्कर्ष अधिक योग्य होता. पण त्याऐवजी मुखर्जींनी 'आर्यपुत्र' किंवा 'कुमार' या अनेक शिलालेखांमध्ये आढळणाऱ्या शब्दांचा अर्थ 'युवराज' असा केला असून जागोजागी हे युवराज 'राज्यपाल' म्हणून नेमले जात असावेत असा अंदाज व्यक्त केला आहे. पण प्रस्तुतचे लेख मौर्य अशोकाचे नसून चंद्रगुप्त विक्रमादित्याचे असू शकतात ही बाब त्यांनी लक्षात घेतली असती तर 'कुमार' या उल्लेखामागचा अन्वयार्थ त्यांना उमगला असता.

7. Inscription of Panguraria (Translation by D. C. Sircar)

'The king name Priyadarsin (speaks) to Kumara Samba from his march (of pilgrimage) to the Upunitha-vihara (or Opunitha-vihara) in Mansema-desa. (This) declaration (was issued by me when I was) on tour (of pilgrimage and had stayed away from the capital for) 256 (nights).'

भाष्य:

अ) या लेखात पुन्हा एकदा 'कुमार' हे नाव आलं आहे. कुमारगुप्ताचं संपूर्ण नाव कदाचित 'कुमार सांब' असावं असं 'सांब' या उल्लेखावरून वाटतं.

ब) या लेखातील २५६ या आकड्याचा अर्थ आदरणीय डी. सी. सरकार यांनी 'यात्रेत घालवलेल्या २५६व्या रात्री' असा लावल्याचं पाहून 'सरकार तुम्हीसुद्धा?' असं म्हणावंसं वाटतं. कारण २५६ हा उल्लेख असलेले शिलालेख मास्की, पंगुरारिया, कळशी, रूपनाथ इत्यादी अनेक ठिकाणी मिळालेले आहेत आणि ही ठिकाणं एकमेकां-पासून बऱ्याच अंतरावर आहेत. एका दिवसात किंवा एका रात्रीत या ठिकाणांना भेट देऊन अशोकाने रातोरात शिलालेख कोरविले असं सरकार (किंवा मुखर्जी वगैरे अन्य संशोधक) यांना म्हणायचं आहे काय, असा प्रश्न पडतो. या बाबतीत मास्की आणि पंगुरारिया या शिलालेखांचंच उदाहरण घेऊ. मास्की हे कर्नाटकातील रायचूर जिल्ह्यातील एक गाव आहे तर पंगुरारिया हे मध्यप्रदेशातील भोपाळजवळील सेहोर जिल्ह्यातील एक ठिकाण आहे. ज्याला किमान भूगोलाचं ज्ञान असेल त्याला २५६ या आकड्यांचं चुकीचं वाचन झाल्याचं या उदाहरणावरून लक्षात येईल. अन्य काही संशोधकांच्या मते बुद्धाच्या निर्वाणाला २५६ वर्षे झाली असावीत व त्या काळात हे लेख कोरले असावेत. आणखी काहींचा अंदाज तो एक 'शुभ आकडा' असावा असा आहे; तर काहींच्या तर्काप्रमाणे २५६ प्रचारक अशोकानं पाठवल्याचा हा उल्लेख असावा. या तर्कांना नि अंदाजांना कसलाच आधार नसल्यामुळे त्यांच्यावर विश्वास ठेवता येत नाही.

अशोकचक्र आणि राष्ट्रचिन्ह

भारताच्या राष्ट्रध्वजावर असलेलं अशोकचक्र आणि भारताचं मानचिन्ह असलेली सिंहमुद्रा ही मौर्य अशोकाची नसून चंद्रगुप्त विक्रमादित्य ऊर्फ अशोकस् या गुप्त सम्राटाची आहेत हेही 'देवानामप्रिय राजा प्रियदर्शी' या संबोधनाने चालू झालेल्या खालील लेखांवरून स्पष्ट होतं. कारण या दोन्ही गोष्टी मुख्यत: सारनाथ स्तंभावर आढळून आलेल्या आहेत.

8. Inscription of the Sarnath pillar

'Thus orders King Priyadarsin, beloved of the Gods.... Pataliputra... the samgha may not be divided by any one. But whosoever breaks the Samgha, be it Monk or Nun, shall be clad in white raiment, and compelled to live in what is not a residence (of the clergy). Thus should this order be announced to the congregation of the monks and the congregation of the nuns.

Thus saith Beloved of the Gods : One such document has been put up in the place of assembly to the laity. And the laity should come every fast day and assure themselves of that same order.

And certainly on all fast days as each Mahamatra comes in his turn (to the Head-quarters) for the fast day, he should assure himself of that same order and understand it. And so far as your jurisdiction goes, you must set out on tour with this word (of command). So too in all forfeited towns and (the) district sub-divisions, you must cause others to go out on tour with this word (of command).'

Note: 1. The robes of the Buddhist monks are yellow colored and when he is given white robes, it means that he is unfrocked. 2. The king is, of course, addressing himself to the Mahamatras and not to the Bhikshus as supposed by some.

सांची आणि लुंबिनी येथील लेखही देवानामप्रिय राजा प्रियदर्शी याचे असल्यामुळे मौर्य अशोकाशी त्यांचा संबंध लावता येणार नाही. हे लेख खालीलप्रमाणे:-

9. Inscription of the Sanchi pillar

"A path has been made whether for the Monks or for the Nuns. May my sons and grandsons continue as long as the sun and the moon endure so that whosoever breaks the Samgha, be it monk or nun, shall be clad in white raiment and compelled to live in what is not a

अशोक स्तंभ: मौर्य अशोकाशी याचा संबंध नाही.

residence (of the clergy). For my desire is - what is it? - that the Samgha, remaining on the path, may be of long duration."

10. Inscription of Rupandehi (Paderia)

King Priyadarsin, Beloved of the Gods, when he had been consecrated twenty years, came in the [erson and did worship. Because here the Sakya Sage, Buddha, was born, he casued a huge stone wall to be made and a stone pillar to be erected. Because here the blessed one was born, the village of Lumbini was freed from religious cesses and made to contribute one-eight share (only, as land revenue.)

प्रा. विल्हेम गैगर

'पियदसी'चा खटकणारा उल्लेख

'महावंश' हा श्रीलंकेतील प्राचीन बौद्ध ग्रंथ असून प्रा. विल्हेम गैगर (१८५६-१९४३) या जर्मन इतिहासकाराने तो इंग्रजीत अनुवादित केला आहे. प्रा. गैगर या ग्रंथाच्या प्रस्तावनेत म्हणतात, 'इ.स.च्या ४थ्या शतकात 'दीपवंश' हा ग्रंथ रचला गेला. त्यापूर्वी 'अट्ठकथा' म्हणून सिंहली भाषेतील एक प्राचीन ग्रंथ तेवढा अस्तित्वात होता. त्यानंतर इ.स.च्या ६व्या शतकात विस्कळित दीपवंशाला निटनेटकं स्वरूप देऊन 'महावंश' हा ग्रंथ मुद्दाम रचण्यात आला.'

यावरून दीपवंशाला न लाभलेली प्रतिष्ठा महावंशाला का लाभली हे लक्षात येतं. मात्र मौर्य अशोकाची माहिती मिळण्याच्या दृष्टीनं हे दोन्ही ग्रंथ उपयुक्त आहेत. दीपवंशात अशोकाला उद्देशून 'प्रियदर्शी' या नावानं संबोधल्याचा उल्लेख गैगर यांच्या प्रस्तावनेत आलाय. मात्र हा उल्लेख संशयास्पद वाटतो. दीपवंश ६.१ मध्ये असं नमूद केलं आहे:-

'द्वे सतानि का वस्सानि अठ्ठरासा वस्सानि का ।
संबुद्धे परिणिबुत्ते अभिसित्तो पियदसानो ॥'

(अर्थ: 'बुद्धाच्या निर्वाणानंतर दोनशे अठरा वर्षांनी पियदसीचा राज्याभिषेक झाला.')

याच प्रसंगाला अनुलक्षून महावंश ५.२१ मध्ये म्हटलंय, 'त्याच्या (अशोकाच्या?) राज्याभिषेकामध्ये आणि विजयी बुद्धाच्या निर्वाणामध्ये दोनशे अठरा वर्षांचे अंतर होते.'

याबाबतीत विचारता येण्याजोगे प्रश्न असे:-

१. श्रीलंकेचा राजा 'देवानामपियतिस्स' हा अशोकाचा समकालीन होता आणि

दोघांच्या राज्याभिषेकाच्या काळातही फार फरक नव्हता. शिवाय बुद्धाच्या निर्वाणाचा काळही काही ठिकाणी वेगवेगळा दिला आहे. (पहा: दस्तुरखुद्द गैगर यांचीच प्रस्तावना.) या पार्श्वभूमीवर दीपवंशातल्या वरील श्लोकात उल्लेखिलेला 'पियदसी' म्हणजे 'देवानाम-पियतिस्स' कशावरून नाही?

२. प्रो. गैगर यांनी १९०८ साली कोलंबोमध्ये इंग्रजीत एक पुस्तक प्रसिद्ध करून 'दीपवंश' आणि 'महावंश' यांच्यावर पहिल्यांदा प्रकाश टाकला. त्यानंतर १९१२ साली त्यांनी वर सांगितल्याप्रमाणे महावंशाचा सविस्तर इंग्रजी अनुवाद लंडन येथे प्रसिद्ध केला. दीपवंशातील वरील श्लोकात जर मौर्य अशोकाला उद्देशून 'प्रियदर्शी' हे संबोधन स्पष्टपणे लावलेलं होतं, तर ही गोष्ट लक्षात येण्यासाठी व्हिन्सेंट स्मिथ प्रभृती इंग्रज इतिहासकारांना मास्की शिलालेखाचं वाचन होईपर्यंत का थांबावं लागलं? १९१५ साली जी गोष्ट लक्षात आली ती १९०८ किंवा १९१२ सालीच लक्षात का आली नाही?

३. महावंशात मौर्य अशोकाला कधी 'धम्माशोक' तर कधी नुसतं 'अशोक' म्हटलं आहे. 'पियदसी' असं चुकूनही म्हटलेलं नाही. दीपवंशामध्ये 'पियदसी' असा उल्लेख असताना त्यावरूनच बेतलेल्या 'महावंश'मध्ये तसा उल्लेख अजिबातच का नसावा?

अशोक वगैरे राजांचा काळ कळण्याच्या दृष्टीने महावंश हा ग्रंथ किंवा त्याची प्रस्तावनासुद्धा सर्वस्वी अवलंबून राहता येण्यासारखी नाही. कारण महावंशातील कालक्रम भारतीय पुराणांमधील कालक्रमाशी ताडून बघता अनेक ठिकाणी मोठा फरक दिसून येतो. उदाहरणार्थ, महावंशाच्या प्रस्तावनेत प्रा. गैगर यांनी श्रीलंकेतील पहिला भारतीय राजा 'विजय' व त्याचे उत्तराधिकारी आणि भारतातील समकालीन राजे यांचा तक्ता दिला आहे तो असा:-

श्रीलंकेतील राजा	कितवे वर्ष	समकालीन भारतीय राजा	कितवे वर्ष
विजय	१	अजातशत्रू	८
विजय	१६	अजातशत्रू	२४
विजय	३७	उदयभद्र	१४
पंडुवासुदेव	१	उदयभद्र	१६
पंडुवासुदेव	२०	नागदशक	१०
अभय	१	नागदशक	२१
इंतेरेगनुम्	११	कालाशोक	१०
पंडुकाभय	५८	चंद्रगुप्त	२
मुठशिवा	१	चंद्रगुप्त	१४
मुठशिवा	४८	अशोक	६

यातील काही नावं आणि राज्यकाळ भारतीय पुराणांप्रमाणे जुळत नाही. भारतीय पुराणात ज्याला 'उदयाश्व' म्हटलं आहे त्याला इथे 'उदयभद्र' म्हटलंय हे एकवेळ समजू शकतं, परंतु त्यानंतरच्या राजांची नावे पुराणात अर्भक, नंदीवर्धन आणि महानंदी अशी दिली आहेत. वरीलप्रमाणे नागदशक व कालाशोक अशी दिलेली नाहीत. भारतीय पुराणांप्रमाणे अजातशत्रूने २७ वर्षे, उदयाश्वाने ३३, अर्भकाने २५, आणि नंदीवर्धन व महानंदी यांनी प्रत्येकी ४२ वर्षे राज्य केलं. त्यानंतर नंदवंशाने १०० वर्षे राज्य केलं आणि मग चंद्रगुप्त झाला.

वरील यादीनुसार चंद्रगुप्त गादीवर येईपर्यंत १०३ वर्षे होतात. प्रत्यक्षात भारतीय पुराणांनुसार ती २६९ वर्षे असायला हवीत. शिवाय वरील यादीत चंद्रगुप्तानंतर एकदम अशोक दाखवलाय. मधल्या बिंदुसाराचा उल्लेखच केलेला नाही. तात्पर्य, दिपवंश आणि महावंश यातील सर्वच गोष्टी विश्वसनीय असतील असं दिसत नाही. किंवा युरोपीय इतिहासकारांनी अनुवाद करताना काहीतरी गफलत केलेली आहे.

खटकणारे अनुल्लेख

१. वा. गो. आपटे यांच्या 'सम्राट अशोक' ग्रंथात अशोकाविषयीच्या भारतीय, सिंहली, तिबेटी, ब्रह्मदेशीय, काश्मिरी आणि नेपाळी वाङ्मयाचा सारांश दिलेला आहे.[४] पूर्वायुष्यात अशोक क्रूर होता व स्वत:च्या भावांना मारूनच तो गादीवर आला, असं या सर्व कथा आणि चरित्रांमध्ये म्हटलं आहे. पण शिलालेखांमध्ये आढळलेल्या कलिंगयुद्धाचा किंवा 'देवानाम प्रियदर्शी' या संबोधनाचा उल्लेख यांपैकी एकाही ग्रंथात नाही.

२. 'महावंश' या प्राचीन सिंहली बौद्धग्रंथात मौर्य अशोकाचं बरंच माहात्म्य सांगितलेलं आहे. त्याचा मुलगा महेंद्र आणि मुलगी संघमित्रा यांच्या कार्याचा त्यात गौरवपूर्ण उल्लेख आहे. मात्र देवानाम प्रियदर्शी याच्या एकाही शिलालेखात या मुलांच्या नावाचा उल्लेख नाही.

३. अशोकाच्या राज्याभिषेकानंतर १७व्या वर्षी एक फार महत्त्वाची घटना घडली त्याचाही 'महावंश' ग्रंथात विस्ताराने उल्लेख आहे. ही घटना म्हणजे अशोकाच्या पुढाकाराने पाटलिपुत्र येथे भरलेली अखिल बौद्ध धर्मीय पंडितांची तिसरी धर्म परिषद. या सभेसाठी १००० पेक्षा जास्त बौद्धभिक्कू जगभरातून आले असून हे अधिवेशन तब्बल ९ महिने चालू होतं. अशोकाच्या दृष्टीने इतक्या महत्त्वाच्या घटनेचा उल्लेख आजपर्यंत सापडलेल्या देवानाम प्रियदर्शीच्या एकाही लेखात नाही. याचं कारण उघड आहे. अशोकाचे म्हणून समजले जाणारे व 'देवानाम प्रियदर्शी' अशी सुरुवात असणारे हे लेख अशोकानंतर ९८३ वर्षांनी मगधाच्या गादीवर आलेला चंद्रगुप्त विक्रमादित्य

व्हिन्सेंट स्मिथ: अशोकाचा काळ
मागे नेण्यापेक्षा 'महावंश'च
अविश्वसनीय ठरवला!

ऊर्फ अशोकस् याचे होते. मौर्य अशोकाचा त्याच्याशी संबंध नाही. जोपर्यंत या धर्म-परिषदेचा उल्लेख असलेले देवानाम प्रियदर्शी राजाचे लेख मिळत नाहीत तोपर्यंत ते लेख मौर्य अशोकाचे मानता येणार नाहीत.

पण गंमत म्हणजे व्हिन्सेन्ट स्मिथ प्रभृती युरोपियन इतिहासकार यावरून असा निष्कर्ष काढतात, की ज्याअर्थी शिलालेखांमध्ये उल्लेख मिळत नाही, त्याअर्थी सदर धर्मपरिषद अशोकाच्या वेळी झालीच नसावी. म्हणजे अशोकाचा काळ हजार वर्षांनी मागे नेण्यापेक्षा त्यांनी या धर्मपरिषदेच्या आयोजनातला अशोकाचा पुढाकारच अमान्य करणं पत्करलं आणि वर उल्लेखिलेल्या 'महावंश' या बौद्ध ग्रंथाची वासलात 'अविश्वसनीय' म्हणून लावून टाकली![५]

४. दाक्षिणात्य बौद्ध परंपरेप्रमाणे पुरातन काळी त्यांच्या तीन धर्मपरिषदा भरल्या होत्या:-

पहिली, बुद्धाच्या निर्वाणानंतर लगेचच.

दुसरी,शंभर एक वर्षं उलटल्यानंतर कालाशोकाच्या काळात.

तिसरी, वर उल्लेखिल्याप्रमाणे बुद्ध निर्वाणानंतर २३६ वर्षांनी धर्माशोकाच्या (सम्राट अशोकाच्या) कारकीर्दीत. फा हि यान्, हुएन त्संग वगैरे चिनी प्रवाशांच्या वृत्तांतात पहिल्या व दुसऱ्या धर्म परिषदेचा धावता उल्लेख आहे; पण तिसऱ्या परिषदेचा चुकूनही उल्लेख नाही. याचं कारण म्हणजे या परिषदा भरवल्यानंतर तब्बल बाराशे ते चौदाशे वर्षांनी ते भारतात आले होते. त्यामुळे परिषदांचा उल्लेख त्यांच्या लेखनात अजिबात आला नसता तरी चालला असता. पण कुठल्या ना कुठल्या कारणानं पहिल्या दोन परिषदांचा उल्लेख आला आणि तिसरीचा आला नाही. यावरून सर्वच परिषदा फार प्राचीन काळी भरल्या होत्या असं स्पष्ट दिसतं. तिसऱ्या परिषदेविषयी बोलायचं तर ती परिषद भरल्यानंतरच्या शे-दीडशे वर्षांच्या काळात जरी ते भारतात आले असते तरी त्यांच्या लेखनात त्या परिषदेविषयी काही ना काही उल्लेख येऊ शकला असता. पण तो आला नाही याचा अर्थ

ती परिषद सुद्धा फार पुरातन काळी होऊन गेली होती हे उघड आहे.

देवानामप्रिय, देवगुप्त आणि देवराजा

गुप्त आणि वाकाटक हे समकालीन होते. वाकाटक कुलोत्पन्न 'कारूवाकी' ही चंद्रगुप्त विक्रमादित्याची पत्नी असल्याचं आपण वर पाहिलंच आहे. जणुकाही हे संबंध अधिक बळकट करण्यासाठी चंद्रगुप्त विक्रमादित्याने आपली मुलगी प्रभावतीगुप्त ही वाकाटक नृपती पृथिवीषेण याचा मुलगा द्वितीय रुद्रसेन याला दिली होती.[६] प्रभावतीगुप्त हिचे मुलगे दिवाकरसेन आणि द्वितीय प्रवरसेन हेही पुढे राजे बनले. प्रभावतीगुप्त हिला आपल्या माहेरच्या गुप्त घराण्याचा फार अभिमान असावा. कारण तिच्या प्रत्येक ताम्रपटात तिने माहेरची वंशावळ दिली आहे आणि स्वत: 'समुद्रगुप्ताची नात' आणि 'चंद्रगुप्ताची मुलगी' असल्याचा उल्लेख त्यात केला आहे.

उदा. पुणे ताम्रपटात, 'श्रीघटोत्कचस्तस्य सत्पुत्रौ महाराजश्रीचंद्रगुप्तस्य सत्पुत्रौ... महाराजाधिराजश्रीसमुद्रगुप्तस्तस्य सत्पुत्रौ... महाराजाधिराजश्रीचंद्रगुप्तस्तस्य दुहिता धारणसगोत्रा नागकुलसम्भूतायां श्रीमहादेव्यां कुबेरनागायामुत्पन्नो...' अशी वंशावळ तिने कोरविली आहे. त्यावरून चंद्रगुप्त विक्रमादित्य याने नागवंशीय 'कुबेरनागा' या स्त्रीशी विवाह केला होता आणि प्रभावतीगुप्त ही तिचीच मुलगी होती हेही स्पष्ट होतं.

प्रभावतीगुप्त हिचा मुलगा द्वितीय प्रवरसेन याच्या एकूणएक ताम्रपटांमध्ये आपल्या आजोबांचा उल्लेख त्याने 'देवगुप्त' असा केला आहे.[७]

उदा. जांब ताम्रपटातील १४व्या ओळीत, 'महाराजश्रीरुद्रसेनस्य सुनो: महाराजाधिराजश्रीदेवगुप्तसुतायां प्रभावतीगुप्तायामुत्पन्नस्य...' म्हणजे 'प्रभावतीगुप्त ही देवगुप्त याची कन्या' या अर्थाने चंद्रगुप्त विक्रमादित्याचा उल्लेख येतो. (यावरून असंही लक्षात येतं, की स्वत:च्या वडिलांना केवळ 'महाराज' ही पदवी लावत असताना प्रवरसेनाने चंद्रगुप्त विक्रमादित्याच्या नावामागे 'महाराजाधिराज' ही उपाधी लावली आहे. यावरून वाकाटक आणि गुप्त यांच्या दर्जामधला फरकही लक्षात येतो.) वाकाटक नृपतींच्या अन्य काही लेखातही 'प्रभावती गुप्त ही देवराजाची मुलगी' असा उल्लेख आहे. या सर्व ताम्रपटांतला 'देव' हा शब्द महत्त्वाचा आहे हे सांगायला नकोच!

चंद्रगुप्त विक्रमादित्याच्या बाबतीत 'देव' हा शब्द उघडपणे वापरला असल्याचं आणखी एक उदाहरण म्हणजे मध्यप्रदेशात भोपाळजवळ असलेल्या सांची येथील मुख्य स्तुपाच्या कठड्यावरील शिलालेख. गुप्त संवत ९३ या वर्षी भाद्रपदी चतुर्थीला तो कोरला असल्याचं त्या लेखाच्या शेवटी म्हटलं आहे. या लेखात 'चंद्रगुप्त दुसरा म्हणजे देवराजा' असं स्पष्टपणे म्हटलं आहे.

यावरून हे स्पष्ट होतं की चंद्रगुप्त विक्रमादित्य हा 'देवगुप्त' आणि 'देवराजा' या

नावांनीसुद्धा ओळखला जात होता. यातील 'देव' हे 'देवानामप्रिय' किंवा 'देवानाम प्रियदर्शी' या त्याने स्वत:ला घेतलेल्या उपाध्यांचं लघुरूप असण्याची शक्यता नाकारता येत नाही. या उलट अशोक मौर्याने 'देव' ही उपाधी आपल्या नावामागे लावलेली आजपर्यंत एकदाही नि:संदिग्धपणे आढळून आलेली नाही.

कार्ल्याच्या लेण्यातील शिलालेख

प्रा. होले यांनी मला दिलेल्या टिपणांप्रमाणे लोणावळ्याजवळील कार्ले येथील लेण्यामध्ये 'अशोकस्' राजाच्या 'धामादेवी' नामक नातीने दान दिल्याविषयीचा लेख आहे. १३ क्रमांकाच्या स्तंभावर हा लेख कोरलेला आहे. हा लेख मौर्य काळातील नसून गुप्त काळातील आहे असं प्रा. होले म्हणतात. याचं कारण म्हणजे कट्टचुरिय वंशातील व्याघ्रसेन, मध्यमसेन आणि विक्रमसेन हे राजे गुप्त राजांच्या समकालीन होते आणि त्यापैकी विक्रमसेन याचा या लेखात असलेला उल्लेख. यापैकी व्याघ्रसेन हा साधारणपणे समुद्रगुप्ताच्याच काळात होऊन गेला. त्यामुळे विक्रमसेन हा चंद्रगुप्त विक्रमा-दित्याच्या नातीच्या (किंवा थोडाफार आधीच्या) पिढीतला असू शकतो या गृहिताच्या आधारे धामादेवी ही चंद्रगुप्त विक्रमादित्याची नात होती आणि त्याचंच नाव 'अशोकस्' होतं हा निष्कर्ष प्रा. होले यांनी काढला आहे.

तात्पर्य:

१. 'देवानामप्रिय' किंवा 'राजा प्रियदर्शी' या नावाने लिहिलेले कोरीव लेख मौर्य अशोकाचे नाहीत.

२. हे लेख गुप्तसम्राट चंद्रगुप्त विक्रमादित्य याचे असून 'देवानाम प्रियदर्शी' हे त्याचंच नाव होतं.

३. अशोकस्तंभ, अशोकचक्र, सिंहमुद्रा वगैरे ज्या ज्या गोष्टी आज मौर्य अशोकाच्या नावे ओळखल्या जात आहेत त्यांच्याशी मौर्य अशोकाचा संबंध नसल्यामुळे यापुढे त्या गुप्त घराण्यातील चंद्रगुप्त विक्रमादित्य ऊर्फ अशोकस् याच्या नावाने ओळखल्या जायला हव्यात हेच इष्ट आहे.

■

संदर्भ टीपा

1. Page 447 to 450, the Online journal of the International Association of Sanskrit studies, Volume 23-24, 'On the Meaning of the Names Asoka Priyadasi' by Yaroslav V. Vassilkov.

2. Page 448, Yaroslav V. Vassilkov, As above.

3. Chapter 11, The Mahavansa, Translated by Wilhelm Geiger, Oxford University Press, 1912. (प्रकरण ७ मधे शेवटी ८ क्रमांकाची टीप पहा.)

४. 'सम्राट अशोक', वा. गो. आपटे, वरदा प्रकाशन, पुणे, २००२.

5. 'Asoka' by Vincent Smith, Oxford at the Clarendon Press, 1909

६. 'वाकाटक नृपति आणि त्यांचा काल', वा. वि. मिराशी, नागपूर विश्वविद्यालय, १९५७.

७. मिराशी, वरीलप्रमाणे.

११. गुप्त ते हर्षवर्धन आणि पुढे

गुप्त साम्राज्याचा काळ नक्की केल्यावर त्यानंतरच्या ४०० वर्षांत काय घडलं तेही पुन्हा एकदा तपासून बघणं आवश्यक आहे. कारण गुप्तांचा काळ बदलल्यानंतर त्यांच्या समकालीन राजांचा काळ बदलणं हेही ओघाने आलंच. त्याचप्रमाणे पुढल्या राजवंशांचा काळही इंग्रज इतिहासकारांनी अधिक पुढे ओढलेला असू शकतो; नव्हे तो त्यांनी ओढलाच आहे. उदा. सम्राट हर्षवर्धन याचा काळ त्यांनी तब्बल ६०० वर्षं पुढे ओढलाय. त्याचा विचार आपण पुढे करणारच आहोत. मात्र गुप्तांना समकालीन असणारी महत्त्वाची राजवट म्हणजे वाकाटकांची. तेव्हा त्यांचा काळ प्रथम निश्चित करू.

वाकाटाक आणि कालिदास यांचा काळ

वाकाटक हे गुप्त राजांच्या समकालीन तर होतेच पण महाराष्ट्राच्या दृष्टीनेही वाकाटकांची राजवट महत्त्वाची होती. तेव्हा त्यांचा काळ ठरवणं आवश्यक आहे. १९१४ सालापूर्वी वाकाटकांविषयी कुठलीच माहिती मिळालेली नव्हती. १९१४ च्या दरम्यान मिळालेल्या शिलालेखांवरून आणि ताम्रपटांवरून व्हिन्सेंट स्मिथ, कृष्णस्वामी अय्यंगार प्रभृतींनी वाकाटकांविषयीची माहिती छापून प्रथम प्रसिद्ध केली. महामहोपाध्याय मिराशी यांची त्यांच्यावर 'वाकाटक नृपति' हा एक उत्तम सविस्तर ग्रंथ लिहिला आहे. मात्र तो लिहित असताना इंग्रज इतिहासकारांनी ठरवलेला काळच गृहित धरणे ही नेहमीची त्रुटी त्यात आहेच.[१]

वाकाटकांनी ३०० वर्षं विदर्भावर राज्य केलं. या काळात त्यांनी आपली सत्ता

वा. वि. मिराशी: कालिदास चंद्रगुप्त विक्रमादित्याच्या पदरी असल्याचे दाखवून दिले

नर्मदेपासून तुंगभद्रेपर्यंत आणि अरबी समुद्रापासून बंगालच्या उपसागरापर्यंत पसरवली. मिराशींच्य म्हणण्यानुसार ते ब्राह्मण होते. चंद्रगुप्त विक्रमादित्याने शक क्षत्रपांवर केलेल्या स्वारीच्या निमित्ताने वाकाटकांशी युती केली आणि क्षत्रपांचा पराभव केला. हे संबंध दृढ होण्यासाठी गुप्त आणि वाकाटक यांच्यात रोटीबेटी व्यवहार झाले हे पूर्वी आलंच आहे. याचाच एक भाग म्हणून चंद्रगुप्त विक्रमादित्याने आपली मुलगी प्रभावतीगुप्त ही वाकाटक नृपति पृथिवीषेण याचा मुलगा द्वितीय रूद्रसेन याला दिली. पृथिवीषेण गादीवर आला त्यावेळी वाकाटकांच्या राज्याला १०० वर्षं पूर्ण झाली होती. यावरून वाकाटक राज्यस्थापनेचा काळ काढता येईल. पृथिवीषेण हा वाकाटक वंशाचा स्थापक विन्ध्यशक्ती याचा पणतु होता.[२] चंद्रगुप्त विक्रमादित्य इ.स.पूर्व ३०२ मध्ये गादीवर आला. त्यापूर्वी ४ वर्षं त्याचा थोरला भाऊ रामगुप्त आणि त्याआधी वडील समुद्रगुप्त यांची ३५वर्षांची कारकीर्द झाली होती. चंद्रगुप्त विक्रमादित्याने एकूण ३५ वर्षं राज्य केलं. मृत्यूसमयी तो ७० वर्षांचा असावा असं गृहित धरलं तर ३५ व्या वर्षी तो गादीवर आला असं म्हणता येईल. त्यानंतर अंदाजे १० वर्षांनी त्याने आपली कन्या पृथिवीषोणाच्या पुत्राला दिली असं मानलं तर हा काळ इ.स.पूर्व २९२ येतो. त्यापूर्वी शंभरएक वर्षं वाकाटकांची कारकीर्द सुरू होती. यावरून इ.स.पूर्व ४०० हा काळ वाकाटकांच्या राज्यस्थापनेचा म्हणून समजायला हरकत नाही. म्हणजे पृथिवीषेण इ.स.पूर्व ३०० व्या वर्षी गादीवर आला आणि २० वर्षं राज्य करून इ.स.पूर्व २८० मध्ये वारला.

पृथिवीषेणाच्या मृत्यूनंतर त्याचा मुलगा आणि चंद्रगुप्त विक्रमादित्याचा जावई द्वितीय रूद्रसेन हा केवळ ५ वर्षं राज्य करून मरण पावला. पती तरूण वयात मरण पावल्यामुळे मुलांच्या तर्फे प्रभावतीगुप्त हीच कारभार बघत होती. तेव्हा चंद्रगुप्त विक्रमादित्याने आपल्या मुलीच्या मदतीसाठी कालिदासाला विदर्भात पाठवलं असं मिराशी यांनी आपल्या ग्रंथात दाखवून दिलं आहे.कालिदास काही काळ रामटेक इथे होता आणि तिथेच त्याने 'मेघदूत' लिहिलं असं मिराशी म्हणतात. मेघदूतातील 'शापित यक्ष' रामगिरीजवळच्या आश्रमात रहात होता असं मेघदूतात नमूद केलं आहे. रामगिरी म्हणजेच सध्याचं रामटेक. वाकाटकांची राजधानी नंदिवर्धन हिच्यापासून रामटेक थोड्याच अंतरावर आहे. प्रभावतीगुप्त हिचा मुलगा द्वितीय प्रवरसेन हा स्वत: कवी होता. त्याने अनेक प्राकृत गाथा रचून त्या 'गाथासप्तशती'त घातल्या. प्रभु रामचंद्रांच्या

चरित्रावर त्याने 'सेतुबंध' नावाचं काव्य लिहिलं आहे, त्यात त्याला कालिदासाची मदत झाली असावी असं मिराशी म्हणतात. या सर्व विवेचनात तथ्य असेल तर कालिदासाचा विदर्भागमनाचा काळ इ.स.पूर्व २७५ ठरतो.

अवंती आणि मगध

गुप्त साम्राज्याचा शेवट झाल्यानंतर मगध राज्यात गुप्त बाल्हिक राजांची कारकीर्द सुरू झाली. त्यानंतरचा तीनचारशे वर्षांचा काळ मगध राज्याच्या दृष्टीने अंदाधुंदीचाच गेला असं म्हणायला हरकत नाही. कारण या काळात तिथे गर्दमिन, शक, मुंड, मौन वगैरे अनेक वंशांच्या राजवटी झाल्या. यापैकी बाल्हीक राजा वज्रदत्त हा सिंहासनावर असताना युगाब्ध २८९० च्या सुमारास यशोवर्धन् (किंवा यशोवर्मन्) या पराक्रमी पुरूषाने मगध साम्राज्याचा काही भाग जिंकून घेतला आणि अवंतीचं राज्य स्थापन केलं. त्याच्या औरस वंशीयांकडून ही राजवट ३०० वर्षे आणि अन्य वंशजांकडून पुढे ५०० वर्षे टिकली. या वंशातील विक्रमादित्य आणि हर्षवर्धन या कर्तबगार राजांनी या राज्याचं साम्राज्यात रूपांतर केल्यामुळे उत्तर भारतातील सत्ताकेंद्र मगधकडून काहीकाळ आपोआपच अवंतीकडे आलं.

अवंतीच्या राज्यावर खालील राजे झाले:

१. यशोवर्धन	इ.स.पूर्व २१२ ते इ.स.पूर्व १५७	एकूण ५५ वर्षे
२. विष्णुवर्धन	इ.स.पूर्व १५७ ते इ.स.पूर्व १२४	एकूण ३३ वर्षे
३. अवंतीवर्धन	इ.स.पूर्व १२४ ते इ.स.पूर्व ८१	एकूण ४३ वर्षे
४. विक्रमादित्य	इ.स.पूर्व ८१ ते इ.स.पूर्व २१	एकूण ६० वर्षे
५. शिलादित्य १	इ.स.पूर्व २१ ते इ.स.१८	एकूण ३९ वर्षे
६. प्रभाकरवर्धन	इ.स.१८ ते इ.स.२३	एकूण ५ वर्षे
७. राज्यवर्धन	इ.स.२३ ते २८	एकूण ५ वर्षे
८. शिलादित्य२ (हर्षवर्धन)	इ.स.२८ ते ८८	एकूण ६० वर्षे
		एकूण ३०० वर्षे[३]

अवंती राज्याविषयीच्या ठळक घडामोडी खालीलप्रमाणे सांगता येतील.

- यशोवर्धन याच्या कारकीर्दीत फा हि यान् हा चिनी बौद्ध भिक्षु भारतात आला होता. त्यानंतर इ.स.पूर्व १४८ मध्ये तो श्रीलंकेत गेला. पुढे काही काळाने तो पुन्हा भारतात आला.

- मगध राज्यावर याच काळात गर्दमिन वंशाने कब्जा केला. पुढे यशोवर्धनच्या मृत्यूनंतर त्यांनी अवंतीचं राज्यही बळकावलं आणि विष्णुवर्धन याला आपला मांडलिक

बनवलं. शकांची मदत घेऊन विष्णुवर्धनाने गर्दमिनांना हाकून लावलं आणि तो शकांचा मांडलिक बनला.

- विष्णुवर्धन याचा मुलगा अवंतीवर्धन याने आपली कारकीर्द शकांचा मांडलिक म्हणूनच व्यतीत केली.

- त्यानंतर गादीवर आलेल्या विक्रमादित्याने मात्र शकांचा पराभव करून त्यांना माळव्यातून घालवून दिलं. याबद्दल त्याने युगाब्ध ३०४४ (इ.स.पूर्व ५७) या वर्षी 'विक्रम संवत' सुरू केला. त्याच्याच पदरी विख्यात खगोलशास्त्रज्ञ वराहमिहिर हा होता. यावरून त्याचा काळ साधारणपणे इ.स.पूर्व १०० ते इ.स.पूर्व ८० असा गृहित धरायला हरकत नसावी. इतिहासात आणि पुराणकथांमध्ये विक्रमादित्याला बरंच महत्त्व असलेलं दिसून येतं. भविष्यपुराणात 'वेताळ आणि विक्रम' यांची कथा सांगितली आहे त्यातील विक्रम तो हाच.

- विक्रमादित्यानंतर त्याचा पुत्र शिलादित्य (पहिला) गादीवर आला. शत्रूंच्या कारवायांमुळे काही काळ तो आपल्या राज्याला मुकला होता. काश्मीरचा राजा प्रवरसेन (पहिला) हा त्याचा समकालीन. त्याच्याच मदतीने त्याने शत्रूच्या ताब्यात गेलेलं आपलं राज्य पुढे परत मिळवलं.

- प्रभाकरवर्धन आणि राज्यवर्धन हे बहुधा शिलादित्याचे धाकटे भाऊ असावेत. या बंधूंनी मिळून केवळ १० वर्षं राज्य केलं. मालवराज शशांक याने त्यांना तर ठार मारलंच, पण प्रभाकरवर्धनच्या जावयाचं कान्यकुब्ज (कनोज) येथील राज्य बळकावून प्रभाकरवर्धन याची मुलगी राज्यश्री हिलाही त्याने कैद करून ठेवलं.

- वडिलांचा मृत्यू आणि बहिणीची कैद याविषयीच्या बातम्या प्रभाकरवर्धनचा मुलगा हर्षवर्धन याला एकदमच समजल्या. तेव्हा त्याने तातडीने हालचाल करून मालवराजाचं पारिपत्य करून बहिणीला सोडवून आणलं. त्यानंतर तो गादीवर बसला.[४] बहिणीच्या नवऱ्याला मालवांनी ठार मारलं असल्यामुळे त्याचं कनोज येथील राज्यही हर्षवर्धनकडेच आलं. हर्षवर्धन याला फक्त एक मुलगी होती. तिचा मुलगा ध्रुवसेन याचं स्थानेश्वराचं राज्य हेही पुढे हर्षाच्या साम्राज्याचं एक भाग बनलं. चालुक्य राजा पुलकेशी (दुसरा) हा हर्षाचा समकालीन असून दोघांनीही एकमेकांचा एकेकदा पराभव केला होता. प्रसिद्ध चिनी प्रवासी हुएन त्संग हा हर्षाच्या काळातच भारतात आला होता नि हर्षाला भेटलाही होता. विक्रम संवत १३५ (इ.स.७८) मध्ये हर्षाने 'शालिवाहन शक' सुरू केला.[५]

हर्षवर्धन आणि शालिवाहन शक

शालिवाहन शक कनिष्काने सुरू केला असा एक समज असून त्याला कुठलाही

आधार नाही. इंग्रज इतिहासकारांनी 'सिरियन शक' आणि 'शालिवाहन शक' यात घोळ घातल्यामुळे हा समज निर्माण झाला असावा. पूर्वीच स्पष्ट केल्याप्रमाणे सायरस (दुसरा) या पर्शियन राजाने इ.स.पूर्व ५५७ व्या वर्षी पर्शियन साम्राज्याची स्थापना केली त्यानिमित्त हा शक त्याने सुरू केला. आज तो वापरात नसला तरी ग्रीक, रोमन आणि अन्य युरोपियन राजे आणि लेखक हे ख्रिस्तोत्तर ८व्या शतकापर्यंततरी त्याचाच वापर करत होते. काश्मिरच्या इतिहासाप्रमाणे कनिष्क हा युगाब्ध २६२२च्या सुमारास अंध युधिष्ठिरानंतर राजा झाला. अंध युधिष्ठिराला त्याच्या मंत्र्यांनीच पदच्युत करून कनिष्काला निमंत्रण दिलं होतं. हा काळ सिरियन शक ७८ चा असताना इंग्रज इतिहासकारांनी तो इसवी सन ७८ असा मानला. त्यामुळे कनिष्कापासून हर्षापर्यंत सर्वांचाच काळ साडेपाचशे वर्षांनी पुढे ओढला गेला.

या उलट भविष्यपुराणाच्या प्रतिसर्गपर्वातील तिसऱ्या खंडात अवंतीच्या विक्रमादित्याचा पौत्र (म्हणजे नातू किंवा पणतु) 'शकाधीश शालिवाहन' म्हणजेच हर्षवर्धन राजाची कथा दिली आहे. त्या कथेत बाल्हिक, शक, हूण वगैरे शत्रूंना हटवून शालिवाहनाने साम्राज्य स्थापन केलं आणि ६० वर्षे राज्य केलं हे सांगितलं आहे. यामुळे हर्षवर्धन म्हणजेच शालिवाहन याविषयी शंका रहात नाही. त्याने स्थापन केलेल्या शकाला 'शालिवाहन शक' हे नाव का पडलं हेही त्यावरून स्पष्ट होतं. कल्हणाने जो काश्मीरचा इतिहास लिहिला आहे त्यातही 'शालिवाहन शक हर्षराजाने सुरू केला' असं त्याने नि:संदिग्धपणे म्हटलं आहे.

काश्मीरचा हिरण्य राजा विक्रम संवत १०६ म्हणजेच इ.स.४८ मध्ये मृत्यू पावला तेव्हा हर्षराजाने आपला सेवक मातृगुप्त याला राजा म्हणून तिथे पाठवलं असंही काश्मीरच्या इतिहासात कल्हणाने नमूद केलंय. मातृगुप्तानंतरचे प्रवरसेन आणि मेघवाहन हे राजे सुद्धा हर्षानेच नेमले. मेघवाहन युगाब्ध ३१९१ म्हणजे इ.स.८९ मध्ये मृत्यू पावला असा उल्लेख कल्हणाच्या तरंग ३ मध्ये आहे.

हर्षवर्धन

काश्मीरच्या इतिहासात तरंग ३ मध्ये इ.स.४८ ते इ.स.५६७ पर्यंत झालेल्या राजांची माहिती दिली आहे. हा कालखंड पुराणांमध्ये दिलेल्या कालखंडाशी जुळतो. प्रा. होले यांच्या म्हणण्यानुसार काही पुराणांमध्ये हर्ष राजाचा उल्लेख 'शिलादित्य दुसरा' या नावाने केला आहे, तर ह्यूएन त्संग हर्षाचा उल्लेख 'कुमार राजा' म्हणून करतो.[६]

हर्षाचा काळ सिरियन संवत ६३५ हा असताना तो इ.स.६३५ असा दर्शवून इंग्रज इतिहासकारांनी त्याला पैगंबराचा समकालीन दाखवला हा मोठा प्रमाद होता. पण दुर्दैवाने भारतीय इतिहासकार त्याला बळी पडले आणि आजही हर्षाचा काळ अधिकृतरित्या तोच दाखवला जात आहे.

याबाबतीत आणखी एक पुरावा देता येईल. अवंतीचा पुढल्या काळातला राजा सुधन्वा हा आद्य शंकराचार्यांपेक्षा वयाने बराच मोठा असूनही त्यांचा शिष्य बनला होता. त्याच्या दानपत्रावरून त्याचा काळ ठरवता येतो. त्याच्या दानपत्रात दान दिल्याचं वर्ष 'युगाब्ध ३६९४' (म्हणजे इ.स.५९२) असल्याचा उल्लेख आहे. हर्षसुद्धा याच अवंतीचा राजा होता. इंग्रजांनी दर्शवलेला हर्षाचा इ.स.६३५ हा काळ खरा मानला तर सुधन्वा-हर्ष हे बापलेक ठरायला हवे होते. पण वस्तुस्थिती तशी नव्हती हे उघड आहे.

भविष्य पुराणात म्हटल्याप्रमाणे हर्षाच्या वंशाने पुढे ५०० वर्षे राज्य केलं आणि त्यात एकूण १० राजे झाले. (हा वंश हर्षाच्या मुलीचा किंवा अन्य नातेवाईकाचा असावा!) त्यापैकी १०वा आणि अखेरचा वंशज भोजराजा याने ५० वर्षे राज्य केलं आणि तो महंमदाचा समकालीन होता असं पुराणकाराने निश्चितपणे सूचित केलं आहे. याचा उघड अर्थ असा होतो की हर्ष हा महंमदाचा समकालीन नसून किमान ५०० वर्षं आधी होऊन गेलेला राजा होता. हर्षाचा मृत्यू (इ.स.८८) आणि महंमदाचा जन्म (इ.स. ५७०) यात ४८२ वर्षांचं अंतर आहे हे लक्षात घेता भविष्य पुराणात दिलेला काळ अचूक आहे हे मान्य करावं लागतं. असं असूनही हा गैरसमज कसा निर्माण झाला? या प्रश्नाला 'अहिहोळ शिलालेखाचं चुकीचं वाचन' हे एकमेव उत्तर असू शकतं. कारण हा शिलालेख 'सत्याश्रय पुलकेशी' या चालुक्य राजाने कोरविला होता आणि इंग्रज इतिहासकारांनी त्यालाच हर्षाचा समकालीन असलेला पुलकेशी (दुसरा) ठरवला. त्यामुळे इतिहास सहाशे वर्षांनी पुढे ओढला गेला. अहिहोळ शिलालेखाची चिकित्सा केली की ही बाब स्पष्ट होऊ शकेल.

पुलकेशी आणि सत्याश्रय पुलकेशी

दक्षिणेकडील प्रदेश आपल्या साम्राज्याला जोडण्याची हर्ष राजाची मनिषा पुलकेशीच्या पराक्रमामुळे सफल होऊ शकली नव्हती. अहिहोळ शिलालेखाचं वाचन केल्यावर सत्याश्रय पुलकेशी हाच हर्षाला अडवणारा पुलकेशी असल्याचा सोयीस्कर समज इंग्रज इतिहासकारांनी करून घेतला. वास्तविक सत्याश्रय पुलकेशी हा पुलकेशी (दुसरा) याच्यानंतर तब्बल ६०० वर्षांनी त्याच्या वंशात जन्माला आला हे या शिलालेखाचा मजकूर नीट समजून घेतला की लक्षात येतं.

हा शिलालेख कल्याणी येथील चालुक्य राजा सत्याश्रय पुलकेशी याने कोरविला

असून त्यात एकूण ३७ ओळी किंवा कडवी आहेत. यापैकी ३३ आणि ३४ व्या ओळीत 'हा लेख भारतीय युद्धापासून ३७३५ व्या वर्षी आणि शालिवाहन शके ५५६ व्या वर्षी कोरला असल्या'चं नोंदवून ठेवलं आहे. त्यामुळे इ.स.६३४ मध्ये हा लेख कोरला गेला याविषयी शंकेला अजिबात जागा रहात नाही. आता या लेखातील मजकूर पाहू.[७]

* लेखातील पहिल्या दोन ओळींमध्ये सत्याश्रय याने आपल्या चालुक्य घराण्याविषयी सांगितलं आहे.

* तिसऱ्या ओळीमध्ये आपण स्वत: - म्हणजे सत्याश्रय राजा - दिग्विजयी असून शूर आणि ज्ञानी लोकांचा आश्रयकर्ता असल्याचं सुचवलं आहे.

* चवथ्या ओळीत आपल्या वंशात होऊन गेलेल्या पराक्रमी पुरूषांविषयी सांगण्याची मनिषा व्यक्त केली आहे.

* पाचव्या ओळीपासून तेराव्या ओळीपर्यंत त्याने आपल्या पूर्वजांविषयी जे सांगितलंय त्यावरून खालील चालुक्य राजांची वंशावळ मिळते,

जयसिंह वल्लभ

↓

त्याचा पुत्र रणराग

↓

त्याचा मुलगा पुलकेशी पहिला (व पुलकेशीची पत्नी वातापीपुरी)

↓

पुलकेशीचा मुलगा कीर्तीवर्मन्

↓

कीर्तीवर्मन्चा लहान भाऊ मंगलेश

* चौदाव्या आणि पंधराव्या ओळीत कीर्तीवर्मन्चा पुत्र पुलकेशी (दुसरा) आपल्या काकाला बाजूला सारून गादीवर कसा आला हे सांगितलं आहे.

* सोळाव्या ओळीपासून बावीसाव्या ओळीपर्यंत पुलकेशी (दुसरा) या आपल्या पूर्वजाच्या पराक्रमांचं वर्णन दिलं आहे.

* तेवीसाव्या ओळीत हर्ष राजाचा उल्लेख खालील आशयाच्या वर्णनात आला आहे,

'इतर सर्व राजांना नमवल्यामुळे ज्याला प्रचंड सामर्थ्य प्राप्त झालं होतं त्या हर्षाच्या हत्तींच्या पलटणी (पुलकेशीच्या पराक्रमामुळे) रणात आडव्या झाल्या आणि हर्षाच्या

पायाखालची वाळू सरकली.'

* चोवीसाव्या ओळीची सुरूवात 'जेव्हा विंध्य पर्वतापर्यंतच्या प्रदेशात तो पुलकेशी राज्य करत होता' अशी भूतकालात्मक आहे.

* पंचवीस ते एकतीस या ओळींमध्ये पुलकेशी (दुसरा) याच्या अन्य पराक्रमांची वर्णने आहेत.

* बत्तीसाव्या ओळीत 'अशा प्रकारे जन्मजात कार्यक्षमता, पराक्रम व बुद्धिमत्ता प्राप्त झालेला हा सत्याश्रय राजा स्वत: सुद्धा सर्वत्र विजयी होऊन देवाब्राह्मणांच्या कृपेने आता राज्य करत आहे' अशा आशयाचा मजकूर लिहिला अहे.

* पस्तीस ते सदतीस या अखेरच्या तीन ओळींमध्ये सत्याश्रयासाठी हा लेख कुणी लिहिला व कोरला त्यांची नावे दिली आहेत.

यावरून काढता येण्यासारखे निष्कर्ष:

१. सत्याश्रय राजा स्वत:चा उल्लेख 'सत्याश्रय' असाच करत आहे हे ३ऱ्या, ३२व्या आणि ३५व्या ओळींमधील मजकुरावरून स्पष्ट होत आहे.

२. 'पुलकेशी' नावाच्या दोन राजांचा उल्लेख सत्याश्रय याने स्वत:च्या पूर्वजांची कहाणी सांगताना केला आहे.

३. यापैकी पुलकेशी (दुसरा) याच्याविषयी त्याने विशेष तपशीलवार लिहिलं आहे. कारण चालुक्य घराण्याला मोठी कीर्ती पुलकेशी (दुसरा) यानेच मिळवून दिली होती.

४. लेखाच्या २४व्या ओळीत 'जेव्हा पुलकेशी राज्य करत होता' असा भूतकालात्मक उल्लेख आहे.[८] यावरून लेख कोरवणारा 'सत्याश्रय' हा 'पुलकेशी दुसरा' नव्हे ही गोष्ट उघड होते.

५. पुलकेशी (दुसरा) याने हर्षाचा पराभव केल्याचा उल्लेख २३व्या ओळीत आहे. यावरून हर्ष आणि पुलकेशी (दुसरा) हे समकालीन होते आणि दोघांचाही काळ सत्याश्रय राजाच्या बराच पूर्वीचा होता हेही सिद्ध होत आहे.

काश्मीरचा ललितादित्य

काश्मीर आणि भारतातील केंद्रीय सत्ता यांचा संबंध महाभारतकाळापासून येत राहिला आहे. हर्ष राजाने मातृगुप्त आणि अन्य दोन राजांची काश्मीरच्या गादीवर स्थापना केली हे आपण वर पाहिलंच. आता काश्मीरचा दिग्विजयी राजा ललितादित्य याचा दक्षिणेशी कसा आणि कधी संबंध आला ते पाहू. कल्हणाने लिहिलेला काश्मीरचा इतिहास वाचला की काश्मीरचे बहुतेक राजे आळशी, विलासी आणि जुलमी निघाल्याचं लक्षात येतं. मात्र ललितादित्य हा राजा याला अपवाद ठरला. आपला बाप दुर्लभ आणि दोन

भाऊ वज्रादित्य व उदयादित्य याच्यानंतर युगाब्ध ३७३४ म्हणजे इ.स. ६३२ मध्ये तो गादीवर आला. त्याने दक्षिणेत मोठी मोहीम काढून उत्तर आणि दक्षिण भारतातील बहुतेक सगळ्या राजांना पराभूत करून खंडण्या गोळा केल्या. काश्मीरवर त्याने एकूण ४० वर्षं राज्य केलं.

आता प्रश्न असा उद्‌भवतो की हर्ष आणि पुलकेशी हे सम्राट जर ललितादित्याच्या काळात असते तर त्यांच्याशी त्याची निश्चितच गाठ पडली असती. पण कुठल्याही पुराणात किंवा इतिहासात अशा घटनेचा उल्लेख का नाही? केवळ या दोन सम्राटांना पराभूत केलं असतं तरी अन्य कुठल्याच राजाशी ललितादित्याला लढावं लागलं नसतं. कारण बाकीचे सगळे राजे या दोघांचे मांडलिक होते. या प्रश्नाचं सरळ उत्तर हेच आहे की अवंतीचा हर्ष आणि काश्मीरचा ललितादित्य यांच्यात तब्बल ६०० वर्षांचं अंतर होतं. त्यामुळे त्या दोघांची समोरासमोर गाठ पडणं शक्यच नव्हतं. जे हर्षाच्या बाबतीत संभवतं तेच पुलकेशीच्या बाबतीतही संभवतं. कल्हणाचा काश्मीरचा इतिहास काळजीपूर्वक वाचला की ही बाब सहजपणे लक्षात येते. पुराणांमधूनही त्याला अनुमोदन मिळतं. इंग्रज इतिहासकारांनी मात्र या तिघांचा काळ एकच दाखवून पुन्हा त्यांची एकमेकांशी गाठ घडवून न आणण्याचा चमत्कार केला आहे!

सारांश:

१. शालिवाहन शक हर्ष राजाने चालू केला याचा कल्हणाने आपल्या काश्मीरच्या इतिहासात नि:संदिग्धपणे निर्वाळा दिलाय.

२. इसवी सनाच्या पहिल्या शतकात काश्मीरच्या गादीवर 'मातृगुप्त' आणि त्यानंतर आणखी दोन राजे हर्षराजोच नेमले असल्याचाही स्पष्ट उल्लेख कल्हणाने आपल्या इतिहासात केला आहे.

३. 'शालिवाहन' हे हर्षवर्धन याचंच नाव असल्याचं भविष्यपुराणात दिलं असल्यामुळे नव्याने चालू केलेल्या शकाला 'शालिवाहन शक' हे नाव दिलं जाणं स्वाभाविकच होतं. हर्षानंतर त्याच्या गादीवर बसलेल्या दोन राजांची नावे 'शालिहोम' आणि 'शालिवर्धन' अशी होती हेही सूचक म्हणता येईल.

४. हर्षाचा १०वा आणि अखेरचा वंशज भोज हा महंमद पैगंबराचा समकालीन होता आणि हर्ष व भोज यांच्यात ५०० वर्षांचं अंतर होतं हे भविष्यपुराणातील दाखल्यावरून स्पष्ट झालं आहे.

५. 'पुलकेशी' आणि 'सत्याश्रय पुलकेशी' या चालुक्य राजांमध्ये अंदाजे ५५० ते ६०० वर्षांचं अंतर होतं हे 'अहिहोळ' शिलालेखाच्या चिकित्सेवरून उघड होत आहे. हर्षवर्धन आणि पुलकेशी (दुसरा) हे इसवी सनाच्या पहिल्या शतकात होऊन

गेले तर सत्याश्रय पुलकेशी सातव्या शतकात होऊन गेला हे यामुळे नि:संदिग्धपणे सिद्ध होतं.

६. सातव्या शतकात होऊन गेलेला काश्मीरचा ललितादित्य आणि हर्ष यांच्यात ६०० वर्षांचं अंतर असल्याचं स्पष्ट झालं आहे.

७. इ.स. ५९२ मध्ये अवंती इथे राज्य करत असलेला सुधन्वा आणि हर्ष यांच्यात ५०० वर्षाहूनही अधिक अंतर आहे हेही सिद्ध झालंय. अन्यथा सुधन्वा हा बाप तर हर्ष हा त्याचा मुलगा ठरला असता जे ऐतिहासिकदृष्ट्या अशक्य आहे.

कल्चुरी आरि राष्ट्रकुट

मौर्य, गुप्त, हर्षवर्धन इत्यादी अनेकांचे काळ इंग्रज इतिहासकारांनी पुढे ओढल्यामुळे वाकाटक, चालुक्य यांच्याबरोबर कल्चुरी, राष्ट्रकुट वगैरे राजवटींचे काळही त्यांना एकतर पुढे ओढावे लागले आहेत किंवा त्यातील काही पिढ्यांना दाबून तरी टाकावं लागलं आहे असं दिसून येतं. त्यामुळे या ठळक राजवटींचे खरे काळ निश्चित करणं अगत्याचं आहे.

सम्राट हर्षवर्धन याच्या मृत्यूनंतर त्याचे बहुतेक मांडलिक स्वतंत्र झाले आणि त्या साम्राज्याची अनेक शकले झाली. चालुक्य बलवान झाले तर चौहान, पाल, परिहार, कल्चुरी, राष्ट्रकुट वगैरे नव्या राजवटी उदयाला येत गेल्या. यापैकी कल्चुरी आणि राष्ट्रकुट महत्त्वाचे असल्यामुळे त्यांचा विचार करू.

'कल्चुरी संवत' इसवी सनाच्या ६व्या शतकात सुरू झाल्याचं इंग्रज इतिहासकारांचं प्रतिपादन आहे. मात्र प्रा. होले यांनी तो इ.स. २०० मध्ये सुरू झाल्याचं दाखवून दिलं आहे. कल्चुरी वंशाचा मूळ पुरूष सुबंधु हा मानला जातो. त्याच ५वा किंवा ६वा वंशज ईश्वरसेन याने हा संवत विक्रम संवताच्या २५८ व्या वर्षी सुरू केला. याचा अर्थ असा की इ.स.२०० च्या दरम्यान हा संवत सुरू झाला. हा संवत लक्षात घेऊनच कल्चुरी राजांचा काळ ठरवला पाहिजे. उलट्या दिशेने गणित करून पाहिल्यास सुबंधुचा काळ अंदाजे इ.स.५० च्या दरम्यानचा ठरतो.[१]

राष्ट्रकुटांविषयी सांगायचं तर गुलबर्ग्याजवळील मान्यखेत (आजचं मानखेड) ही त्यांची राजधानी होती. माकन उर्फ मम्मट याने इ.स. ४९६ मध्ये राष्ट्रकुट राजवटीचा पाया घातला. कर्नल टॉड याने केलेला विक्रम संवत ५४७ चा उल्लेख आणि पांडुरंगपल्ली देवराज नृपति याचा शिलालेख यांच्या आधारावर प्रा. होले यांनी हा काळ ठरवला आहे. पण अन्य इंग्रज इतिहासकारांनी मात्र हा काळ आणि मम्मट, देवराज, गोविंद (पहिला), कर्क (पहिला), इंद्र (पहिला) वगैरे राजे गायब करून टाकले आहेत. त्यांनी थेट दंतिदुर्गापासून सुरूवात करून ८व्या शतकात या राजवटीची सुरूवात झाल्याचा

आणि ९व्या शतकात शेवट झाल्याचा आभास निर्माण केलाय. इथे तो सुधारून घेणं गरजेचं आहे.

यादव साम्राज्याची स्थापना

यादव हे राष्ट्रकुट राजांचे मांडलिक होते. यादव राज्याची स्थापना इ.स.८५० च्या दरम्यान झाली असं साधारणपणे समजलं जातं. मात्र 'देवगिरीचे यादव' या पुस्तकात ब्रह्मानंद देशपांडे यांनी हेमाडपंताची 'राजप्रशस्ती' आणि अन्य पुराव्यांवरून राज्यस्थापनेचा काळ इ.स. ८६० असल्याचं नक्की केलंय.[१०] राष्ट्रकुट राजा अमोघवर्ष याचा काळ देशपांडे यांनी इ.स. ८१४ ते ८८० ठरवला आहे. हा अमोघवर्ष दुबळा असल्याचा फायदा घेऊन त्याचा मांडलिक दृढप्रहारी याने सिन्नर येथे यादवराज्याची मुहूर्तमेढ रोवली. (आंध्रातील वेंगी चालुक्य राजा विजयादित्य हा दृढप्रहारी याचा समकालीन.) पुढे सेऊणचंद्र पहिला याने राज्य वाढवून राजधानी देवगिरी येथे नेली आणि त्यानंतर पुढल्या पिढ्यांच्या कारकीर्दीत यादवांच्या राज्याचं साम्राज्यात रूपांतर झालं. १३ व्या शतकाच्या उत्तरार्धात या साम्राज्याच्या वैभवाचा कळस होऊन पुढे मात्र त्याला उतरती कळा लागली. अखेरीस इ.स. १३३४ मध्ये यादव साम्राज्य संपुष्टात आलं.

ख्रिस्तोत्तर समकालीन राजे

वरील विवेचनानंतर इसवी सनाच्या पहिल्या ९ शतकातील ठळक राजांचा व घडामोडींचा अंदाजे काळ खालीलप्रमाणे मांडता येईल. काश्मीरचा इतिहास, पुराणांमधील वंशावळी, शिलालेख आणि प्रा. होले यांनी दिलेल्या वंशावळी या सगळ्याचा इथे उपयोग केला आहे. या तक्त्यावरून कोण कुणाला समकालीन होता आणि कुणाच्यात किती कालावधीचं अंतर होतं हेही स्पष्ट होईल. (तक्ता पुढील पानावर)

■

ख्रिस्त शतक	अवंती	चालुक्य	काश्मीर	राष्ट्रकुट	अन्य
पहिले	हर्षवर्धन	पुलकेशी २	मातृगुप्त, पव्ररसेन२ मेघवाहन	-	हुएन त्संग याची भारत भेट
दुसरे	शालिहोम, शालिवर्धन	विक्रमादित्य१ मंगलेश	युधिष्ठिर, नरेंद्रादित्य रणादित्य	-	
तिसरे	शकहंता, सुहोत्र, हविहोत्र	विजयसिंह ३ विजयादित्य१	-		कल्चुरी संवत सुरू
चवथे	इंद्रपाल, माल्यवान	विक्रमादित्य२ कीर्तीवर्मा २	-	-	
पाचवे	शुंभदत्त	भीम, कीर्तीवर्मा३ विजयादित्य२	विक्रमादित्य	मम्मट	आर्यभट्टाचा जन्म
सहावे	भोज ऊर्फ भीम, सुधन्वा	भास्करवर्मा, अय्यन १, तैलप्पा१	बालादित्य	देवराज, गोविंद१ कर्क १	महंमदाचा जन्म, शंकराचार्यांचा मृत्यू
सातवे	राजपाल, सोमशर्मा	सत्याश्रय पुलकेशी१ व २, अय्यन२	ललितादत्य	इंद्र १, दंतिदुर्ग, कृष्ण१	हिजरी सन सुरू
आठवे	कामवर्मा	भीम३, कीर्तिवर्मा४, विक्रमादित्य३	-	गोविंद२ अकाल-वर्ण, ध्रुव	
नववे	भूमीपाल	तैलप्पा २, अय्यन ३	-	इंद्र २, अमोघवर्ष	स्वतंत्र यादव राज्य सुरू

संदर्भ टीपा

१. ‘वाकाटक नृपति आणि त्यांचा काल’, वा. वि. मिराशी, नागपूर विश्वविद्यालय, १९५७.

२. विंध्यशक्ती : मिराशी यांनी दिलेल्या वंशावळीप्रमाणे. (कोलिकिलो वंशकर्ता विंध्यशक्ती निराळा.)

३. अवंतीच्या वंशातील प्रत्येक राजाने किती वर्षं राज्य केलं हे पुराणांमध्ये दिलं आहे. हर्षवर्धनाचा राज्यकाळ इ.स.२८ ते इ.स. ८८ हा कल्हणाने दिला आहे. त्यावरून अन्य सर्वांचे काळ ठरवले आहेत.

४. उच्छ्वास ६, बाणकृत ‘हर्षचरित्’, हिंदी अनु. वासुदेवशरण अगरवाल.

५. तरंग ३, कल्हणकृत ‘राजतरंगिणी’, अनु. मा. व्यं. लेले, चित्रशाळा प्रेस, १९२९.

६. प्रा. होले यांचं हे म्हणणं बरोबर नाही. पुराणांप्रमाणेच हुएन त्संग हाही हर्षाचा उल्लेख ‘शिलादित्य’ म्हणूनच करतो. त्याने ‘कुमार राजा’ म्हणून संबोधलंय ते कामरूप देशाच्या राजाला उद्देशून आहे.

पहा - ‘जिज्ञासापुरुष हुएन त्संग’, डॉ. आ. ह. साळुंखे, लोकायत प्रकाशन, सातारा, २०१४.

7. Aihole Inscription of Pulikeshin II, Epigraphia Indica, Vol. VI. Calcutta: Office of the Superintendent of Government Printing, 1901, 7-12.

8. '(V.24.) While he was ruling the earth with his broad armies, the neighbourhood of the Vindhya, by no means destitute of the lustre of the many sandbanks of the Reva, shone even more brightly by his great personal splendour, having to be avoided by his elephants because, as it seemed, they by their bulk rivalled the mountains.' See Epigraphia Indica, Vol. VI. As above.

९. मिराशी यांच्या मते कल्चुरी संवत इ.स. २४९ मध्ये सुरू झाला. मात्र कल्चुरी कुलाचा मूळ पुरुष म्हणून ते कृष्णराज याचं नाव घेतात व त्याने इ.स. ५५० ते ५७५ या काळात राज्य केल्याचं प्रतिपादन करतात. ‘कल्चुरी संवत २५० वर्षं आधी सुरू झाला कारण मुळात तो आभिरांचा संवत होता व कल्चुरींनी तो स्वत:चा म्हणून वापरला’ असा अनाकलनीय सिद्धांतही मिराशी मांडतात.

पहा - प्रकरण १, 'कल्चुरि नृपति आणि त्यांचा काल', वा. वि. मिराशी, मध्यप्रदेश शासन साहित्य परिषद, नागपूर, १९५६.

१०. 'देवगिरीचे यादव', ब्रह्मानंद देशपांडे, अपरांत प्रकाशन, पुणे, २०१३.

१२. महाभारतोत्तर कालानुक्रम

एवढ्या विवेचनानंतर महाभारतोत्तर कालानुक्रम मांडायला अडचण येऊ नये. त्याची पूर्वतयारी म्हणून इसवी सनापूर्वीच्या ३१०१ वर्षांचा हिशेब प्रथम लावला पाहिजे. हा हिशेब प्रत्येक राजवंशाचा कार्यकाळ आणि त्याची कारकीर्द सुरू झाल्याचा युधिष्ठिर शक देऊन खालीलप्रमाणे लावता येईल.

३१०१ वर्षांचा हिशेब

युधिष्ठिर सिंहासनावर बसल्यापासून इसवी सन सुरू होईपर्यंतच्या ३१०१ वर्षांमध्ये भारतात होऊन गेलेल्या प्रमुख राजवटी वर्षांच्या हिशेबात एकाखाली एक मांडल्या तर या ३१०१ वर्षांचा हिशेब व्यवस्थित लागतो. (पुढील पानावर पहा)

महाभारत ते यादव साम्राज्य

पुढील तक्त्यामधील मांडणी लक्षात घेता महाभारतापासून इसवी सनापर्यंतच्या ३००० वर्षांचा आणि त्याही नंतरच्या काळाचा हिशेब काही बदल केल्यावर व्यवस्थित लागू शकतो. इंग्रज आणि युरोपीय इतिहासकारांनी जाणीवपूर्वक भारताचा इतिहास १२०० ते १४०० वर्षांनी पुढे ओढला होता, तो पुन्हा नीटनेटका लावणं हे इतिहासाच्या अभ्यासकाचं आद्यकर्तव्य ठरतं. त्याप्रमाणे तो खाली लावायचा प्रयत्न केला आहे. तो लावताना समजायला सोपं पडावं म्हणून कालानुक्रम इसवी सनाप्रमाणे लावला आहे.

राजवट	राजवंश	कार्यकाळ (वर्षे)	युधिष्ठिर शक
१	जरासंध	१०३७	१०३७
२	कश्यप	१३२	११६९
३	प्रद्योत	१३८	१३०७
४	शिशुनाग	३६२	१६६९
५	नंद	१००	१७६९
६	मौर्य	१७३	१९४२
७	शुंग	११२	२०५४
८	कण्व	४५	२०९९
९	सातवाहन	४५६	२५५५
१०	आद्य गुप्त (कोलिकिलो)	९९	२६५४
११	पर्शियन राजवट	१०६	२७६०
१२	गुप्त	९४	२८५४
१३	बाल्हीक वगैरे	३५	२८८९
१४	अवंतीचे वर्मन्	२१२	३१०१
	एकूण	**३१०१**	

टीप: यातील पहिल्या १३ राजवंशांनी मगधावर सलग राज्य केलं. पुढेही तिथे बाल्हिक वगैरे राजांची राजवट चालूच राहिली. पण अर्ध्याअधिक भारताचं सत्तेचं केंद्रस्थान इ.स.पूर्व २१२ मध्ये मगधाकडून अवंतीकडे वळल्याने १४वा राजवंश अवंतीच्या यशोवर्मनचा दिला आहे. वरील १४ राजवटींव्यतिरिक्त अन्य लहान मोठ्या राजवटी गेल्या अनेक शतकांपासून अनेक ठिकाणी चालू होत्या हे इथे अध्यारूत आहे.

(इसवी सन आणि अन्य शक यांच्यामधील फरक किंवा प्रमाण पुढीलप्रमाणे:

इ. स. ७८ = विक्रम संवत १३५ = सिरियन संवत ६३५ = गुप्त संवत = ४७३ = शालिवाहन शक १)

इ.स.पूर्व ३१०१ - युधिष्ठिराचे राज्यारोहण

इ.स.पूर्व ३१०० - मगध सत्ता जरासंध वंशाकडे पुन्हा चालू

इ.स.पूर्व २०६६ - मगध सत्ता काश्यप घराण्याकडे
इ.स.पूर्व १९३४ - मगध सत्ता कुरुवंशीय प्रत्योध याने हस्तिनापुरास जोडली.
इ.स.पूर्व १७९६ - मगध सत्ता शिशुनाग वंशाकडे
इ.स.पूर्व १६७६ - बुद्धाचा जन्म
इ.स.पूर्व १६७४ - वर्धमान महावीर याचा जन्म
इ.स.पूर्व १६०३ - अजातशत्रू गादीवर आला.
इ.स.पूर्व १६०२ - महावीर याचे परिनिर्वाण
इ.स.पूर्व १५९६ - बुद्धाचे परिनिर्वाण
इ.स.पूर्व १४३४ - मगध सत्ता नंद वंशाकडे
इ.स.पूर्व १३३४ - चंद्रगुप्त मौर्य गादीवर आला.
इ.स.पूर्व १२८५ - अशोक गादीवर आला.
इ.स.पूर्व १२०० - पाणिनीचा अंदाजे जन्मकाळ.
इ.स.पूर्व ११६१ - शुंग घराणं गादीवर.
इ.स.पूर्व १०४९ - मगध सत्ता काण्व वंशाकडे.
इ.स.पूर्व १००४ - मगध सत्ता बलिपुच्छक उर्फ सिमुक याच्या सातवाहन वंशाकडे.
इ.स.पूर्व ७०४ ते इ.स.पूर्व ६३४ - हूण राजा मिहिरकुल याची काश्मीरमधील कारकीर्द
इ.स.पूर्व ५४८ - सातवाहन घराण्याचे राज्य समाप्त.
इ.स.पूर्व ५४८ ते इ.स.पूर्व ४४९ - अंदाधुंदी. मगधाच्या गादीवर विविध राजे व राजवटी.
इ.स.पूर्व ४७९ - कुशाण राजा कनिष्क याचं गांधार ते मगध सीमेपर्यंतचं राज्य.
इ.स.पूर्व ४४९ - मगधाचे राज्य इराण्यांचे मांडलिक बनले.
इ.स.पूर्व ४०० - विदर्भात वाकाटकांची राज्यस्थापना.
इ.स.पूर्व ३९५ - गुप्त संवत सुरू. (पूर्वलक्षी प्रभावाने पहिल्या चंद्रगुप्ताच्या राज्यारोह-णापासून.)
इ.स.पूर्व ३४३ - मगध पुन्हा स्वतंत्र. गुप्त साम्राज्याची सुरुवात.
इ.स.पूर्व ३४१ ते इ.स.पूर्व ३०६ - समुद्रगुप्ताची कारकीर्द.
इ.स.पूर्व ३२७ - अलेक्झांडरची भारतावर स्वारी.
इ.स.पूर्व ३०२ - चंद्रगुप्त विक्रमादित्याकडून सेल्युकस निकेटरचा पाडाव.

इ.स.पूर्व ३०२ ते इ.स.पूर्व २६७ - चंद्रगुप्त विक्रमादित्य ऊर्फ अशोकस् याची कारकीर्द.

इ.स.पूर्व २७५ - कालिदासाचे विदर्भात आगमन.

इ.स.पूर्व २४७ - गुप्त साम्राज्याचा शेवट. बाल्हीक राजांची कारकीर्द सुरू.

इ.स.पूर्व २१२ - यशोवर्धनू याने माळव्यात अवंतीचे राज्य स्थापन केले.

इ.स.पूर्व १०० - वराहमिहीर याचा जन्म.

इ.स.पूर्व ५७ - अवंतीच्या विक्रमादित्याने 'विक्रम संवत' चालू केला.

इ.स.पूर्व २८ - हर्षवर्धन गादीवर आला.

इ.स. ४५ ते इ.स. ७७ - चालुक्य राजा पुलकेशी २ याचा अंदाजे काळ.

इ.स. ५० - कल्चुरी राजवंशाची सुबंधु कडून स्थापना.

इ.स.७८ - हर्षवर्धन याने शालिवाहन शक सुरू केला.

इ.स.८८ - हर्षवर्धनचा मृत्यू.

इ.स. २०० - 'कल्चुरी संवत' ईश्वरसेन याच्याकडून चालू.

इ.स. ४७६ - आर्यभट्ट याचा जन्म.

इ.स. ४९६ - मम्मट याने राष्ट्रकुट राजवटीचा पाया घातला.

इ.स. ५५३ ते इ.स.५८५ आद्य शंकराचार्य यांचा काळ.

इ.स. ५९८ - शून्याची संकल्पना जगात पहिल्यांदा मांडणारा ब्रह्मगुप्त याचा जन्म.

इ.स. ६२२ - पैगंबराचा हिजरी सन सुरू.

इ.स. ६३४ - कल्याणी चालुक्य सत्याश्रय पुलकेशी (दुसरा) याने अहिहोळ शिला-लेख कोरविला.

इ.स. ८१४ ते इ.स. ८८० - राष्ट्रकुट राजा अमोघवर्ष याची राजवट.

इ.स. ८६० - यादवांच्या राज्याची सिन्नर येथे दृढप्रहारीकडून स्थापना.

इ.स. ११९२ - पृथ्वीराज चौहानांचा महंमद घोरीकडून पराभव व मृत्यू.

इ.स. १२९० - ज्ञानेश्वरीची रचना.

इ.स. १३३४ - यादव साम्राज्याचा शेवट.

अशातऱ्हेने महाभारतोत्तर ४४३५ वर्षांचा हिशेब वर लावून दाखवला आहे. त्यापूर्वीची ४९०० वर्षं मिळून साधारणपणे ९३३५ वर्षांचा भारतीय इतिहासाचा आराखडा तयार होऊ शकला आहे. त्यापुढल्या ५०० वर्षांचा इतिहास रियासतकार सरदेसाई प्रभृतींनी पूर्वीच तपशिलवार मांडून ठेवला आहे.

म्हणजे आजपर्यंतचा काळ लक्षात घेता भारताला कमीतकमी १०,००० वर्षांचा इतिहास असून तो बहुतेक उपलब्ध आहे असं म्हणायला हरकत नाही. हा सर्व कालक्रम पुन्हा एकदा तपासून, त्यात काही चुका राहून गेल्या असतील तर त्या दुरुस्त करून आणि अद्याप न भरलेले तपशिल भरून भारताच्या या भव्य इतिहासाचं पुनर्लेखन करणं गरजेचं आहे.

■

संदर्भ ग्रंथ

(केवळ महत्त्वाच्या ग्रंथांचाच या यादीत कृतज्ञतापूर्वक समावेश करत आहे.)

१. The Arctic Home in the Vedas / B.G.Tilak / Tilak Brothers, Pune, 1925.

२. ऋग्वेदातील सप्तसिंधुंचा प्रान्त आणि आर्यांच्या उत्तरध्रुवाकडील विस्तीर्ण वसाहती / ना. भ. पावगी / ना.भ.पावगी, इंदिरा प्रेस, पुणे, १९२१.

३. आमचा महाभारतपूर्व राजकीय व सांस्कृतिक इतिहास / डॉ. ह. रा. दिवेकर / पुणे विद्यापीठ, १९६२.

४. वेदविद्या / डॉ. ह. रा. दिवेकर / पुणे विद्यापीठ, १९६६.

५. India in the Vedic Age/Dr. P.L.Bhargava/D. K. Printworld, 2001.

६. Retrieval of History from Puranic Myths/Dr. P.L.Bhargava D. K. Printworld, 1998.

७. ऐतिहासिक प्रस्तावना / वि. का. राजवाडे / चित्रशाळा प्रेस, पुणे १९२८.

८. राजवाडे लेखसंग्रह भाग २ /वि. का. राजवाडे / चित्रशाळा प्रेस, पुणे १९३२.

९. राजवाडे लेखसंग्रह भाग ३ / वि. का. राजवाडे चित्रशाळा प्रेस, पुणे १९३५.

१०. भारतीय विवाहसंस्थेचा इतिहास / वि. का. राजवाडे / लोकवाङ्‌मय गृह प्रा. लि., मुंबई, १९८६.

११. पुरोहितवर्गवर्चस्व व भारताचा सामाजिक इतिहास/डॉ. सुमंत मुरंजन/प्राज्ञ-पाठशाळा, वाई, १९९०.

१२. प्राचीन भारत: समाज आणि संस्कृती / डॉ. म. अ. मेहेंदळे /प्राज्ञपाठशाळा, वाई, २००१.

१३. त्रैमासिक खंड ८५ (२००८-९) / डॉ. म. अ. मेहेंदळे/ भारत इतिहास संशोधक मंडळ, पुणे.

१४. आर्य कोण होते? / श्रीराम साठे (अनुवाद: शां. भा. देव)भारत इतिहास संकलन समिती, पुणे, १९९१.

१५. आर्य संस्कृतीचा उत्कर्षापकर्ष / महादेवशास्त्री दिवेकर / हिंदु समाजोद्धारक कार्यालय, वाई, १९२९.

१६. पुरातत्त्व विद्या / मधुकर केशव ढवळीकर / म. रा. संस्कृती महामंडळ, मुंबई, १९७९.

१७. आर्यांच्या शोधात / मधुकर केशव ढवळीकर / राजहंस प्रकाशन, पुणे, २००९.

१८. इंद्राचा जन्म / रवींद्र गोडबोले / देशमुख आणि कंपनी, पुणे, २००७.

१९. धर्मक्षेत्रे कुरुक्षेत्रे / विश्वास दांडेकर (पार्श्वभूमी: रवींद्र गोडबोले)/ देशमुख आणि कंपनी, २००६.

२०. Tectonic Upheavals in the Indus region and some Rgvedic hymns (article) / P. V. Pathak / Annals of the Bhandarkar Oriental Research Institute, 1995.

२१. देवांच्या राज्यात / राजेन्द्र खेर / विहंग प्रकाशन, पुणे, २०१५.

२२. महाभारत कालगणनेतील षड्यंत्र/प्रा. हरगोविंद होले/नभ प्रकाशन, अमरावती, २०११

२३. 'नवभारत', डिसे. २०१३ / डॉ. श्री. मा. भावे (परीक्षण)/ प्राज्ञपाठशाळा, वाई.

२४. The myth of Aryan Invasion of India / Dr. David Frawly

२५. Aryan Invasion of India : The myth and the truth/Dr. Navratna Rajaram / Voice of India, New Delhi, 1993

२६. Avesta/ English Translation by Joseph H. Peterson / Digital Edition, 1995.

२७. RigvedaTranslation by Ralf T.H. Griffith, 1896 / www.sacred-texts.com

२८. The Vishnu Purana / Translation by T. H. Wilson, 1840. www.sacred-texts.com

२९. विष्णुपुराण - हिंदी अनुवाद / गीता प्रेस, गोरखपूर / http://vedpuran.net

३०. भविष्यपुराण - हिंदी अनुवाद, गीता प्रेस, गोरखपूर / http://vedpuran.net

३१. मत्स्यपुराण - हिंदी अनुवाद पं. श्रीराम शर्मा / संस्कृती संस्थान, वेदनगर, बरेली.

३२. The Outline of History of Mankind / H.G. Wales / Cassell & Co. Ltd., London, 1932.

३३. The Gupta Empire /R. K. Mookerji / Motilal Banarsidass, Delhi, 1973.

३४. तारिख अल् हिंदोस्ता/अल्बेरूनी (अनु. यू.म.पठाण)/साहित्य अकादमी, २००६

३५. कल्हणकृत 'राजतरंगिणी' / अनु. मा. व्यं. लेले / चित्रशाळा प्रेस, १९२९.

३६. बाणरचित 'हर्षचरित' / हिंदी अनु. वासुदेवशरण अगरवाल

३७. Fragments of Indika / Megasthenes & Arrian (Tr. by J. W. McCrindle) Trubner & Co., London, 1877.

३८. Ancient India as described by Ktesias / J.W. McCrindle / Tr. & Edited byTrubner & Co., London, 1882.

३९. Ancient India as described by Ptolemy / Tr. & Edited by J.W. McCrindle / Trubner & Co., London, 1885.

४०. Ancient India as described by Cosmas Indocopleustes / Tr. & Edited by J.W. McCrindle / Cambridge University Press, Delhi.

४१. Ashoka/ D.R.Bhandarkar / Asian Educational Services, New Delhi, 2005.

४२. Asoka / Vincent Smith / Oxford at the Clarendon Press, 1909.

४३. Asoka / R.K. Mookerji

४४. सम्राट अशोक / वा. गो. आपटे / वरदा प्रकाशन, पुणे, २००२.

४५. वाकाटक नृपति आणि त्यांचा काल / महामहोपाध्याय वा. वि. मिराशी / नागपूर विश्वविद्यालय, १९५७.

४६. सातवाहन आणि पश्चिमी क्षत्रप यांचा इतिहास आणि कोरीव लेख/ महा-महोपाध्याय वा. वि. मिराशी / महाराष्ट्र राज्य साहित्य संस्कृती मंडळ, मुंबई, १९७९.

४७. कल्चुरि नृपति आणि त्यांचा काल/महामहोपाध्याय वा. वि. मिराशी/ मध्य-प्रदेश शासन साहित्य परिषद, नागपूर, १९५६.

४८. संशोधन मुक्तावलि सर १ / महामहोपाध्याय वा. वि. मिराशी/ मध्यप्रदेश संशोधन मंडळ,नागपूर, १९५४.

४९. The Mahavamsa / Tr. by Wilhelm Geiger / Oxford University Press, 1912.

५०. देवीचंद्रगुप्तम् व मुद्राराक्षस (नाट्यदरपणम् अंतर्गत)/विशाखादत्त (English Tr. by Shrigondekar & Gandhi) / Oriental Institute, Baroda, 1929.

५१. श्रीमन्महाभारत खंड १०, 'उपसंहार' / चिं. वि. वैद्य / चिपळूणकर आणि मंडळी, पुणे, १९१८.

५२. हरप्पापूर्व, हरप्पा व हरप्पोत्तर संस्कृती / डॉ. ए.डी.पुसाळकर ('संस्कृती सुगंध' सं. डॉ. रा.चिं.ढेरे व इतर) / जोशी लोखंडे प्रकाशन, पुणे, १९७०.

५३. Studies in the Epics & Puranas, 1963 / Dr. A.D.Pusalkar/ Bharatiya Vidya Bhavan, Mumbai,

५४. जिज्ञासापुरुष हुएन त्संग/डॉ. आ. ह. साळुंखे/लोकायत प्रकाशन, सातारा, २०१४.

५५. प्राचीन ग्रीक संस्कृती / डॉ. प्र. ल. सासवडकर / इतिहास प्रकाशन, नागपूर, १९७३.

५६. सिंधुसंस्कृती, ऋग्वेद व हिंदुसंस्कृती / प्र. रा. देशमुख / प्राज्ञपाठशाळा मंडळ, वाई, १९६६.

५७. The Aryan Problem (Papers presented at the Seminar held at Bangalore in July '91) / Edited by: S. B. Deo and S.N. Kamath/ Bharatiya Itihasa Sankalana Samiti, Pune, June 1993.

५८. www.Indologica.com / Lord Macaulay(Minutes on Education, 1835.)

५९. The Yadavas and their times/Onkar Prasad Varma /Vidarbha Sanshodhan Mandal, Nagpur, 1970.

६०. देवगिरीचे यादव / ब्रह्मानंद देशपांडे / अपरात प्रकाशन, पुणे, २०१३.

व्यक्तिनाम सूची

(यात सर्वच ऋषी व राजे यांच्या नावांचा समावेश केलेला नाही.
१. ऋषींच्या वंशावळीसाठी पहा पृ. ११६ ते ११७
२. महाभारतपूर्व राजांच्या वंशावळींसाठी पहा पृष्ठ १४४ ते १४८
३. महाभारतोत्तर राजांच्या वंशावळीसाठी पहा पृष्ठ १५६ ते १६४.)

अ

अकबर - ४२
अगस्ती - ५९
अग्नी - ८३, ८४, १०५, १०६, १३३
अग्रवाल डॉ. वासुदेवशरण -२१, ५४, १८४, १८५, २१६
अंगार - १२३,१३५,१३६
अंगिरस - १२३
अजातशत्रू - १५७, १५८, १९८, २२०
अनु - ३७, १२०, १२१, १३४, १३८
अभेदानंद - २५
अभ्यंकर डॉ. के. डी. - १२१, १३०
अमोघवर्ष - २१४, २१५, २२१
अरुण - ८४
अर्थक्षत्र - १२४
अलेक्झांडर - २१, ४७, १५८, १६४, २२०
अंध युधिष्ठिर - १८५, २०८
अब्राहम - २४
ॲडोन - ३७
ॲडोनीस - ३७
अहुर मझ्द - ७०, ७६, ८९, १२३
असुर महादेव - ८९, ९०
अत्रि -११८,१२४,१२५,१२६,१२८, १२९
अदिती - ८८
अमित्रोच्छेद - १६९, १७२, १७३
अनिरुद्ध - ५०
अटिला - ३५
अलबेरुनी - १७९, १८०
अशोक मौर्य - १२, २०, १६०, १६६, १७२, १७३, १७६, १७७, १८०, १८१, १८२, १८३, १८४, १८७, १८८, १८९, १९०, १९१, १९२, १९३, १९४, १९५, १९६, १९७, १९८, १९९, २००, २०२, २०३, २२०
अशोकस् - १२,१६४,१८०,१८२,१८३, १८८,१८९,१९२,१९५,२००,२०२,२२१
अमलनंद घोष - ६१
अण्णामलाई डॉ. एस्. पी. - २७, ५५, ८५
अवंतीवर्धन - २०६, २०७
अय्यंगार कृष्णस्वामी - २०४
अतिथीग्वा - ६२,६३
अर्बुद - ६२
ॲडम - ८७
ॲन्टिओकस - १९१

आ

आदम - ३७, ३८
आदित्य - ३८, ३९, ४०
आदिमनु - ३७, ८७, ८८
आनंद (बुद्ध शिष्य) - १८५
आंबेडकर - ११
आंग्र मैन्यू - १२३, १२४
ऑगस्टस - १३
आपटे वा. गो. - १९९, २०३
आयु - ६२, ६३, ६४, १२०, १३३

औरंगझेब - ४२
आद्य शंकराचार्य - १०, १५४, २०९, २२१
आर्यभट्ट - १५३, २२१
आर्यपृथु - १५७

इ
इला - ९५, १२२, १२३
इंद्र - २९, ५३, ५८, ६२, ६६, ७६, ८१, ८४, ९२, ९६, ९७, ९८, ९९, १०३, ११५, ११८, ११९, १२१, १२३, १७४, २१३, २१५
इक्ष्वाकु - १२२, १३३
इव्ह - ८८

ई
ईश्वरसेन - २१३, २२१

उ
उशनस शुक्र - १२३, १३१
उर्वशी - १०४, १३३
उषा (बाणासुरकन्या) - ५०
उषा (देवता) - ७३, ८०, ८१, ८४

ए
एनियस - १२
एरियन - १५३, १६८, १७४, १७५

ओ
ओक पु. ना. - २२, २३

क
कनिंगहॅम - २१
कनिष्क - १८०, १८५, २०७, २०८, २२०
कण्व - ११८, १३५, १७५, २१९
कल्हण - ४८, १२८, १५२, १८०, १८३, १८४, १८५, १८६, २०८, २१६
कश्यप - ७८, ८७, ९३, ९५, ९६, ९९, १००, १०५, १०७, १०८, १११, ११९, १२१, १२२, १२४, १२८, २१९
कर्टियस - १७२

कंभुज - १२४
कारुवाकी - १९२, २०१
कालिदास - ८१, २०४, २०५, २०६, २२१
कालाशोक - १९८, १९९, २००
काल्डवेल रॉबर्ट - ७८, ७९
कांट दी गोबेन्यू - ३२
कुरू - १२९, १३६, १४१, १४२, १५६
कुरुंदकर - १०९
कुत्स - ६२, ६३, ६४, ६५, १२०
कुबेरनागा - २०१
कुमारगुप्त - १६४, १८१, १९२, १९४, १९५
केदार डॉ. - ६१, ६७, ९५, १०४
केपलर - १८, १५९
कोए जेसन पी. - ३५, ५५
कौटिल्य/चाणक्य - १५८, १८१, १९३
कोपर्निकस - १८
कृष्ण - ११, २३, ४८, ४९, ५०, ५३, १२६, १२७, १३४, १४१, १४२, १५६, १५९, १६६, १७५, २१५

ख
खेर राजेन्द्र - ७४, ८३
ख्रिस्त/जीजस/येशू - १४, १७, २३, २४, २५, १९३, २१५
खेडवाल पं. देवकीनंदन - ४८

ग
गंधार - १२३, १२६, १३६
ग्रहवर्मा - १८५
गांधी महात्मा - ११
गिबन एडवर्ड - १२, ५४
ग्रिफिथ राल्फ - २९, ५५, ६०, ६५
गैगर विल्हेम - १६६, १८६, १९७, १९८, २०३
गोडबोले रवींद्र - ११५, ११९, १२१, १३०
गोविंदगुप्त - १९२
गृत्समद - ११८

घ
घोरी महंमद - १५९, २२१

च
चंद्रगुप्त मौर्य - १२, १६, २०, २१, २७, ४८, ५२, १५१, १५४, १५८, १५९, १६०, १७१, १७३, १७६, १८२, १८३, १९८, १९९, २२०
चंद्रगुप्त पहिला (गुप्तवंशीय)- १६३, १६४, १७९, १८०, २२०
चंद्रगुप्त विक्रमादित्य - ३९, १६४, १७३, १७७, १८०, १८१, १८२, १८३, १८५, १८७, १८९, १९०, १९२, १९३, १९४, १९५, १९९, २०१, २०२, २०५, २२०, २२१
चेंबरलेन ह्यूस्टन - ३२
चित्ररथ - १२८, १३५, १५६
चौहान पृथ्वीराज - १५९, २२१

ज
जहु - ६४
जाफेथ - ९५
जोर्डेन - ३४
जोन्स विल्यम - १६, १७, १९, २१, २७, ४२, ५५, १५९, १६०
जनमेजय - १३५, १४२, १५१, १५६
जरासंध-५१, १४१, १५५, १५७, १७५, २१९
जोशी लक्ष्मणशास्त्री - १०१, १०९, १३०

झ
झरतृष्ट - १२३, १२४
झेझेस - १२४, १६३

ट
टिळक बाळ गंगाधर - ११, २२, ४४, ५९, ६६, ६८, ६९, ७१, ७३, ७४, ७६, ७८, ८०, ८१, ८२, ८४, ८८
टेशियस - १६८, १७०, १७१, १७७, १७८

टॉइनबी अर्नोल्ड - ४०, ४१, ४२, ४३, ४७, ५६
टॉड कर्नल - २१३
टॉल्किन जे. आर. आर. - ३३, ३४

ड
डरायस - १२४, १६३
डिओ कॅशियस - १२, १३
डिओडोरस - १३, १७२, १७३
डोनेली इग्निशियस - ५५
डॅनिकेन - ३९, ४०

ढ
ढवळीकर मधुकर - १०९

त
तलेगिरी श्रीकांत - ५९
तिवर - १९२
तुर्वसु-११९, १२०, १२१, १३४, १३५, १३८
त्वष्टा - १०२, १०४
त्रिसदस्यु - ६३, ६४, ६५
त्रित - ६२

थ
थापर रोमिला - २१, १७४

द
दक्ष - ८८, १७४
दशरथ मौर्य - १६०, १८९, १९०
दुर्योधन - १२६, १६६
दृढप्रहारी - २१४, २२१
दुह्यु - १२३, १२४, १२५, १२६, १३८
दाणी डॉ. - ७९
दनु - ३५, ९६, १००
देशमुख प्र. रा. - ६२, ६६, ६७, १०९, ११०, १३०
देव नहुष - ३७
देवानामप्रिय - १७७, १८८, १८९, १९१, १९५, १९६, २०१, २०२

आर्य भारत / २२९

देवानामपियतिस्स - १६६, १८३, १९७, १९८
देवेंद्र स्वरूप डॉ. - २७, ५५, ८५
देवयानी - १२३, १३४
दिओनिसिअस - १३
दिओनीसस - ३७
दिओनुसस - १७४
दिवाकरसेन - २०१
दिवेकर महादेवशास्त्री - ७७, ८५, ११०
दिवेकर डॉ. ह. रा. - ५९, ७५, ७८, ८५, १०९, ११०, १३०, १३१, १३२, १४९
दिवोदास - ६२, ६३, ६४, ६५, ११२, ११४, १३८
देशपांडे ब्रह्मानंद - २१४, २१७
द्यौस - ३६, ३७

ध

धनानंद - १५८
धामादेवी - २०२
धुंधु - १२५, १३४
ध्रुवदेवी - १८१, १९२
ध्रुवसेन - २०७
धृतराष्ट्र - १२८, १३२, १४१, १४२

न

नागस्वामी डॉ. आर. - २७, ५५, ८५
नवरत्न राजाराम डॉ. - २२, ५५, ५९, ७६, ७९, ८०, ८५, १३१
नाभनेदिष्ट - ८८
नाडकर्णी डॉ. सुरेशचंद्र - ३९, ४०
नासत्य - ९९
नोहा - ८७, ९५
नोतोविच निकोलस - २५, ५५
नहुष - ३७, ८८, १३३
नल - १२९, १४१
नरकासुर - ५०
न्यूटन - १८, १५९

प

पदे ज. श्री. - १३०
प्रिन्सेप जेम्स - १८८
पुसाळकर ए. डी. डॉ. - ६०, ६१, ६७, ९९, १०९
प्रियदर्शी - १२, २०, १७३, १७६, १७७, १७८, १८०, १८१, १८३, १८८, १८९, १९०, १९१, १९३, १९५, १९६, १९७, १९८, १९९, २००, २०२
प्लिनी - १३, १७०,
प्रवरसेन द्वितीय - २०१, २०५
पाठक पी. व्ही. - १०९
प्रत्योध - १५७, २२०
प्रोबस - ३५
प्रभाकर आत्रेय - १२५
प्रभाकरवर्धन - १८४, १८५, २०६, २०७
प्रभावती गुप्त - १९२, २०१, २०५
प्रमसु - १२२
पाणिनी - १५१, १५४, १६०, १६१, १७४, १९०, २२०
पावगी ना. भ. - २२, ५९, ७३, ७४, ७५, ७६, ८५
प्लेफेअर जॉन - १७
प्लुटार्क - १३, १७२
पृथु - १११, १२८, १३३, १७४
पृथिवीषेण - २०१, २०५
परीक्षित - १५१
परशुराम - ११, १२९, १३८
पतंजली - १५१, १९०
पुरू - ३९, १३४, १३८
पुरुरवा - १०४, १२२, १३३
पुलकेशी (दुसरा) - २०७, २०९, २१०, २११, २१२, २१५, २२१
पुलकेशी सत्याश्रय - २०९, २१०, २११,

२१२, २१३, २१५, २२१
पुलस्त्य - २४
पुष्यमित्र शुंग - १६१
पुरुकुत्स - ६५
पीटरसन जोसेफ एच्. - ८६
पिम बेडफोर्ड - ७३

फ

फ्राउली डॉ. डेव्हिड (ऊर्फ वामदेवशास्त्री)- २२, ५५, ५९, ७६, ७७, ७८,७९, ८५
फाहियान -१५९,१८१,१८२,२००,२०६
फोदोर माईक विल्यम - ३२
फुले महात्मा - ११
फ्लीट जे. एफ. - १८६

ब

बलराम - १२६, १६६
बसू भूपेंद्रनाथ - १०७
बंगाल एशियाटिक सोसायटी - १६
बाजीराव पहिला - ९
बाजीराव दुसरा - ९
बार्नेट - ७८
बाण - ५४, १८४, १८५
बाणासुर - ५०
बिंदुसार - १६०, १७२, १७३, १७६, १९९
बेड - १५
बेडन सी. - १८८
बेंटले - १८, १९
ब्रह्मा - ८८, ९६
ब्रह्मगुप्त - १५३, २२१
बुद्ध - ११, ५३, १५१, १५४, १५८, १५९, १६०, १६६, १७४, १८०, १८५, १९५, १९७, १९८, २००, २२०

भ

भरत - १२९, १३६
भरद्वाज - ६४, ११८
भगीरथ - १२९, १३३, १३९, १४०
भीम - १२६, १४१, १६६, २१५
भीष्म - ८१, १२७, १४१
भीष्मक - ४९
भोजराजा - २०९, २१२, २१५
भारत इतिहास संशोधक मंडळ - २७
भगदत्त - ५०
भगवान मत्स्य - ८९
भार्गव डॉ. पी. एल्. - २०, २१, ५९, ७५, ८५,८७,८८,१०९,११५,१२८,१३०,१३१, १३२,१३३,१४९,१५४,१५५,१६६
भावे डॉ. श्री. मा. - १६६
भांडारकर डॉ. देवदत्त- २१, १०९, १९०, १९१, १९२

म

मधुच्छंदस - ११८
मध्यमसेन - २०२
मालवराज शशांक - १८५, २०७
मान थॉमस - ३२
मोनियर-विल्यम्स - ४३, १०९, १७४, १७८, १८२, १८६
माटे डॉ. म. श्री. - ५१, ५२
मातृगुप्त - १८५, २०८, २११, २१२, २१५
मेकॉले लॉर्ड थॉमस - १३, ५४
महापदमूनंद - १५८
महावीर - १५१, १५४, १५९, २२०
महंमद पैगंबर - २३, २०९, २१२, २२१
महेंद्र - १९९
मरिची - ९६
मम्मट - २१३, २१५, २२१
मनु वैवस्वत - १०, ४२, ६३, ६४, ७५, ८७, ८८, ८९, ९०, ९१, ९२, ९३, ९५, १०५, १०६, १०७, १२०, १२२, १३२, १३३, १७५

मनु स्वायंभुव - ८७, ८८
मनु संवरणी - ८८
मनुची निकोलाय - १६९, १७७
महालिंगम डॉ. एन्. - २७, ५५, ८५
मॅक काऊन डॉ. - ४५
मॅक क्रिन्डल जे. डब्ल्यु. - ५४, १६८, १७०, १७१, १७२, १७४, १७७
मेहंदळे डॉ. म. अ. - ५९, ६७, १३१
मित्र - ९९
मित्रवरुण - १०३, १०४
मिहिरकुल -१८४, २२०
मिर्झा गुलाम अहमद - २५
मिराशी डॉ. वा. वि. - २१, १६३, १६७, २०३, २०४, २०५, २०६, २१६, २१७
मॅक्समुल्लर - १९, २५, ३२, ५५
मेगेस्थेनिस - ५४, १५३, १६५, १६८, १७२, १७६, १७७, १७८
मेघवाहन - २०८, २१५
मुखर्जी आर. के. - २१, १७९, १८०, १९३, १९४, १९५
मुरंजन डॉ. सुमंत - १०९, १३०

य
यदु - ११९, १२०, १२१, १३४, १३८
यम - ८९, ९५
यिम - ७०, ८९
यंग थॉमस - ३७
यशोवर्मन (यशोवर्धन) - १८२, १८४, २०६, २१९, २२१
युधिष्ठिर - ४८, १२६, १२७, १२८, १२९, १४३, १५१, १५२, १५३, १५६, २१८, २१९
युवाक्षत्र - १२४
ययाति - ३७, ८८, १२०, १२१, १२३, १२४, १२६, १३३, १३४

र
रामकृष्णराव के. व्ही. - २७, ५५, ८५
राव डॉ. एस. आर. - २६
रुचिराम पं. - २५
रुक्मी - ४९
रुक्मिणी - ४९, ५३
रिपुंजय - १५५, १५६, १५७
रामिसेस - ३९
राजाराम छत्रपती - ९
राजवाडे वि. का. - २७, ३५, ५४, ५५, ५९, ७१, ८२, ८५, ८६, ९६, १००, १०१, १०८, १०९, ११०
राज्यश्री - १८५, २०७
राज्यवर्धन - २०६, २०७
राम - ११, ३९, १२९, १३३, १४०, २०५
रामदास - ११
रामगुप्त - १६४, १८१, १८२, २०५
रामकृष्ण परमहंस - ४२
रौद्राश्व - १२५
रोझेनबर्ग आल्फ्रेड - ३२
रावण - २४
रंगराजन डॉ. - २७, ५५, ८५
रुद्रसेन द्वितीय - २०१, २०५
ऋजिश्वन - ६२, ६३, ६५

ल
लाल डॉ. बी. बी. - २६
लेवी सिल्व्हियन - १२, १८१, १८५
लोमहर्षण - १२
ललितादित्य - २११, २१२, २१३, २१५
लुई द जर्मन - ३५

व
वरुण - ३६, ८४, ९९
वालखिल्य - ११८
वामदेव - ११८, ११९, १२०

वसिष्ठ - ११८, १३७, १३८
वज्रदत्त - २०६
वराहमिहिर - ४४, ४८, ७६, १५२, २०७, २२१
वेडेल डॉ. लॉरेन्स - ४३
वेदव्यास - १२, ११८
वेल्स एच्. जी. - १०१, १०६, ११०
वाकणकर डॉ. एल. एस. - २७, ५५, ८५
वराडपांडे डॉ. नू. आर. - २७, ५५, ५९, ७९, ८०, ८१, ८२, ८५
विल्सन होरॅस - १९, १७८
विल्सन जॉन - ७८
विजय राजा - ५६, १३६, १६३, १८३, १९८
विक्रमादित्य (अवंतीचा) - २०६, २०७, २०८, २२१
विक्रमसेन - २०२
विर्को कार्ल - ३२
वॉरन विल्यम फेअरफिल्ड - ६८
विंध्यशक्ती - १६३, १७५, १७८, २१६
विशाखादत्त - १८१, १८२, १८६
विश्वामित्र - ६४, ११५, ११८, १२९, १३६, १३७, १३८
विवेकानंद - २५
विवस्वान - ८८
विष्णू - २३, १०२, १०४
विष्णुवर्धन - २०६, २०७
वासिल्कोव यरोस्लाव - २०३
व्याघ्रसेन - २०२
वृत्र - ५३, ६६, ८१, ९२, ९३, ९६, ९७, ९८, ९९, १००, १०८, ११४, ११५, ११८, ११९, १२१
वृषपर्वा - १२३, १३४
वसुदेव - १६१
वैद्य चिं. वि. - १२६, १२७, १३१, १५२, १५३, १६६

वंगृद - ६२
वध्राश्व - ६३
वर्ची - ६३
विदेघ माधव - ५९

श
शतरूपा - ८८
शर्मा काशिनाथ - ७९
शर्मिष्ठा - १२३, १३४
शर्यति - १२२
शास्त्री के. के. - ५७, ६७
शाहू छत्रपती - ९
शालिवाहन राजा - २०८, २१२
शार्लमेन - ३५
श्वाइनबेक डॉ. - १७२, १७३
शिलादित्य (पहिला) - २०७
शिशुनाग - १५७
शिवशंकर - २३, २४, ८९, १३८
शिवाजी छत्रपती - ९, ४२
शंतनु - १२९, १४१
शंबर - ६२, ६३
शुष्ण - ६२
शेम - ९५

स
सत्पती - ६३
सायरस - ९५, १२४, १६३, १८०, १९४, २०८
सावरकर बाबाराव - २३, २५
सावरकर वि. दा. - ११
सिमुक - १६२, २२०
स्थिरदर्पण - १२४
स्मिथ व्हिन्सेंट - १२, ५४, १५९, १९३, १९८, २००, २०३, २०४
साळुंखे डॉ. आ. ह. - २१, ५५, १८६, २१६
सांकलिया डॉ. - २६
सांगानेरिया सांवरमल - ५६

आर्य भारत / २३३

सोम - ४३, ७५, ९५, ११८
सोमदेव - १६
सोमक - १२०, १४२
सौती - १२
सावजी डॉ. - १६७
सायण - १०४
साठे श्रीराम - २७, ४६, ४७, ५५, ५९, ८५, ८८, १३०
सगर - १०६, १२९, १३९
सहस्रजित १२५
समुद्रगुप्त - १५९, १६४, १६५, १६९, १७२, १७३, १७५, १७६, १७७, १८०, १८२, १८३, १९२, २०१, २०२, २०५, २२०
सॅण्ड्रोकोटस - १२, १६, २१, १७१, १७२, १७३, १७६
संभाजी छत्रपती - ९
संघमित्रा - १९९
सुदास - ६५
सुधन्वा - १४२, १५४, २०९, २१३, २१५
सुबंधु - २१३, २२१
सुद्युम्न - १२१, १२२, १३३
सुश्रवा - ६२, ६४
सरकार डॉ. डी. सी. - २१, २७, ६१, १८०, १९४, १९५
स्ट्रॅबो - १३
स्टीन डॉ. - १८३
सेऊणचंद्र - २१४
सेल्युकस निकेटर - १६, ५२, १५८, १६४, १७१, १७३, १८३, १९१, २२०
सेन्ट मॅथ्यूज - २५
सेन्ट डेनिस - १४
ह
हीरन प्रा. - २५
होस्कोटे कृष्णशास्त्री - १८८

हेराक्लेस - १७४
हेरोडोटस - १२, १३, ५४
हुएन त्संग - २१, २२, ४६, ५५, १८५, १८६, २००, २०७, २१५, २१६
हर्षवर्धन - २१, ४२, ५३, १८४, १८५, २०४, २०६, २०७, २०८, २०९, २१०, २११, २१२, २१३, २१५, २२१
हिटलर - २७, ३२, ३३, ३५, १०१
होले हरगोविंद - २२, ५५, १५४, १५५, १५७, १५८, १५९, १६०, १६१, १६२, १६३, १६६, १६७, १८२, १८४, १८५, १८९, २०२, २०८, २१३, २१४, २१६
होमर - १२
हनुमान - ११, २४
हेहय - १२५, १३४
हेलन (ऑफ ट्रॉय) - १००
हेलन (सेल्युकस कन्या) - १६४, १८३
हॅम - ९५
हेमाडपंत - २१४
हाल राजा - १६२
हेनोय कर्नल एस. एफ. - ४९
ह्युगो विंकलर - ९९

विषयनाम सूची (मर्यादित)

अ

अज जमात - ११४, १३९

अवेस्ता - ६८, ६९, ७०, ७१, ७६, ८२, ८९, १२३, १२४

असुर जमात - ८२, ८३, ९६, ९८, १००, १०८,११४, १२३, १२४, १२९

अहि जमात - ८३

अश्विनी पंचांग - १२१, १३०

आ

आदित जमात - ३८, ४०

आर्य - ९, १०, ११, २२, २७, २८, २९, ३०, ३१, ३२, ३३, ३४, ३५, ३६, ३७, ३८, ४०, ४२, ४३, ४४, ४५, ४६, ५३, ५७, ५८, ५९, ६०, ६१, ६२, ६४, ६५, ६६, ६८, ६९, ७१, ७२, ७५, ७६, ७७, ७८, ७९, ८०, ८२, ८३, ८४, ८५, ८६, ८८, ८९, ९३, ९५, ९६, ९८, ९९, १००, १०१, १०२, १०४, १०५, १०६, १०७, १०८, ११०, १११, ११२, ११४, ११५, १२०, १२१, १२३, १२४, १२८, १२९, १३०, १३२, १३६, १४०, १४२, १४३, १४४, १४५, १४६, १४७, १४८, १७५

इ

इसवी सनाची निर्मिती - १४, १५

इंडो युरोपियन भाषासमूह - ३७, ३८

ऐ

ऐतरेय ब्राह्मण - ७४, १७४

ओ

ओह जमात - ८२, १००, १०१

क

कल्चुरी संवत - २१३, २१५, २१६, २२१

कुराण - २०, ८७, ९२

कॉकेशियन वंश - ४५

ग

गंधर्व जमात - १३३

गुप्त संवत - १७९, १८०, १९३, २०१, २१९, २२०

त

तैत्तिरीय ब्राह्मण - ७३, १२६, १२७

द

दन्यु जमात - ३५, ८२, ८३, ९६,१००

दस्यु जमात - ३५, ३६, ४६, ५८, ८१, ८२, ८३, १००, १०१, ११२, १३६

द्रविड - ९, १०, २७, ७८, ७९, ११४

दानव जमात - ३५, ९६, १००,१०८

दाशराज्ञ युद्ध - ७९, १३८, १३९

दास जमात - ८१,११२,११४,१२४,१३९

देव जमात - ३७, ४३, ४५, ६९, ७४, ८२, ८४, ९६, ९७, ९८, १००, १०२, १०४, १०५, १०८, १२३

न

नाग जमात - ११४

नूतन ऋषी - ६५

नॉर्डिक वंश - ३०, ४५

प

पणि जमात - ६३, ६४, ७९, ८१, १११, ११२, ११४

पूर्व ऋषी - ६५, ६६

ब

बायबल - १६, १८, २०, २४, ४१, ४२,

५१, ८७, १५९, १६०

म
मध्यम ऋषी - ६६
मनुस्मृति - १०, ११, ४२, ७५, ८३

य
यजुर्वेद - ५८
यक्ष जमात - ११४, १३९
याक जमात - ११४
यातु जमात - ८२, ८३, १००, १०१, १६६
युधिष्ठिर शक - ४८, १२६, १२७, १४३, १५१, १५३, १५४, २१८, २१९

र
रक्षस / राक्षस जमात - ३५, ७७, ८२, ८३, १००, १०१, १०८
ऋभू जमात - १००

व
वर्णव्यवस्था - ११, २९, १०६, १०७
व्रात्य जमात - ११४
विक्रम संवत - १८०, २०७, २०८, २१३, २१९, २२१
वेद / ऋग्वेद - १०, १५, १७, २०, २७, २८, ४२, ४७, ५७, ५८, ५९, ६०, ६१, ६२, ६३, ६४, ६५, ६७, ६८, ६९, ७०, ७५, ७७, ७९, ८०, ८३, १०१, १०३, १०४, १०९, १११, ११२, ११५, ११८, १३२, १३७, १३९

श
शतपथ ब्राह्मण - ५९, ७४, ८७, १२७, १३४, १४९, १५१, १५३
शालिवाहन शक - १७९, १८०, १८४, १८५, २०७, २०८, २१०, २१२, २१९, २२१
शीघ्र जमात - ११४, १३९

स
सिरियन शक - १७९, १८५, १९३, १९४, २०८, २०९, २१९
स्लाव वंश - ३१, ३५

२३६ / आर्य भारत

स्थलनाम सूची

अ

अझोव्ह - ३५, ९५

अझरबैजान - ३०,६१,९३,९५,९६,१४१

अलाहाबाद - १७७

अमेरिका - ३९

अमुदर्या - ९५

अरबी समुद्र - २६, २०५

अरबस्तान - २४

अरल - ९५

अरारत - ९१, ९२, ९३, ९८, ९९, १००

अस्त्र - ९५

असुरिया - ७१

असुर्य - ५३, ९६, १००, १०८, ११४

अटलांटिस - ३६, ३७

अवंती - १५४,१८२,१८५,२०६,२०८, २०९,२१२,२१३,२१५,२१६,२१९,२२१

अयोध्या - २६, १३९

अफगाणिस्तान - ९, ४२, १२२, १२३, १३६, १८७

अहिहोळ - १५३, २०९, २१२, २२१

अस्किनी - ७६

अंग - १४२

ॲण्डीज - ४०

आ

आशिया - २७, ४२, ४४, ४७, ६९, ७१, १८३, १९४

आग्नेय आशिया - ४७

आफ्रिका - ७१

आसाम - ४९, ५०

आर्यावर्त - ७५, ७८

आल्प्स - ४४, ७१

आंध्र - ७८, २१४

आर्मेनिया - ९३, ९५, १०४

ओक्सस - ७९

ऑस्ट्रिया - ३१

इ

इजिप्त - ३१, ३८, ३९, ४०, ७१, १००

इटली - १६, ३०, ३१

इथिओपिया - १६९

इराक - ४१, ४३, ९६, १००, १०२, १०३

इरावती - १००

इराण - ६१, ७७, ७९, ९३, १२२, १२३, १२४, १६३

इंग्लंड - ३०, ३२, ३३, ५४, १००

उ

उज्जलक - १३४

उझबेकीस्तान - ९५

उत्तर ध्रुव/ध्रुवीय प्रदेश - २२, ४४, ६८, ६९, ७०, ७१, ७२, ७३, ७४, ७५, ७६, ८०, ८१, ८२, ८३, ८४, ८७, ८८, ८९, ९१, ९२, ९३, १०१, १११, १२१, १२२, १४३

उत्तर आफ्रिका - ३०

उर - १०२, १०३, १०५

उरुक्षय - १०१, १०२, १०४

उर्मिया - ९९

उरल - ९५, १०८

उरर्तु - ९२, ९६

ए

एर्यन वईजो - ७०, ८९

क

कझान - ९३

आर्य भारत / २३७

कझाकीस्तान – ९५
कळशी – १९५
कल्याणी – २०९, २२१
कनौज – १३६
कर्नाटक – ७८
काबूल – १०८, १६४
कलिंग – १८३
कंदहार – १६४
काळा समुद्र – ३०, ३१, ३५, ३६, ९५, ९९
कार्ला – २०२
कान्यकुब्ज – ११५, १३६, १३७, १३८, १८५, २०७
कॉकेशस – ३०
कोलंबो – १९८
कोशल – १३९
कौशांबी – ५१, १७७, १९२
काशी – १३७, १३८
काश्मीर – २५, १५२, १८०, १८४, १८५, २०७, २०८, २११, २१२, २१३, २१४, २१५
किष्किंधा – ७८
किश – १०२, १०३, १०५
कॅस्पियन सी / कश्यप समुद्र – ३०, ३५, ६१, ८७, ९३, ९५, ९६, ९९, १००, १०५, १०७, १०८, १११, ११९, १२१, १२२, १२४, १२८
कुरू प्रदेश – १३६, १४१, १४२
कुरुक्षेत्र – ७५
कुंडिल नदी – ४९
कुंडिल नगरी – ४९
कुरा नदी – ९५, ९६, १४१
कुल्ही – ६०

ख
खाल्डिया – ९६
खैबर खिंड – १०८, १११

ग
गंगा नदी – ५१, ५९, ६८, ७६, ११४, ११५, १२४, १३६, १३७, १३९, १४०, १४१, १७२
गंगायमुना – १३२
ग्रीस – १६, ३०, ३१, ३७, ४०, ७१, १००, १०८
गांधार – १२३, १३६, १८४, २२०
गुर्जरा – १८०
गुजराथ – ७८

च
चित्रकूट – २६
चेचन्या – ३०
चेदी – १४२

ज
जटिंगेश्वर – १८०
जर्मनी – ३०, ३१, ३२, ३३, ३५, ४६, १००
जांब – २०१
जौगड – १८०
जॉर्जिया – ३०
जिब्राल्टर – १७१

ट
टायो गुंफा – ४०
ट्यूनिशिया – ३१
ट्रॉय – १००

ड
डॉन नदी – ३५
डेन्मार्क – ३०, १००
डॅन्यूब नदी – ३१, ३५, ३६, १००
डेरा इस्माईल खान – १२२
डेरा गाझी खान – १२२

त
तनगरुड – ९५
तापी – ६१

तामिळनाडू - ७८
तिबेट - २५, ४७
तेजपूर - ५०
तेल अल-मुकय्यार - १०२
तेल अल-हमीर - १०३
तेरेक - ९५
तैग्रीस - ४१, ९७
तुर्कमेनिस्तान - ९५
तुर्कस्थान - ३१, ९१
तुंगभद्रा - २०५

द
दशकासन - ९५
दक्षिण अमेरिका - ४०
दक्षिण युरोप - ३०
दिल्ली - १४, ३९, १८८
दृषद्वती - ७५
देवगिरी - २१४
दस्युभूमी - १००
द्वारका - २६

ध
धौली - १८०, १९४

न
नर्मदा - ६१, २०५
नंदीग्राम - २६
नागार्जुनी डोंगर - १८९
नॉर्वे - ३०
नैऋत्य रशिया - ३०
नेपाळ - १८७
नाझ्का लाईन्स - ४०
निगळी - १७८, १९२
निनेवे - ८२, १००

प
पख्तुनिस्तान - १११
पश्चिम आशिया - ३०, ६२, ७७, ७९, ८८, ९५, १००, १०६, १०८, ११४
परिध्रुवप्रान्त - ७१, ७२, ७३
पर्शिया - १२९, १५८, १७०
पर्शियन आखात - १०३
परुष्णि - ७६, १३७, १३८
पंगुरारिया - १९५
पंजाब - ६१, ११२, १२१, १३४, १८५
पंचनद - ११२, ११४
पाकिस्तान - १८७
पाटलिपुत्र - ५१, १६९, १७१, १७२, १७३, १७६, १८१, १८२, १९९
पाटणा - ५१, १६८
पांचाल - ७५, १३६, १४२
पोलंड - ३८
पेशावर - १०८, १३६
पॅलेस्टाईन - ३१
पुणे - २०१
पुष्कर सरोवर - १३७

फ
फ्रान्स - ३०, ४६
फिनलंड - ४५

ब
ब्रह्मगिरी - १९१
बख्ख - १६४
बगदाद - १६४
बल्गोरिया - ३१
बंगाल - १६, ४२
बंगालचा उपसागर - २०५
बॅबिलोन - ७१
बेलारूस - ३८
बॅरेन्ट्स सी - ९३
बिहार - ४२, १४२, १४३
बियास - ११५, १२१
बोघाजकोई - ९९

आर्य भारत / २३९

भ

भगतराव – ६१
भरतवर्ष – १३६
भारतीय उपखंड – ४२
भारद्वाज आश्रम – २६
भूमध्य समुद्र – ३०, ९५, १०८

म

मगध – १२४, १३६, १४१, १४२, १४३, १५५, १५६, १५७, १५८, १६१, १६२, १६३, १७०, १७२, १७३, १७४, १७६, १८१, १९९, २०६, २१९, २२०
महाराष्ट्र – ७८
मंगोलिया – १०८
मास्की – १८०, १८८, १८९, १९३, १९५, १९८
मिथिला – १४०
मेरू पर्वत – ४४, ६६, ६८, ६९, ७६, ८२
मेक्सिको – १२१
मेझेन बे – ९३
मेझेनी नदी – ९३
मेलुहा – १११
मेराबुंडी – १६४
मेसापोटेमिया – ४१, ७७, ९५, १०४, १९४
मुंबई – ८९
मत्स्य देश – १३६, १४३
मध्य आशिया – १०८
मथुरा – १३९, १४२, १७५, १८०
माळवा – १८५, २०७, २२१
मान्यखेत (मानखेड) – २१३
मोहेंजोदडो – ६०, ७९, ८१, ११२

य

यमुना/जमुना नदी – ७६, ७९, ११४, १२३, १२४, १३९, १४०, १४२, १६९
युफ्रेटिस – ४१, ९७, १०३

युरोप – २४, २७, ३०, ३४, ३६, ३७, ३८, ६१, ६२, ७१, १००, १२१, १९४

र

रशिया – ३५, ३८
रामपूर्व – १७७
रामटेक – २०५
रूपर – ६१
रूपंदेही – १९७
रुमानिया – ३१
रूपनाथ – १९५
र्‍हाईन नदी – ३५

ल

लडाख – २५
लंडन – १९८
लंकारण्य – ९५
लेबेनॉन – ३१
लुंबिनी – १७८, १९६
लिथुआनिया – ३८
लिबिया – ३१, १००

व

वन जलाशय – ९९
वेत्रवती नदी – १४२
वैशाली – १४०
वृत्र पर्वत – ९३, ९६, १०८, ११४, ११९
विदर्भ देश – ४९, ५३, १३९, १४१, २०५, २२०, २२१
विदेह – १४०
विंध्य – ५९, ७५, १३९, २११
विषुववृत्तीय प्रदेश – १२१
व्होल्गा नदी – ९३, ९५
व्होल्गोग्राड – ९३

श

शाकल – १८४
शोणितपूर – ५०

शूरसेन - २४, १३९, १४१, १७५
शुतुद्री - ७६
शृंगवेरापूर - २६

स
सदनिरा नदी - ५९
सर्बिया - ३१
सदिया - ४९
सरस्वती नदी
४३, ५९, ६३, ६४, ६९, ७५, ७६, ७७,
८४, ९९, ११२, १२०, १२१, १२२,
१२४, १३४, १३६, १७४
सतलज - ७६, ११२, ११५, १२१
सारनाथ - १९५
सेवन जलाशय - ९९
सप्तसिंधु - ५९, ७४, ७५, ७६, ७९, ८२,
८५, ११२, ११४, ११५, ११८,
१२२, १२३, १२४, १२५, १२६, १२८,
१३२, १३४, १३६, १३९, १७४
सिंधु नदी - ४०, ७६, ७९, ९९, १०८,
११२, १२२, १२३, १३६, १८४
सांची - १९६, २०१
सुमेरू (पर्वत) - ४३, ४४
सुमेर (देश) - ४३, ४४, ४५, ६१, ७१, ९५,
१०१, १०२, १०३, १०४, १११, १३३
सुवास्तु / स्वात नदी - १११, १३६
सुर्य देश - ५३, ९७, ९८, १००, १०८
सिरिया - ३१, ४१, ९७, १००
सिसिली - ३७
स्कॅन्डिनेव्हिया - ३०, ३४
स्पेन - ३१
स्वीडन - ३०
सिन्नर - २१४, २२१
सुत्कगेन दोर - ६१
श्रीलंका / सिलोन - ७८, १५९, १६०,
१८१, १८२, १८३, १९७, १९८, २०६
श्रीनगर - २३

ह
हरिद्वार - १४०
हस्तिनापूर - १४१, १५७
हडप्पा/हराप्पा - ४५, ६०, ६१, ६७, ७७,
७९, ८१, ९९, १०९, ११२
हयस्थान - ९५
हंगेरी - ३१
हिंदुकुश - १११
हिमालय - ७१, ७५, ११४

श्री. हर्षद सरपोतदार यांचा अल्प-परिचय

हर्षद गजानन सरपोतदार

जन्म: २२ जानेवारी, १९६१, रत्नागिरी
शिक्षण: एम्‌कॉम., एल.एल.बी., डी.टी.एल्.

व्यवसाय: अकौंटस्, फायनान्स व ॲडमिनिस्ट्रेशन क्षेत्रात २८ वर्षांचा अनुभव. पुणे येथे अंतर्गत लेखापरीक्षक व आर्थिक सल्लागार म्हणून कार्यरत.

साहित्यिक योगदान:
संशोधन करून २००५ साली स्वत:च्या घराण्याचा १८ पिढ्यांचा इतिहास लिहिला. 'मंतरलेला इतिहास' आणि 'आर्य भारत' (२ खंड) ही अन्य ऐतिहासिक पुस्तके. विकिपेडियावर 'जेधे शकावली', 'जेधे करीना', 'आज्ञापत्र', आर्क्टिक होम इन द वेदाज्' आदी ऐतिहासिक ग्रंथांविषयी व हेमाडपंत, संताजी घोरपडे, धनाजी जाधव, खंडो बल्लाळ आदी ऐतिहासिक व्यक्तींविषयी इंग्रजी परिचयलेख लिहिले आहेत. त्याचप्रमाणे भारत इतिहास संशोधक मंडळसारख्या संस्था, विशाळगडसारख्या वास्तू व रियासतकार सरदेसाई, वि. का. राजवाडे, दत्तो वामन पोतदार, वा. वि. मिराशी यांच्यासारख्या इतिहासकारांवरचे विकिपेडियावरील लेखही श्री. सरपोतदार यांनीच लिहिले आहेत. याशिवाय त्यांची दोन विनोदी पुस्तके, एक कादंबरी व एक कथासंग्रह प्रसिद्ध आहेत.
पुरस्कार: 'पाप्याचं पितर' या एकमेव पुस्तकासाठी परळी वैजनाथ साहित्य संमेलनात प्रख्यात साहित्यिक द. मा. मिरासदार यांच्याकडून बा. सी. मर्ढेकर पुरस्कार प्राप्त. पुरस्कार न मागता दिले गेले पाहिजेत अशी धारणा असल्यामुळे ते पुरस्कारांसाठी अर्ज करीत नाहीत.

लवकरच प्रकाशित होत आहे

हर्षद सरपोतदार लिखित

आर्य भारत

भारताच्या दहा हजार वर्षांच्या सांस्कृतिक इतिहासाचा आराखडा

विहंग प्रकाशन

आमची दर्जेदार, अभिजात, पुरस्कार–प्राप्त प्रकाशने पुढीलप्रमाणे

मराठी:

अभिजात कादंबऱ्या:

हिरोशिमा: भा. द. खेर / पृष्ठे ६२४/ किंमत रु.४००/- **४थी आवृत्ती**
हिरोशिमाच्या अणुसंहारावर आधारित, प्रत्यक्ष भेट देऊन लिहिलेली कादंबरी. मा. राष्ट्रपती डॉ. अब्दुल कलाम यांच्या हस्ते इंग्रजीत प्रकाशित. सोविएत लॅण्ड नेहरू ॲवॉर्ड, महाराष्ट्र राज्य पुरस्कार

देह झाला चंदनाचा: राजेन्द्र खेर / पृष्ठे ६००/ किंमत रु.४००/- **२९वी आवृत्ती**
स्वाध्याय-प्रणेते प. पू. पांडुरंगशास्त्री आठवले यांच्या अलौकिक जीवन-कार्यावर आधारित, अभ्यासपूर्ण-रससिद्ध कादंबरी. ना. ह. आपटे पुरस्कार. बडोदा मराठी वाङ्मय परिषद पुरस्कार (अनुवादासाठी)

गीतांबरी: राजेन्द्र खेर / पृष्ठे ३२० / किंमत रु.२५०/-**६वी आवृत्ती.**
भगवद्गीतेवरील वैशिष्ट्यपूर्ण कादंबरी. नॉर्थ अमेरिकेत इंग्रजीतून प्रकाशित.

धनंजय: राजेन्द्र खेर /पृष्ठे ६४१ / किंमत रु.३८०/- अर्जुनाच्या जीवनावरील अनेक सुप्त पदर उलगडणारी, रससिद्ध, चित्तथरारक भव्य कादंबरी. **७वी आवृत्ती.** ग.दि.मा. प्रतिष्ठानचा चैत्रबन पुरस्कार.

वैदिक: राजीव पुरुषोत्तम पटेल/ऋचिक-जमदग्नी-परशुराम यांच्या संस्कृती-प्रस्थापन-कार्याचा कादंबरीमय अनोखा इतिहास. किंमत रु.३८०/- **९वी आवृत्ती.**

पितामह: राजीव पुरुषोत्तम पटेल / पितामह भीष्माचार्यांच्या जीवनावरील नवी दृष्टी देणारी कादंबरी. साहित्य परिषदेचा मृत्युंजय पुरस्कार. **४थी आवृत्ती.** किंमत रु.३००

सारथी सर्वांचा: भा. द. खेर / पृष्ठे २७२ / किंमत रु.२४०/ श्रीकृष्णाच्या जीवनावरील रसिकमान्य कादंबरी. **५वी आवृत्ती.**

सेतूबंधन: भा. द. खेर / पृष्ठे २५२ / किंमत रु.२०० / श्रीरामाच्या जीवनावरील रसिकमान्य कादंबरी. **३री आवृत्ती.**

याज्ञवल्क्य: राजीव पुरुषोत्तम पटेल/किंमत रु.३५०. महर्षी याज्ञवल्क्यांच्या जीवनावरील अभूतपूर्व कादंबरी. **३री आवृत्ती.**

शक्तिपीठ: राजीव पुरुषोत्तम पटेल/मार्कंडेय ऋषीकृत साडेतीन शक्तिपीठांच्या स्थापनेवरील भावपूर्ण कादंबरी. पृष्ठे १७६/ किंमत रु.१५०

स्वर्ग: राजीव पटेल/पृष्ठे २७२/किंमत रु.२३०. महर्षी पराशरांवरील कादंबरी

उदयन: राजेन्द्र खेर/पृष्ठे ३८४/ किंमत रु.२८०/ उदयन-वासवदत्ता या प्राचीन कथानकावर आधारित रससिद्ध कादंबरी. **२री आवृत्ती.** (इंग्रजीतून Udayan, The Forgotten Pandava **या शीर्षकाखाली** Leadstart Publishing तर्फे प्रकाशित.

क्रांतिफुले: भा. द. खेर/पृष्ठे २०८/ किंमत रु.१७०/ चापेकर बंधूंच्या जीवनावरील हृदयद्रावक कादंबरी. **३री आवृत्ती.**

तुका झाला पांडुरंग: भा. द. खेर/पृष्ठे २०८/ किंमत रु.१८०/ संत तुकाराम महाराजांच्या जीवनावरील भावपूर्ण कादंबरी. **२री आवृत्ती.**

संजीवन: भा. द. खेर/मूल्य रु.१४०/- संतश्रेष्ठ ज्ञानेश्वर महाराजांच्या जीवनावरील रससिद्ध कादंबरी.

आनंदभवन: भा. द. खेर / पृष्ठे ३२० / किंमत रु.२८०/- पं. नेहरू कुटुंबावरील कादंबरी. सोविएत लॅन्ड नेहरू ॲवॉर्ड. **३री आवृत्ती.**

नल-दमयंती: जयंत जोगळेकर/पृष्ठे १४४/ किंमत रु.१३०/ प्राचीन भारतीय साहित्यातल्या अद्भुतरम्य पर्वावरील रससिद्ध कादंबरी. **२री आवृत्ती.**

पारिजातक: जयंत जोगळेकर/पृष्ठे ९६/ किंमत रु.९०/ श्रीकृष्णाच्या विविध विवाहांची रसभरित कथा. **२री आवृत्ती.**

इतर कादंबऱ्या:

गंधर्वगाथा: भा. द. खेर / बालगंधर्वांच्या जीवनावरील प्रसंगनिष्ठ कादंबरी. पृष्ठे २४८/ किंमत रु.२००/- **४थीआवृत्ती.**

समरसौदामिनी: भा. द. खेर / झाशीच्या राणीच्या जीवनावरील हृदयद्रावक कादंबरी. पृष्ठे १७६ / किंमत रु.१४०/- **४थी आवृत्ती.**

बिंदूसरोवर: राजेन्द्र खेर / रहस्यमय, अद्भुतरम्य कादंबरी. झुगारून द्या चिंता, तातणतणाव आणि चला रमणीय अद्भुत प्रांताकडे! कोणतं रहस्य दडलंय बिंदूसरोवरात? पृष्ठे २०८. किंमत रु.१६०. **२री आवृत्ती.**

इतर पुस्तके:

देवांच्या राज्यात: राजेन्द्र खेर / देव हे परग्रहावरचे अतिमानव होते का? आनंदमार्गी जीवनाचा वेध घेणारं अनोखं पुस्तक. किंमत रु.१७०. **५वी आवृत्ती.**

कौटिलीय अर्थशास्त्र आणि आधुनिक भारतीय अर्थव्यवस्था: डॉ. कल्याण कुलकर्णी / **३री आवृत्ती संपली.**

जसे आठवले तसे : गंगाधर महाम्बरे/स्वाध्यायप्रणेते पू. पांडुरंगशास्त्री आठवले यांच्या हृद्य आठवणी. **३री आवृत्ती संपली.**

हॉलिवूडचे विनोदवीर: राजेन्द्र खेर पृष्ठे /१७६ / किंमत रु. १५०. **३री आवृत्ती** चार्ली चॅप्लिन, लॉरेल-हार्डी यांच्यासह हॉलिवूडच्या आठ श्रेष्ठ विनोदवीरांचे जीवन-चरित्र सांगणारे सचित्र अनोखे पुस्तक.

मला माहीत असलेले साधुसंत: द. म. खेर / साधुसंतांचं प्रत्यक्षदर्शी अनुभव-कथन. पृष्ठे -१४४/ मूल्य रु.१२० /३री आवृत्ती

श्री गजानन दर्शन: भा. द. खेर/पृष्ठे २६४/ किंमत रु.१८०/ शेगावच्या श्री गजानन महाराजांचे चरित्र.

दैनंदिन भगवद्गीता: राजेन्द्र खेर / सीमंतिनी खेर / पृष्ठे ३८० डबल डेमी. किंमत रु.२८०/-**३री आवृत्ती** (प्रतिदिनी वाचन-चिंतन-मनन करण्यासाठी अनोखा ग्रंथ.)

मनाच्या राज्यात: अंजली पेंडसे/पृष्ठे १२६/किंमत रु. १४०/- **३री आवृत्ती.** दैनंदिन जीवनातल्या अडचणी / ताणतणाव यांना दूर सारून मनाची मशागत कशी करावी याचे मार्गदर्शन करणारे पुस्तक.

कुमार वाङ्मय

सुभाषित-कथा: सीमंतिनी खेर/पृष्ठे १०४ / किंमत रु.१००/-(संस्कृत सुभाषितांमधील मूळ कथा, श्लोक-तात्पर्यासहित. टिळक महाराष्ट्र विद्यापीठ- संस्कृत पुरस्कार. **३री आवृत्ती.**

सत्याची कास कधी सोडू नये आणि इतर संस्कार-कथा: भा. द. खेर
पृष्ठे ९६ / किंमत रु. १००/- **३री आवृत्ती.**

श्रमाचे मोल आणि इतर संस्कार-कथा : भा. द. खेर / पृष्ठे १०४. किंमत रु. १००/ **३री आवृत्ती.**

अडगुळं-मडगुळं: अंजली खेर / आठवणीतील बडबडगीते/बालगीते / पृष्ठे ८४/ किंमत रु.७०

वितरणासाठी:

दशानन: जयंत जोगळेकर /मूल्य रु.२८०/रावणाच्या जीवनावरील रससिद्ध कादंबरी: **२री आवृत्ती. दमयंती प्रकाशन**

गुजराती:

काया बनी चंदन : ('देह झाला चंदनाचा'चा गुजराती अनुवाद) पृष्ठे - ६०८ किंमत रु.४००/- **१६वी आवृत्ती**

English:

THE SONG OF SALVATION : ('गीतांबरी'चा इंग्रजी अनुवाद) रु.२५०/- $15

2nd Edition. Published by Zumaya Publications, Canada for world-wide circulation in trade paperback & 6 e-book formats. Indian edition published by Vihang Prakashan. 2nd reprint in USA

THE SILENT REFORMER (Translation from original Marathi novel: Deha Zala Chandanacha by Rajendra Kher) Rs.395 / 3rd reprint

SAINTS KNOWN TO ME (Translation from original Marathi Book: Mala Mahit Asalele Sadhusanta' by D. M. Kher/The true, mysterious anecdotes about unknown saints and sages from British India / Rs.200

हिंदी:
देह बन गई चंदन : ('देह झाला चंदनाचा'चा हिंदी अनुवाद) पृष्ठे ६००/किंमत रु.४००. २री आवृत्ती.

आमच्या अभिजात साहित्याचा संग्रह करा

देह झाला चंदनाचा
हिरोशिमा
गीतांबरी
वैदिक
याज्ञवल्क्य
धनंजय
शक्तिपीठ
उदयन
सारथी सर्वांचा
सेतूबंधन
समरसौदामिनी
आणि इतर
(संपूर्ण सूची मागवा)

विहंग प्रकाशन
आनंदनगर, ऑफ: भा. द. खेर चौक, सिंहगड मार्ग, पुणे-४११०५१.
फोन: (०२०)२४३५८२५८.
e-mail: vihangpublications@gmail.com
Website: www.vihangpublications.com

CPSIA information can be obtained
at www.ICGtesting.com
Printed in the USA
BVHW070938141021
618949BV00007B/72

9 781542 454339